I0717694

ĐÒNG SÔNG CHỐI TỪ

DÒNG SÔNG CHỐI TỪ
Tiểu thuyết **Bùi Việt Sỹ**
Dàn trang & Bìa: **Nguyễn Thành**
Nhân Ảnh Xuất Bản **2020**
ISBN: **978-1989993316**

BÙI VIỆT SỸ

ĐÒNG SÔNG CHỐI TỪ

Tiểu thuyết

NHÀ XUẤT BẢN NHÂN ẢNH

2020

DÒNG SÔNG CHỐI TỪ

Bên cạnh nhà Dũng có ngôi biệt thự "khủng" bốn tầng rưỡi không kể tầng hầm, mái lợp đá Chẽ mầu xám tro, với trên 10 phòng, có phòng rộng tổ chức sàn nhảy. Nó nằm lọt giữa một bên là viện bảo tàng, một bên là viện nghiên cứu khoa học. Lưng nằm quay ra đường còn mặt tiền trông ra cửa sông lớn thông ra biển. Nhà Dũng nằm sâu phía trong cùng, đi chung một con ngõ rộng đến ba chục mét. Đó là một ngôi nhà cổ ba gian hai trái làm bằng gỗ xoan rừng do được ngâm bùn rất kỹ nên có sức chịu mối mọt đến vài trăm năm. Tường nhà xây bằng đá ong, mái lợp ngói âm dương đã lên mầu rêu phong của thời gian. Trước cửa là sân rộng lát đá tảng xanh. Một mảnh vườn rộng, bốn mùa rau tốt. Sau năm 1954, chủ Tây rút đi, các phòng của ngôi biệt thự được chia cho các gia đình cán bộ kháng chiến ở Việt Bắc về. Ông chủ đương nhiệm bây giờ là ông Đặng, thời đó cũng được phân một phòng 32m². Vốn là dân "Tàu học" từ thời còn là thiếu sinh quân tại Nam Ninh nên có vốn tiếng Trung rất vững. Bởi thế mà ngay đợt đầu ông đã được phong hàm giáo sư Hán - Nôm. Sau năm 1975, trong biệt thự có nhiều biến động. Các gia đình chuyển dần đi, gia đình giáo sư Đặng mua dần từng phòng và đến "thời đổi mới - kinh tế mở cửa" thì hoàn toàn làm chủ ngôi biệt thự đó. Nhưng lòng người là vô cùng, Đặng "tiên sinh" muốn "bành trướng" chiếm nốt ngôi nhà của gia đình Dũng. Nếu hoàn thành được việc này thì đất ngôi biệt thự "khủng" của ông sẽ rộng thênh thang và thông thẳng ra cửa sông Cái dẫn ra biển Đông. Nhiều lần ông đặt vấn đề với mẹ Dũng, song lần nào bà cũng chỉ nói một câu: "Sáu, bảy đời nay, gia đình tôi đã ở đây. Bàn thờ bố cháu Dũng, bàn thờ ông bà tổ tiên đều đặt ở đây, không thể chuyển đi đâu đó được dù đó có là "lầu son, gác tía". Có lần ông "nửa nạc, nửa mỡ" tay nắm ghi đông xe đạp của mẹ Dũng, mồm ghé sát tai bà bảo: "Hay là hai gia đình ta sáp nhập làm một đi! Mình về làm "văn phòng B" cho tôi, tôi sẽ bố trí mình làm phó văn phòng phụ trách hành chính của viện" (lúc đó ông ta đang ngồi ghế viện trưởng). Mẹ Dũng bảo luôn "Văn phòng B là gì? Tôi không hiểu." Ông ta đáp: "Nói thẳng ra nhé! Là mình làm vợ bé của tôi!". Mẹ Dũng nhổ nước bọt rồi giằng ghi đông khỏi tay ông ta, nhảy lên xe thì bị vị giáo sư đáng kính nắm lấy cái đèo hàng phía sau kéo lại. Dũng lúc đó mới khoảng 10, 11 tuổi thấy vậy, lao thẳng từ trong nhà. Rồi nó dùng đầu húc thẳng vào cái bụng đã bắt đầu tròn căng của ông Đặng, khiến ông ngã bệt mông xuống nền đường nhựa. Tay ôm bụng, mặt nhăn nhó, ông nhìn lên, thấy bộ mặt lỳ lợm của đứa trẻ khiến ông chột dạ và chợt liên tưởng tới hình ảnh của một chú linh cẩu con trong mục "thế giới động vật" ông đã từng thấy nhiều lần trên ti vi. Đó là loài vật duy nhất không biết sợ, mà khi tụ tập đủ số lượng đã dám tấn công cả sư tử tại các vườn quốc gia ở Châu Phi. Trong lúc đầu ông Đặng đang liên tưởng đến điều ấy, thì thằng bé con đã đảo đôi mắt đen tròn đang rực lên những ánh giận dữ như ánh thép. Và nó đã nhìn thấy một nửa hòn gạch ở chân tường. Nó nhao tới như một con chim cắt. Nửa hòn gạch đã lăm lăm trong tay nó tự bao giờ. Mẹ Dũng vội quăng xe xuống đường, nhảy tới ôm chặt lấy nó. Rồi vừa dìu nó về nhà, mẹ vừa bảo "Thôi con! Ông ấy đã làm gì mẹ đâu!" Dũng vùng ra: "Con căm thù bố con nhà lão ấy." Mẹ Dũng vừa ôm chặt lấy Dũng vừa dỗ dành: "Thôi, về nhà đi con! Về nhà mẹ sẽ kể cho con chuyện này." Nhưng rồi khi hai mẹ con đã ngồi trên chiếc sập cũ kê ở gian giữa, phía giáp tường là bàn thờ, mẹ Dũng đã không kể chuyện gì, mà chỉ thổn thức nấc lên: "Thế là con đã khôn lớn để có thể bảo vệ mẹ và em rồi! Con ơi! Hơn mươi năm qua mẹ cô đơn lắm!..." Mẹ không khóc nức nở, nhưng những giọt nước mắt to và ấm cứ rớt xuống má Dũng khiến nó cũng mủi lòng, mặc dù chưa hiểu hết hai từ "cô đơn" là thế nào. Trong vòng tay của mẹ nó ngước mắt nhìn lên: "Mẹ đừng khóc nữa! Mẹ khóc nữa là con cũng khóc to lên đây này!"

Vì thế gia đình Dũng với gia đình giáo sư Đặng bề ngoài là "láng giềng tốt", là "răng với môi", nhưng bên trong thì "răng vẫn muốn cắn nát môi". Bởi thế chuyện lặt vặt thường hay xảy ra. Ví dụ đám gà chọi của con ông Đặng sang vặt chụi vườn rau nhà Dũng. Thằng Cường (em Dũng) bảo: "Anh làm súng cao su, bắn chết lũ gà đi!" Dũng đáp: "Anh có cách hay hơn". Rồi chờ lúc vắng người, Dũng gom lũ gà lại (gà chọi vốn dễ bắt) lấy chiếc bấm móng tay cực sắc của Tàu bấm đi một đoạn mỏ dưới của chúng. Từ đấy, lũ gà mổ thóc liên hồi nhưng thóc chỉ bắn ra xung quanh, không hạt nào vào diều. Ba bốn ngày sau tất cả lăn quay ra chết. Biết Dũng chơi khăm nhưng lũ con ông Đặng không làm gì được. Bọn chúng còn hợm của phóng xe máy SH như điên. Có lần không tránh kịp, một đứa đã đạp Cường ngã vập mặt xuống đường, kèm theo lời rủa độc địa "đồ quỷ lạc đà". Dũng đau đến buốt ruột muốn cho nó "vài chưởng" nhừ xương. Nhưng rồi Dũng lại "đánh đòn âm". Đêm xuống, như một chú mèo Dũng tiếp cận chỗ để xe, mở khóa bình xăng, rót vào nửa lít mê-tha-nôn. Thế là mấy ngày sau, đang dựng trong nhà xe chiếc xe tự bốc cháy.

Lần này, lũ con ông Đặng giở "độc chiêu" mua về một đôi chó béc - giê giống Đức dữ tợn như beo nói là để giữ gìn "an ninh trật tự" nhưng thực chất là "khủng bố" tinh thần khiến mẹ Dũng và thằng Cường không dám ra khỏi nhà. Với Dũng chỉ một khúc đoản côn, hai con chứ mười hai con như thế sau mười phút là có thể "lên đĩa thành đặc sản cày tơ bảy món". Nhưng Dũng muốn làm cho bọn chúng "tâm phục, khẩu phục" theo cách dân gian đơn giản là quệt một lớp nhớt rất mỏng của con cái vào gấu quần. Con đực càng hung hăng thì càng máu cái. Loài chó thiên bẩm là tài đánh hơi. Dũng thản nhiên bước vào giữa sân, lập tức hai chú Béc-giê dữ tợn lao ra. Nhưng rồi đột nhiên chúng khựng lại, hít lấy hít để dưới chân Dũng. Dũng huýt sáo quay ra, hai con chó ve vẩy đuôi đi theo. Lũ con cháu ông Đặng ngẩn ra, không hiểu chuyện gì đã xảy ra. Một buổi chiều thằng Cường hớt ha hớt hải chạy vào nhà nói với Dũng: "Lũ con ông Đặng vừa khiêng từ taxi tải xuống một cái cũi sắt, bên trong có một "quái vật" rất giống chó nhưng không hẳn là chó. Mặt vuông, hai mắt như hai cục than hồng. Môi chảy xệ lòi ra bốn chiếc răng trắng ởn, nhọn hoắt, lưỡi đốm đen lúc nào cũng thè lè ra. Lũ con ông Đặng nói với em: "Chúng mày đi lại có giờ đấy! Trái giờ có chuyện gì chúng tao không chịu trách nhiệm đâu". Chúng nó còn bảo con này nặng 97kg. Đã được huấn luyện nghiệp vụ thuần thục. Mới nhập từ Mỹ về, giá mấy chục ngàn đô, bằng một chiếc xe ô tô con." Dũng bảo: "Để anh ra xem." Không hơn mười phút sau, Dũng quay về, dắt chiếc Honda 67 giận dữ đạp cần khởi động, nổ máy. Trước khi chiếc xe hai mầu tương phản - phần khung thì đen bóng - phần vành và bópbaga chắn bùn thì sáng loáng lên - lao vút đi, thằng Cường còn nghe thấy Dũng rít lên qua khe miệng: "Chúng mày là lũ bất nhân. Đừng trách ông mày đây phải làm điều bất nhẫn. Dù là đối với một con vật!"

Và rồi kịch bản phần đầu lại diễn ra như lần trước. Nhưng đoạn kết bạo liệt hơn rất nhiều. Đúng vào giờ "thiết quân luật" Dũng bước vào sân nhà ông Đặng, miệng huýt sáo khiêu khích. Lũ con ông Đặng biết nhưng giả vờ "lờ" đi để có gì khỏi phải gánh "trách nhiệm". Con "quái vật" mầu xám tro, da như da sư tử lao thẳng vào Dũng. Dũng né qua một bên. Nó mất đà nhưng lập tức quay tấm thân nung núc những thịt trở lại rất dẻo. Nhưng rồi nó lại khựng lại, mõm cúi xuống hai chân Dũng hít lấy hít để. Dũng quay lưng chạy gằn từng bước, con "quái vật" cứ quấn lấy Dũng chạy theo. Khi đã dụ được nó vào nhà, Dũng bèn lấy chiếc xích đã cột sẵn vào chiếc cột gỗ xoan ngoài hiên có kèm theo chiếc dọ mõm bằng da rất to, nhứ nhứ trước đầu nó. Nó lại hà hơi hít lấy hít để chiếc dọ mõm ấy. Lựa thế, nhanh như chớp, Dũng đã chụp chiếc dọ vào chiếc mõm vuông, có bốn chiếc răng nanh nhọn hoắt và thít dọ lại. Bước tiếp theo Dũng lấy cuộn băng keo to bản quấn lấy bốn chân, khiến nó ngã vật ra. Và không nói không rằng, thuần thục như một bác sĩ nha khoa, Dũng bẻ thuốc, hút vào xi lanh và tiêm bốn nhát quanh bốn chiếc răng nanh. Rồi cũng thành thạo như thế, Dũng lấy chiếc kìm trong bộ đồ nghề sửa xe máy, lần lượt vặt trụi bộ nanh, vũ khí lợi hại của con "quái vật". Chưa dừng lại ở đó, Dũng băng qua sàn xuống khu bếp và nhà vệ sinh, lấy lên một chiếc lông ngỗng. Lần này Dũng phải vừa nhắm mắt lại, mới dám thọc vào phần nhọn của chiếc lông và hai cái tai dựng đứng của "con thú" và ngoáy đi ngoáy lại.

Xong việc Dũng tháo băng keo, dọ mõm và xích thả cho con "quái vật" chạy về. Nhìn chiếc mõm, thay vì bốn chiếc răng là bốn cục bông nửa trắng, nửa hồng bít vào và cái dáng "ngớ ngẩn" "nghễnh ngãng" của con "thú quý", lúc này đã là "cục thịt" không hơn không kém biết nhảy nhót, lũ con ông Đặng lặng đi không biết nên cười hay nên mếu... Trong cơn tức đến phát điên, đứa con cả của ông Đặng chạy vào nhà lấy ra cây súng thể thao bắn đạn chì, lên quy lát, chĩa nòng vào đầu con "quái vật" Một tiếng tạch khô khốc, tiếp đó là tiếng uỵch nặng nề của một khối thịt đổ xuống. "Mẹ kiếp! Cũng chẳng còn cách nào khác!" Một trong ba đứa con trai của ông Đặng thét lên. Vừa lúc đó ông Đặng đi công chuyện về, biết mọi chuyện, ông thốt lên: "Con linh cẩu con đã đến độ trưởng thành rồi! Sẽ là khó cho ta đây!" Rồi ông thầm nghĩ: "Hình như mọi chuyện, ta đều đi chậm một bước chăng?..."

Nhưng thời gian sau, cuộc chiến mới thực sự gọi là cuộc chiến giữa Dũng với chính Đặng "tiên sinh". Hôm ấy Dũng vừa đi vừa nghêu ngao hát: *"tôi có hai đứa con - đứa con/ ông cứ muốn son son mỳ/ Ông son son mỳ vào con tôi rồi/ Xin ông đền cho tôi năm ngàn đô/ Ông không đền thì tôi đi trình/ Tôi đi trình thì ông đi tù..."*. Đang đăm chiêu nghĩ ngợi về một điều gì đó trên ghế bành ngoài sân, ông Đặng bị "chạm nọc" bật dậy quát: "mày chỉ được cái hát bậy hát bạ thôi!". "Này tôi mà hát bậy à?". Dũng vặc lại; "Thế mấy đêm trước ai đưa sinh viên vào biệt thự, vừa nhảy khỏa thân vừa xuyên tạc bài hát cách mạng là: *Thằng Tây nó tiến thì mình giật lùi, giật lùi/ Thằng Tây lúi húi thì mình giật tiền, giật tiền hả"*. Giáo sư Đặng cứng họng vì đó chính là chuyện của mấy đứa con mình. Được đà Dũng nói tiếp "tôi còn biết khối về ông chứ không chỉ có mấy chuyện lặt vặt ấy đâu". "Mày vu cáo láo, tao báo công an gô cổ mày lại. Đừng nghĩ là con liệt sỹ thì giở trò lếu láo gì cũng được!". "Thế thì ông nghe đây! Trong cái trường đại học tư thục do ông làm giám đốc, có một trung tâm đào tạo trên đại học, đúng chưa? Nhưng thật ra chỉ là một dây chuyền công nghệ chuyên viết thuê luận án thạc sỹ, tiến sỹ. Mấy tay cò của ông đã mồi chài tại quán cà phê cạnh của hàng sửa xe chỗ tôi làm, không chỉ tôi mà nhiều người cũng nghe rõ. Chúng nó quảng cáo là cứ dắt bò đực vào trung tâm của ông sau ba năm cũng có bằng tiến sỹ đeo ở cổ dắt về...". Luận án từ A - Z đều có người xào xáo, chế biến cho. Đến hẹn lên bảo vệ, người phản biện đến hội đồng giám khảo đều là người của ông. Họ còn bảo, ông đã đưa ra triết lý: "Bây giờ đầu tư vào đất, vào đô, hay vào đỏ (vàng) không bằng đầu tư vào ghế (chức quyền). Đầu tư vào ghế một vốn bốn mươi lời. Mà muốn đầu tư vào ghế ngoài rất nhiều thứ như phong bì dày thì bằng cấp cũng là "trang sức" có sức nặng. Phó giám đốc muốn lên giám đốc chí ít phải có cái bằng thạc sỹ. Còn giám đốc muốn lên phó chủ tịch, thậm chí chủ tịch hoặc cao hơn nữa thì cái bằng tiến sỹ càng quan trọng!...". Giáo sư Đặng tái mặt. Ông gầm gừ trong họng: "Mày!...Mày...Mày là đồ...". Dũng tiếp lời: "Ông chửi tôi là đồ quỷ chứ gì? Vâng, tôi là quỷ còn ông là người. Nhưng trong đầu ông thì đầy mưu ma chước quỷ để tổ chức chạy chức chạy quyền, chạy tiền, chạy tội... Ông thuộc hạng người mồm thì rao giảng đạo đức, còn tay thì làm chuyện thấp hèn". Dũng đã bước đi mấy bước bất chợt quay lại, lần này có phần từ tốn hơn, Dũng nói: "Ông mới trên dưới bảy mươi, răng còn chắc, c. còn cứng. Đòi hỏi cái chuyện kia cũng là lẽ thường. Mà muốn thỏa mãn chuyện ấy hiện nay dễ ợt. Gọi mấy con cave đến trả dăm trăm một triệu là xong. Chứ đụng vào nữ sinh con nhà lành là tội ác đấy!". Trong cơn giận gần như phát điên, ông

Đặng chợt nghĩ đến chuyện thuê côn đồ thanh toán Dũng. Nhưng rồi thấy "lợi bất cập hại", ông đành nuốt hận theo kiểu ở nước ông đã du học "quân tử báo thù mười năm chưa muộn".

Song chuyện gia đình ông với Dũng không chỉ có thế. Trưa hôm ấy, Dũng đang ngồi chữa xe cho khách chợt có tiếng hô Cướp! Cướp!... Dũng vội nhảy vọt lên chiếc Honda 67 đã được "doa nòng" có khả năng bắt kịp bất cứ loại xe nào. Đuổi một đoạn qua mấy ngã rẽ, Dũng đã ép được hai tên cướp ngã chổng kềnh xuống đường. Một tên hung hãn rút dao ra chống trả. Nhưng chỉ với vài động tác võ thuật, Dũng đã tước được dao và bẻ quặt một tay ra sau lưng, cùng lúc một toán người khác cũng xông đến tóm tên thứ hai. Khổ chủ tưởng ai hóa ra là Đặng Thị Hảo Hảo, con gái út ông Đặng, hơn Dũng bốn tuổi đang ôm chân ngồi mếu máo trên vỉa hè, bên cạnh là chiếc SH ghi đông cong ngược. Dũng vừa trao chiếc ví đầm cho Hảo vừa hỏi: "Bà bị làm sao vậy?". Nước mắt vòng quanh, Hảo đáp: "Bị trẹo khớp cổ chân hay sao ấy! Không thể đứng lên được". Dũng bảo: "Được rồi! Để đấy tôi xem". Rồi cúi xuống vén ống quần bò của Hảo lên thấy cổ chân sưng tấy. Dũng xoa xoa mấy cái rồi giật mạnh một cái. Hảo thét lên: "chết tôi rồi!". Dũng cười bảo: "bây giờ bà thử quay cổ chân xem! Thế, quay trái, quay phải. Được rồi! Đứng lên đi...". "Sao đằng ấy giỏi thế?!", Hảo nũng nịu hỏi, "chuyện vặt ấy mà", Dũng đáp rồi dắt chiếc SH của Hảo sang cửa hàng uốn lại chiếc ghi đông. Nhìn cái dáng cao dong dỏng nhưng rất săn chắc của Dũng với khuôn mặt thanh tú, đôi mắt to đen dưới đôi lông mày cánh cung dài, và chiếc mũi cao rất hợp với khuôn mặt, Hảo gợi ý: "Trưa rồi, tôi với đằng ấy ra lồng cá ngoài biển đi". Dũng bảo: "tôi ngại lắm". "Ngại cái gì? tôi không Sida đâu mà sợ". "Tôi biết rồi, ban nãy trong mớ đồ tung tóe tên cướp vứt lại để thoát thân, ngoài phao thi, đô la, tôi còn nhặt mấy cái bao cao su OK cho vào sắc cho bà"."Đồ khỉ gió, người ta thật lòng là lại đi "bóc mẽ" nhau". Trước khi ngồi lên yên, Hảo còn nói: "Đồ sỹ hão: Có biết sống đến mai không mà để dành củ khoai đến sáng".

Tối giáo sư Đặng sang nhà Dũng, ông nói: "Hôm nay tôi mới thấy tiếng đồn hiệp sỹ đường phố quả là không ngoa. Nhưng tôi vốn sòng phẳng. Ơn trả nghĩa đền, tôi muốn gửi cậu chiếc phong bì vài trăm đô gọi là có chút quà cảm ơn!". Dũng cười: "Ơn huệ cái gì. Mình giúp người thì sẽ có lúc người khác sẽ giúp mình. Ông đừng làm mất cái nghĩa ấy đi". Sau chuyện đó, quan hệ hai nhà lắng dịu một thời gian...

Dũng cất tiếng khóc chào đời đúng như câu ca cả dân tộc đã thuộc: "Khi con nằm trong nôi - cha đang đánh giặc nơi cuối trời". Đó là năm 1988, cha Dũng chỉ huy trung đội trấn giữ ở một hòn đảo tiền tiêu thuộc quần đảo Trường Sa. Đêm ấy, lợi dụng gió Đông Bắc, ba tàu quân bành trướng trôi xuống hòng bất ngờ đánh úp. Với quân số và hỏa lực mạnh gấp bội, chúng tưởng sẽ nuốt tươi hòn đảo bé nhỏ. Sau khi bố trí anh em vào các vị trí chiến đấu, cha Dũng đeo một ba lô thuốc nổ lặn xuống biển. Trận đánh đang diễn ra ác liệt, ưu thế đang thuộc về số đông thì một ánh chớp chói lòa cả một góc trời, tiếp theo tức thời là một tiếng nổ xé màng nhĩ. Một trong ba chiếc tàu bốc cháy dữ dội rồi chìm dần. Khiếp sợ còn phải hứng những khối thuốc nổ căm hờn, hai con tàu đã tháo chạy. Nhưng cha Dũng đã vĩnh viễn yên nghỉ dưới đáy đại dương.

Lúc Dũng hơn bảy tuổi, một buổi sáng mẹ đi chợ xách theo một chiếc làn nhựa, bên trong có một đứa bé đỏ hỏn đang khóc ngằn ngặt vì khát sữa. Mẹ bảo: "Chắc hoàn cảnh éo le nên người mẹ mới dứt ruột bỏ rơi đứa con bé bỏng của mình. Mẹ con ta làm phúc nuôi nó. Nếu sau này, có ai đến nhận thì trả cho người ta". Hằng ngày Dũng quấn lá chuối tươi làm phễu rồi đổ nước cháo vào miệng đứa trẻ. Mới dăm bảy tháng, Dũng nhai cơm mớm vào miệng nó như chim mớm mồi cho con. Thế rồi thằng bé cũng lớn lên với nước da trắng mịn màng và đôi mắt to đen trong veo. Nếu không có chiếc bướu to bằng quả bưởi nhỏ sau lưng như bướu lạc đà thì Cường (tên của nó) cũng là thằng nhỏ dễ thương. Dũng vốn là đứa trẻ thông minh, hiếu động. Lấy cửa sông làm bể bơi. Lấy những trận đánh nhau với trẻ con lêu lổng ngoài đường làm lò luyện võ, lấy trò trèo me trèo sấu bắt chim làm thú tiêu khiển. Học hành thì chểnh mảng, cô giáo xếp loại hạnh kiểm kém trong học bạ. Mẹ Dũng nghẹn ngào than : "Đúng là con không cha như nhà không nóc". Mẹ nhắc đến cha khiến Dũng cắn chặt môi đến bật máu. Rồi từ đó thay tâm đổi tính, chăm chỉ học hành, ham luyện tập Việt võ đạo. Dũng đặc biệt có năng khiếu về môn lịch sử. Dũng thuộc làu làu từ thủa vua Hùng dựng nước đến thời đại Hồ Chí Minh, tiểu sử và võ công của các văn thần võ tướng từ cổ chí kim Dũng đều nhớ vanh vách. Ngoài chính sử, Dũng còn sưu tầm rất nhiều chuyện dã sử. Đại loại như chuyện một vị lãnh đạo cao cấp của ta sang thăm nước bạn. Không có trong lịch làm việc nhưng bạn vẫn bố trí đến đền thờ Mã Viện. Đồng chí đã từ chối thắp hương. Bạn đưa sổ lưu niệm đề nghị ghi cảm tưởng, đồng chí đã lấy bút dạ viết đậm hai câu thơ: "Trăm năm mới có dịp này. Ngàn năm mới thấy mặt dày mày ở đây". Phía dưới ký tên và ghi chức vụ đàng hoàng. Để kết thúc câu chuyện vừa kể, Dũng thường dõng dạc đọc một trích đoạn ngắn trong "Bình Ngô đại cáo" của thi hào Nguyễn Trãi: "Như Đại Việt ta, mạnh yếu có lúc khác nhau. Song hào kiệt thời nào cũng có." Thương mẹ nghèo, 15 tuổi Dũng vừa theo học phổ thông, vừa làm thợ phụ sửa xe gắn máy, 18 tuổi thi đỗ đại học. Nhưng hoàn cảnh eo hẹp Dũng chuyển qua học tại chức. Dũng rất ham đọc "sách tàu sách ta, sách Nga sách Mỹ, sách Tuy-ni-di, sách Thổ Nhĩ Kỳ... sách gì cũng đọc." Còn thằng Cường thiên sống về nội tâm, có năng khiếu hội họa, mới năm tuổi đã được nhận vào CLB mỹ thuật thuộc Cung văn hóa Thiếu niên thành phố.

Một đoàn võ sinh thuộc liên đoàn Việt võ đạo châu Âu do một võ sư già người Việt dẫn đầu ghé qua thành phố. Đã diễn ra những đêm hội võ thuật tưng bừng. Đối thủ của Dũng là một võ sĩ Tây to lớn. Chưa xong màn chào hỏi, hắn đã tung ra một cú đá vào thẳng mặt Dũng. Nhanh như chớp Dũng né qua một bên thuận tay bắt một chân hắn kê vào vai phải của mình. Đối thủ chờ bị kéo về phía trước rồi du mạnh trở lại, lĩnh trọn đòn đậy lưng trời giáng xuống sàn. Nhưng

Dũng đã không làm vậy, chỉ gạt chân hắn xuống. Đáp lại tinh thần thượng võ đó, hắn như điên như khùng hai chân vun vút tung ra những cú đá ngang, đá vòng cầu và đá chẽ rất nguy hiểm. Toàn thân Dũng bỗng chốc như hóa thành cây Liễu mềm mại, né bên này, tránh bên kia. Và đến cú đá chẽ thứ tư khi hắn vừa tung cả hai chân lên cao, Dũng chùng người xuống, chụm hai tay thành miếng "mãng xà thám nguyệt" đánh thốc lên vào bộ hạ hắn. Gót chân chưa kịp chẽ xuống thì hắn đã hộc lên một tiếng, ôm bụng lăn lộn dưới sàn. Đấu trường sau những phút nín thở, chợt vỡ òa ra. Vị võ sư già người Việt nhảy vọt xuống sàn, nói lớn: "Chơi đúng luật. Đòn ra nhẹ, chỉ mang tính cảnh cáo. Không có nguy hiểm gì...".

Và mới tờ mờ sáng hôm sau, theo một cán bộ sở thể thao, vị võ sư già với đứa cháu nội gái tên là Maria Huệ da trắng, mắt xanh, mũi dọc dừa đã có mặt ở nhà Dũng. Ông nói: "Cháu thuộc số ít người tài không đợi tuổi". Cái thằng cháu cảnh cáo đêm qua vốn là một lính đặc nhiệm. Nó rất tinh tướng, ai cũng ngại dây với nó. Dù không muốn nhưng ông không thể không nhận nó vào võ đường. Ông đang chờ dịp dạy nó một bài học thì cháu đã thay ông làm rất tốt. Chỉ qua một trận vừa rồi, cháu đã bộc lộ tài năng cùng cái tâm, có đạo của người luyện võ. Tròn 60 năm theo nghiệp, ông đã tích lũy được rất nhiều tinh hoa võ thuật nước nhà. Nhưng đã hơn mười năm nay, ông tìm "truyền nhân" mà chưa gặp. "Các con cháu ông chúng nó chỉ thích làm khoa học. Ông sợ những tinh hoa đó sẽ bị thất truyền. Do đó, ông muốn cháu qua bên đó rồi cháu sẽ thay ông làm chủ tịch liên đoàn". Cô cháu nội đẹp như mơ, hai tay bám vào tay Dũng năn nỉ: "Anh qua đi! Ông em hiền lắm". Dũng nắm chặt tay ông nói "Cháu vô cùng cảm ơn ông! Nhưng ông biết đấy biển Đông lại đang dậy sóng rồi. Với yêu sách "đường lưỡi bò" phi lý, xâm hại đến quyền chủ quyền biển đảo của nước ta. Làm trai cái chí lớn nhất là phải đền nợ nước... Không phải đi vài năm đâu, cháu muốn phục vụ suốt đời trong quân ngũ". Ông già im lặng một lát rồi nghẹn ngào nói : "Ôi! Cái chí của cháu! Thời trai trẻ ông đã không nghĩ được như cháu bây giờ". Trước phút tiễn biệt Maria Huệ ông nắm chặt tay Dũng nói trong nước mắt: "Thế là chúng ta không bao giờ gặp nhau nữa à?". "Không! Em đưa địa chỉ email cho em Cường, đó sẽ là cầu nối giữa chúng ta. Nếu có duyên thì sẽ có ngày gặp lại". Dũng đáp.

... Giáo sư Đặng mời Dũng qua nhà. Ông đặt vấn đề: "Cậu đã ngoài 20 rồi. Cái trò thể thao chỉ có thì rất ngắn. Sắp tới chỗ bạn tôi có tuyển công nhân sang Nhật làm việc lương tháng vài ngàn đô. Cậu hãng đi lấy vài ba năm, tích lũy lấy cái dấn cái vốn mà mở cửa hàng riêng nuôi mẹ, nuôi em và còn tính chuyện vợ con nữa chứ! Tiền đặt cọc cậu khỏi lo, tôi sẽ cho cậu vay không tính lãi...". Lão Đặng tướng ngũ đoản nhưng không tủm mủm, với tấm thân vâm váp, cái đầu to với vầng trán cao, hói tới tận đỉnh. Trái với mái tóc lưa thưa, dưới cằm là bộ râu quai nón rậm rạp, nửa đen, nửa bạc được xén tỉa rất công phu, không che lấp được đôi bờ môi hơi mỏng lúc nào cũng nở nụ cười làm duyên. Một nụ cười lúc nham hiểm, lúc xuề xoà dễ dãi, lúc lại tỏ ra nhẫn nhục, cam chịu. Có người đã nhận xét xác đáng rằng, đời lão có ngày hôm nay là nhờ vào nụ cười đó. Dũng đáp luôn: "Ông định điệu hổ ly sơn đó à? Nói cho ông biết sang tây lấy vợ đầm tôi còn chưa đi nữa là. Còn phải làm xong cái nghĩa vụ quân sự rồi tính gì mới tính". "Cậu con một gia đình liệt sỹ, cái khoản đi được miễn mà". "Ai cũng nghĩ như bố con ông thì đất nước này mất từ lâu rồi". Ông Đặng chữa ngượng: "Tùy cậu thôi". "Tôi biết ông chưa bao giừ từ bỏ cái ý đồ thôn tính nhà tôi. Bây giờ tôi đố ông một câu, ông trả lời được tôi ký giấy giao nhà, giao đất cho ông ngay". "Cậu cứ đố đi. Trả lời đúng tôi sẽ không lấy không mà trả giá đàng hoàng". "Được!". "Ông rất giỏi sách tàu. Vậy tôi đố ông ai là người chủ mưu giết Quan Vũ?". "Lục Tốn chứ ai! Cậu thua rồi! Còn Lã Mông chỉ là kẻ thừa hành thôi". "Ông nhầm to rồi! Người chủ mưu là Khổng Minh. Chính Khổng Minh đã xui Lưu Bị sai Quan Vũ đi đánh Tào Nhân để ngỏ Kinh Châu cho Đông Ngô đánh úp. Nếu Khổng Minh sai Triệu Vân ra giữ Kinh Châu thì 10 Lục Tốn, Lã Mông cũng không làm gì được. Nhưng Khổng Minh muốn Quan Vũ phải chết, Lưu Bị và Trương Phi ắt sẽ phải chết theo. Còn lại A Đẩu ươn hèn, Khổng Minh mới tự tung tự tác nhằm đạt được cái danh Vạn đại Quân sự Gia Cát Lượng. Nhưng hỡi ôi! Sáu lần ra Kì Sơn đều xôi hỏng bỏng không! Còn tự rước cái mệt vào thân, từ việc phát 50 học lương đến phạt đánh đòn lính 20 roi đều phải tự tay giải quyết. Cuối cùng bị mắc chứng biếng ăn, sốt về chiều và thỉnh thoảng ho ra máu mà bây giờ y học chuẩn đoán là bệnh ho lao.

Mà thời đó lao thuộc "tứ chứng nan y". Trước khi chết mới 54 tuổi còn than "Từ nay Lượng này không còn được cùng ba quân ra trận, trời xanh thăm thẳm, hận này biết bao giờ quên". "Đấy ông thấy chưa? Tài như Khổng Minh mà còn có cái kết cục như vậy ông cố nữa mà làm gì, cơ nghiệp ông sắp đổ rồi. Tôi cứ nhìn cái ngáp của mấy đứa cháu nội ông là rõ chúng nghiện ma túy nặng rồi". Đặng "tiên sinh" nghe Dũng mà thấy điếng người. Nhưng vẻ mặt vẫn tỏ ra bình thản. Như được đà Dũng nói tiếp: ông vẫn còn một cơ hội thứ hai! Tôi đố ông ai là nhân vật anh hùng nhất trong *Tam Quốc diễn nghĩa*?" Cái trán gồ và hói của ông hơi nhăn lại, ông nghĩ: "Thằng lỏi con này đang chơi trò ú tim với mình đây!" Tuy nhiên, ông vẫn trả lời, mặc dù có phần rụt rè, chả quả quyết như câu thứ nhất: "Chắc là Tào Tháo, chứ còn ai vào đây nữa?"

Dũng cười: - Ông chỉ trả lời đúng có 20% thôi!

- Chắc cậu nghĩ Tào Tháo chỉ có tài "TRÍ - TRÁ" thôi chứ gì? Không xứng đáng là anh hùng? Ông Đặng vặn lại.

- Ông cho Tháo là anh hùng. Nhưng thực ra Tháo mới chỉ làm chủ được một phần ba thiên hạ - Dũng bắt đầu đấu lý - Còn về cái chuyện "TRÍ và TRÁ" của Tháo, tôi cũng phải nói thực là rõ ràng Tháo có TRÍ rồi mới vận dụng cái TRÍ đó để mà TRÁ được. Bởi thế cái sự "TRÍ - TRÁ" của Tháo đã lừa được rất nhiều người trong thiên hạ. Và người đọc *Tam quốc* cũng thấy làm thú vị trước cái sự "TRÍ - TRÁ" đó. Còn như bây giờ khối kẻ học đòi Tháo, nhưng không có TRÍ mà đã dở

"TRÁ" ra khiến thiên hạ chỉ còn thấy nực cười đến tởm lợm. Ví dụ như cái chuyện "Đường lưỡi bò". Rõ ràng là chẳng có cái cơ sở, chứng lý khoa học thuyết phục nào - tức là không có TRÍ - Ấy vậy mà cứ TRÁ, cứ bịp thiên hạ hòng "liếm" sạch biển Đông - biến biển Đông thành ao nhà của mình. Lại nữa, hiện cũng khối kẻ chẳng có chút TRÍ nào mà luôn "phùng mang-trợn mắt" TRÁ những chuyện cũ rích, lỗi thời...

- Cậu phản biện nghe cũng có vẻ có lý đấy! Ông Đặng ngắt lời Dũng - Hãy trở lại câu hỏi chính đi! Theo cậu, vậy ai là người Anh hùng nhất trong *Tam Quốc*?

- Tôi tưởng "học sâu hiểu rộng" như ông thì ông phải tự trả lời cho mình và trả lời cho tôi mới đúng chứ!. Nhưng ông đã hỏi thì tôi cũng xin khẳng định là người đó là Đặng Ngải! Tại sao ư? Đặng Ngải vốn xuất thân nghèo hèn, thuở nhỏ phải đi chăn bò. Nhưng Ngải là người có chí lớn, vừa chăn bò đọc binh thư và tự bầy cách tập trận. Bởi thế lớn lên đã trở thành tướng tài văn võ song toàn đủ sức đấu với Khương Duy (học trò cưng của Khổng Minh). Thậm chí vượt qua cả Khương Duy lẫn những nhân vật lỗi lạc nhất trong Tam Quốc. Với lòng quả cảm vô song và sự quyết đoán sáng suốt, chỉ với ba ngàn binh lính, Ngải đã vượt qua dãy Ma Thiên Lãnh điệp trùng, hoang sơ hàng vài trăm dặm, bất ngờ như từ trên trời rơi xuống, đánh úp Thành Đô, buộc A Đẩu phải quy hàng. Phá tan thế "chân kiềng" để dòng họ Tư Mã dễ dàng thống nhất thiên hạ. Người như thế không phải là đệ nhất anh hùng sao?

Đến lúc này thì Đặng "Tiên sinh" mới tỏ ra thán phục:

- Cậu phân tích có lý! Có lý lắm!...

- Nhưng mà số phận những người anh hùng thường là bi tráng! Dũng xuống giọng ngậm ngùi - Như cha con Đinh Bộ Lĩnh và Đinh Liễn ở triều Đinh của nước ta - Cha con Đặng Ngải, Đặng Trung trong một phút lơ là mất cảnh giác, đã bị "sập bẫy mưu sâu - kế hiểm" của kẻ khác bị chém chết một cách tức tưởi... Lịch sử ở hai nước khác nhau, và cũng cách xa nhau hàng ngàn năm mà lại có chỗ giống nhau đến lạ kỳ, ông có thấy đúng không?

Thay cho câu trả lời, giáo sư Đặng than:

- Phải chi cậu được học hành tử tế, đến đầu đến đũa. Tôi tin cậu sẽ trở thành người phản biện có tiếng tăm trong giới khoa học.

- Ông bị mắc bệnh giáo điều quá nặng - Dũng đập lại - Hễ cứ nói đến kiến thức là phải gắn vào trường lớp chính quy, đến bằng cấp này nọ. Ông có biết nhân loại có được Bil Gết với phát minh vĩ đại là *Phần mềm* của máy vi tính bất hủ là nhờ ông ấy thi trượt vào đại học không?

- Cậu luôn lấy cái cá biệt để làm mẫu số chung là không công bằng, không khách quan và không khoa học - Ông Đặng đáp - Cậu muốn ngầm so mình với Bil Gết chứ gì?

- Ông lại "chụp mũ" tôi rồi - Dũng cười giảng hoà. Bil Gết là người của NHÂN LOẠI, hàng trăm năm mới xuất hiện một lần. Tôi... tôi không bằng cái "lông chân" của ông ta. Nhưng nếu đã muốn so sánh - mặc dù mọi sự so sánh đều là khập khiễng - thì cũng phải so sánh cho công bằng. Nếu ông ấy ở vào hoàn cảnh tôi - chắc chắn ông ấy không thể bằng tôi bây giờ.

Giáo sư Đặng cười vang, cặp mắt nhỏ ươn ướt lấp lánh sáng dưới đôi lông mày rậm, trông còn "rất đỡ", ông buông ra một câu nửa đùa nửa thật: - Nếu cái Hảo Hảo nhà tôi nhỏ tuổi hơn chút nữa, biết đâu tôi chả nhận cậu làm con rể cũng nên. Mà tính nó cũng có cái giống cậu ở chỗ KHÁI...

Dũng cũng cười: - ông cũng có TRÍ nên biết TRÁ đấy! Ngày xưa Triệu Đà đưa con trai sang ở rể Âu Lạc. Còn ông bây giờ định đưa con gái sang làm dâu nhà tôi! Ha! Ha!... Nỏ thần là thứ huyền thoại. Nhưng còn đất đai, lãnh hải thì thời nào cũng là hiện hữu.

- Cậu vừa khen tôi vừa chửi tôi! Cậu quả là tay gớm ghê mà hôm nay tôi biết thật rõ - Đặng "tiên sinh" đáp. Nói về TRÍ, tôi cũng muốn gán cho cậu, nhưng là chữ Chí xê hát chứ không phải chữ Trí tê rờ. Cậu đi lính đợt này nói là đi làm nghĩa vụ, nhưng thực ra là muốn thăng tiến bằng con đường binh nghiệp chứ gì? Phải chăng đó cũng là một cách TRÁ. Hy vọng là hai mươi năm sau, vẫn trên chiếc bàn vuông này, ở giữa sân có hai cây bách xanh rì này, tôi vẫn còn sống để ngồi nói chuyện *Tam Quốc* với Đô đốc hoặc chí ít là một Phó đô đốc hải quân, chứ không phải là anh thợ sửa xe máy ở đầu đường - Rồi ông cười đắc chí vì lần đầu tiên đã tìm được câu đầy chất nhạo báng và khiêu khích trên.

Dũng nghiêm giọng: Napôlêông đã từng tuyên bố: "Một anh binh nhì mà không mơ đến chiếc gậy nguyên soái thì đó là anh lính tồi." Tôi chỉ mơ làm người lính bình thường. Một người lính bình thường khác hẳn một người lính tầm thường. Một người lính bình thường là luôn luôn hoàn thành nhiệm vụ được giao. Và khi cần biết hy sinh cả mạng sống của mình vì nhiệm vụ.

- Nếu quả thật cậu nghĩ như thế thì tôi thấy tiếc cho cậu vô cùng. Một cái lý lịch "sáng choang": bố liệt sĩ, thời bảo vệ biển đảo, ông nội liệt sĩ từ những năm đầu sáu mươi của thế kỷ 20, khi mở con đường huyền thoại Hồ Chí Minh trên biển, chở vũ khí vào Nam. Cậu lại có sức khoẻ và nghị lực hơn người. Thế mà cậu lại bỏ phí tất cả sao? Cổ nhân đã dạy "phải biết thời thế mới là tuấn kiệt" Đi giữ biển lúc này là thời thế của cậu, nếu cậu biết vận dụng chắc chắn là cơ hội để tiến thân, lập nghiệp. Như tôi đây, có được "biệt thư - xe hơi" là cũng nhờ cả vào "biết thời thế" đấy!... Giọng ông Đặng có vẻ chân thành, chứ thực ra trong bụng ông cười thầm " ngu là chết thôi con ạ".

- Người ta thường rưng nước mắt khi nói về nơi đất khách quê người, nơi họ đến học tập thời gian dài là "quê hương thứ hai của tôi". Bởi thế khi cần "lý luận" là ông vận dụng đến "sách Tầu- châm ngôn Tầu" âu cũng là cách thường tình thôi. Dũng từ tốn đáp - Về văn hoá Trung Hoa tôi xin lạm bàn với ông thế này.

Đó là nền văn hoá vĩ đại, có tính nhân loại cao nhưng cũng đậm đà bản sắc dân tộc song là nền văn hoá chưa tiên tiến. Nó vĩ đại ở chỗ từ thời Xuân Thu - Chiến quốc, Lã Bất Vi đã nghĩ ra chuyện buôn vua. Xã hội dân chủ hiện đại bây giờ, việc lập quỹ tranh cử tổng thống ở đảng này đảng nọ của các nước tư bản thực chất cũng là chuyện buôn vua chứ gì. Còn nữa, thời đó đã có chuyện "hợp tung sáu nước để chống Tần thì bây giờ cũng nhan nhản các khối này khối nọ, từ NATO đến Đông Bắc Á và EC... Chuyện Trương Nghi, Tô Tần đeo ấn sáu nước, lúc ở nước này, khi ở nước kia, thì bây giờ người ta dùng chiêu thức "Ngoại giao con thoi" cũng là "thế cả" chứ gì. Nhân loại trải qua mấy ngàn năm, nhưng cách thức chẳng có khác gì mấy đâu. Chỉ khác là ngày xưa đi ngựa thì bây giờ cưỡi Boing - Ebớt... Đấy là sự vĩ đại của văn hoá Trung Hoa. Còn cái sự chậm tiên tiến thì còn dễ nhận ra hơn. Ấy là mấy trăm năm gần đây Trung Quốc chưa sản sinh ra được một nhà khoa học lớn có tầm cỡ thế giới. Về văn học - nghệ thuật cũng chưa có ai đoạt giải Nobel. Cái ông Cao Hành Kiện được Nobel văn chương là người Pháp gốc Hoa đấy chứ!

Nghe Dũng nói tới đây thì Đặng giáo sư - chuyên gia hàng đầu về Hán - Nôm trợn ngược đôi lông mày sâu róm thốt lên: - Cái điều cậu vừa nói thực sự là một luận văn tiến sĩ!...

Dũng cười và tiếp tục: - Còn cái chuyện "biết thời thế" của ông tôi xin ngả mũ thán phục. Vì chuyện đó nên thời trai trẻ ông đã gác các mối tình thơ mộng của mình để lấy một người vợ hơn ông hai tuổi, nhưng là con một "ông lớn" và bây giờ là "cụ lớn". Bà nhà ông mất gần mười năm rồi, mặc dù rất muốn, nhưng ông vẫn không tục huyền để bảo toàn danh phận "con cháu các cụ", đúng chưa? Lại nữa thời quan hệ Việt-Trung ở vào lúc "lạnh", "dân Tầu học" như ông khá sóng gió. Nhưng ông đã nghĩ ra "khổ nhục kế" xung phong đi xúc phân bò mấy năm. Những tay khác "chậm chân" một chút, phải bỏ nghề đi lao động chân tay đến cả chục năm... Sự chọc tức của Dũng khiến ông Đặng không nén nổi cơn thịnh nộ, ông đập bàn chỉ tay vào mặt Dũng quát: Đồ hậu sinh, chuyên bới móc chuyện đời tư của người khác ra để giễu cợt!...

Dũng đứng dậy dàn hoà: - Thì đã nói với nhau thì phải nói cho chót chứ! Cảm ơn ông đã cho tôi được vinh hạnh hầu chuyện đến hơn hai giờ đồng hồ - Đã định bước đi, nhưng chợt nhớ ra điều tối quan nhất của cuộc gặp gỡ này Dũng nói tiếp: "Tôi đi vì việc nước, ở nhà bố con ông làm khó "mẹ góa con côi", khi về tôi sẽ không tha đâu. Cần xử theo lối hảo hán Lương Sơn tôi cũng không ngán đâu". Ông Đặng cố giữ thái độ mềm mỏng: "Tôi từ xưa tới giờ chỉ làm theo luật pháp".

... Dũng ra Trường Sa thấm thoát đã 6 tháng. Vào một đêm biển động, đơn vị nhận được pháo hiệu cấp cứu của ngư dân, Dũng đã quên mình cứu được 13 người. Nhưng khi đưa lên đảo nghe những tiếng "Nị Hảo" mới rõ là công dân nước ngoài đến đánh trộm hải sản ở vùng biển nước ta. Mấy ngày sau một tay phóng viên phương Tây hỏi "xoáy": "Nếu biết điều đó thì anh có cứu không?". Dũng cứng cỏi: "Cứu chứ! Họ cũng là con người, mà là người lao động."

... Như từ trên trời rơi xuống, Dũng đột ngột có mặt ở thành phố. Đúng như dự cảm của anh, ông Đặng đã "giở trò". Dũng lặng người đi khi thấy đường vào nhà mình bị xây tường, chỉ để lại một khe hẹp đủ một người đi lọt. Thằng Cường nói với Dũng: "Anh đi được 10 ngày thì ông Đặng làm việc này nhưng mẹ đã đe em, mày mà meo với chat với thằng Dũng, nó điên lên bỏ ngũ về là làm nhục dòng họ đấy! Bây giờ phải làm như thế nào hả anh?". Dũng bình thản đáp: "Muốn phá thì vài nhát búa tạ là xong. Và thích nữa thì cho vài chiếc dẻ tẩm xăng dầu vào capoo mấy con Mẹc của bố con lão Đặng đang chạy thì tự dưng bốc cháy thần không biết quỷ cũng chẳng hay. Nhưng anh bây giờ đã là chiến sĩ rồi! Không thể hành động như ngày xưa được. Phải nhờ đến công luận thôi".

Dũng về lúc trưa thì chiều ông Đặng sang. Vừa trông thấy Dũng ông đã đon đả: "Xin chào người anh hùng. Vừa qua báo chí nói về cậu khiến tôi cũng được thơm lây vì là hàng xóm với cậu". Rồi ông phân bua: "Khổ quá! Nhà tôi được xếp vào loại biệt thự cổ cần phải bảo tồn. Cái bức tường rào là do bên ngành văn hóa họ đến xây. Bây giờ tôi muốn thay cái bệ xí xổm bằng bệ xí bệt cũng không được phép". Dũng bảo: "Ông không phải nói nhiều. Ông giỏi Hán Nôm, hãy đọc cái này". Rồi Dũng đưa cho ông mượn cuốn sách bằng giấy bản đã ngả vàng. Ông đọc đến đâu bừng tỉnh ra đến đấy! Thì ra từ thời Gia Long đây là Vọng Hải Đài để báo động tàu của liên quân Tây Bồ hay vào cướp phá. Theo bản đồ thì ngôi biệt thự "khủng" của ông, trước đây là quân doanh của Vọng Hãi Đài. Tới khi Pháp thôn tính xong nước ta đã cho đập bỏ. Các cụ Dũng đã xây nhà trên nền Vọng Hải Đài để giữ lại dấu tích. Chờ ông đọc xong Dũng hỏi: "Ông thấy cái nào cần bảo tồn hơn? " Ông Đặng rụt rè hỏi: "Cậu cho tôi mượn được không?" Dũng hỏi lại: "Ông không định đùa giai đấy chứ? Nếu quả thực ông cần. Mai sang đây tôi sẽ đưa cho ông bản phôtô có công chứng hẳn hoi." Giáo sư Đặng hấp tấp ra về, gọi điện đi các cửa...

Song cuối cùng giải pháp "dung hòa" đã được đưa ra. Đường nhà Dũng được nới rộng ra để hai xe máy có thể tránh nhau được. Nhưng đấy là việc của 15 ngày sau. Dũng nói với mẹ và em: "Ý đồ thôn tính nhà đất của mình lão Đặng tạm thời chưa thực hiện được là tốt rồi". Dũng nói tiếp: "Chúng con được cấp trên nói để bảo vệ Tổ quốc nói chung và biển đảo nói riêng chỉ dựa vào ý chí thôi là không đủ! Đã đến lúc chúng ta phải có cả vũ khí, trang thiết bị hiện đại như chiến hạm, tàu ngầm... kỳ này con về đi học nhằm tiếp thu các loại vũ khí đó". Mẹ bảo: "Đó là nhờ vào hồng phúc của tổ tiên Anh cứ đi cho thỏa chí làm trai của anh. Nhưng tranh thủ mấy ngày nghỉ phép này lấy vợ "liền tay" như bố anh lấy mẹ hồi xưa. Rồi cố cho mẹ có cháu... ". Thằng Cường nhanh nhảu: "Anh Dũng sẽ lấy vợ đầm lai cơ. Cái cô cháu ông võ sư hồi nọ, ngày nào cũng chát cho con nói phải ra đảo sống với anh Dũng cô ấy cũng đồng ý". Mẹ bảo: "Còn bố mẹ cô ta nữa chứ?". Cường đáp: "Ở đấy con gái 16 tuổi là được quyền đi chơi với bạn trai qua đêm rồi. Cha mẹ không có quyền can thiệp". Dũng bảo: "Còn chú nữa! Đừng mặc cảm "trai tài, gái sắc". Chú cứ có nhiều tranh nổi tiếng thì thiếu gì cô "chân dài" đến xếp hàng".

Thằng Cường bảo: "Em muốn vẽ bức tranh với tên gọi "Người đi giữ biển". Anh sẽ là nhân vật chính, đầu đội mũ hải quân Việt Nam, mắt cương nghị nhìn thẳng ra biển, với hai chân được cách điệu bằng hai gốc cây Phong Ba, rễ bám chặt xuống đất đảo. Phía bên phải là bia chủ quyền CHXH CN Việt Nam, đảo Sinh Tồn thuộc quần đảo Trường Sa, đỉnh bia lá cờ đỏ Sao Vàng lộng bay trong gió. Trên vai anh, một chú chim bồ câu đang đậu. Tay phải dơ cao từ đó thả xuống tờ áp-phích ghi đâm bằng chữ in hoa TRƯỜNG SA - HOÀNG SA LÀ CỦA VIỆT NAM. Tay trái cầm cuộn tài liệu với dòng chữ in ở gáy "CÔNG ƯỚC QUỐC TẾ VỀ BIỂN 1982".

Dũng bảo: "Bức tranh em dự định vẽ cơ bản là được. Nhưng nhân vật chính không phải là anh, anh của chú chưa là cái "đinh gỉ gì" so với hàng ngàn cán bộ chiến sĩ trên quần đảo Trường Sa. Em biết không, có những người chốt giữ trên đảo từ năm 1975 đến giờ tới tuổi xuất ngũ, nghỉ hưu đã đem cả vợ, con và các cháu ra đảo sinh sống, lập nghiệp. Đi học về anh sẽ mời mẹ và em theo một tua du lịch ra thăm đảo, lúc đó có thực tế rồi, em sẽ vẽ được chân dung rất thực, rất sinh động về "NGƯỜI ĐI GIỮ BIỂN". Thằng Cường tủm tỉm nói thêm: "Anh phải mời cả chị Maria Huệ nữa chứ! Chị ấy khoe, đang làm thủ tục xin nhập quốc tịch Việt Nam". Dũng cười: "Đó cũng là một ý hay".

Mới tơ mơ sáng, trước cửa "đường con trạch" dẫn vào nhà Dũng tiếng còi xe bấm inh ỏi từng hồi dài. Thằng Cường vừa dụi mặt chồm dậy vừa bảo với Dũng:

- Thôi chết rồi! Tối qua em quên. Biết anh được về phép chị Maria Huệ nhắn tin cho em nói sẽ qua Việt Nam thăm anh và gia đình ta luôn.

Dũng đáp: Được rồi! Anh với chú ra cổng xem sao? Thằng Cường thì vui ra mặt, còn Dũng vẫn giữ vẻ bình thản không mừng mà cũng chẳng ra vui. Maria Huệ đã ra khỏi xe, gõ đôi giầy cao gót đi đi lại lại trên đường. Mình mặc một chiếc áo váy choàng mầu đen từ cổ xuống trên đầu gối, eo thắt một chiếc lưng to bản trông vừa nhỏ bé xinh xắn lại vừa trẻ trung nhanh nhẹn. Dũng đẩy thằng Cường lách qua "con trạch" ra trước. Maria Huệ ôm choàng lấy Cường và đặt nhẹ một nụ hôn lên trán nó. Dũng lừ lừ bước ra sau. Maria Huệ sau một phút nhìn khuôn mặt rám nắng, mặn mòi gió biển của Dũng, đã xô đến ôm choàng lấy anh. Rồi hơi kiễng chân, đưa đôi môi trái tim mềm mại tìm làn môi của Dũng. Dũng quay má tránh, mặc dù một tay anh đã ôm trọn tấm lưng thon nhỏ nhưng rất săn chắc của Maria Huệ.

- Thôi ta vào nhà đi chứ! Dũng dục hai người.

Hành lý mang theo của Huệ gồm chiếc sắc da cá sấu bất ly thân cùng hai chiếc va ly lớn. May mà có bánh xe kéo nên thằng Cường mới nhận một cái. Cái còn lại tất nhiên là phần của Dũng rồi. Vừa vào tới sân thằng Cường đã gọi rối rít:

- Mẹ! Mẹ ơi!... Mẹ ra xem ai này.

Cái dáng gầy cao dong dỏng của mẹ Dũng với mái tóc dày cuộn sau gáy trong nhà bước ra. Đôi mắt to toàn lòng đen nhìn Maria Huệ vừa ngạc nhiên vừa bối rối. Trong khi đó Maria Huệ rất tự tin và nhanh nhẹn cất tiếng chào:

- Con chào cô!...

- Ừ, cô chào cháu. Mẹ Dũng đon đả đáp lại và giục Maria Huệ cùng Dũng, Cường vào nhà.

- Anh Dũng giúp em một tay. Maria Huệ vừa mở chiếc va ly ra, vừa gọi Dũng.

- Đây là quà của mẹ. Maria Huệ lấy ra một chiếc áo panto có mũ choàng đầu, bên trong có lót lông hải ly mềm mại, khoác lên người mẹ Dũng.

- Mùa đông ở miền bắc nước mình lạnh lắm - Ông con bảo thế, lại còn mưa dầm dề nữa chứ! Mẹ mặc áo này, bên trong thì rất ấm, mà bên ngoài mưa gió cũng không thể thấm ướt vào trong được.

Mẹ Dũng giẫy nẩy lên:

- Áo này là của người giàu. Mẹ mặc không tiện.

- Giàu với nghèo thì đều là con người. Đều biết đói, biết rét như nhau. Sao cô không thể mặc được - Maria Huệ đáp và nói tiếp: - Quà của cô không chỉ có thế đâu. Nói rồi Maria Huệ tiếp tục lôi ra nào áo váy mặc ở nhà, áo váy mặc ra đường cùng giầy da đi mùa đông, dép da đi mùa hè. Mẹ Dũng giẫy nẩy lên: Cô làm sao dùng được các thứ này.”

- Cô mới ngoài bốn mươi! Chỉ hơn mẹ cháu ba

tuổi. Ở bên châu Âu, cái tuổi là tuổi hồi xuân được người ta chăm chút đặc biệt lắm.

Mẹ Dũng cứ lắc đầu quầy quậy nhìn đống quần áo chất đống trên phản đặt ở giữa nhà.

Quay về Cường, Maria Huệ nói:

- Quà của chú gồm bột màu nước và khô cùng hộp cây cọ vẽ nằm ở hộp các tông này - Rồi Maria Huệ lôi chiếc hộp nằm ở góc va ly ra. Chưa hết, còn cái Ai phôn đời mới nhất, chị phải xếp hàng từ ba giờ sáng mới mua được. Chị đã kích hoạt hoà mạng toàn cầu và trả trước thuê bao một năm rồi. Có cái này lúc nào chị muốn tìm anh Dũng ở đâu, gọi cho chú là được. Máy còn có camera ghi hình và ghi âm rất nhạy.

- Chị cho em nhiều quá! Thằng Cường cảm động nói.

- Còn đây là quà của anh Dũng. Maria Huệ với chiếc va ly thứ hai, lôi ra một chiếc túi da có phéc mơ tuya. Đây là bộ quần áo lặn rất cần cho anh lính hải quân.

- Thế thì chị mua cho anh Dũng thừa rồi. Chị không biết anh Dũng có biệt danh là Dũng "kình" tức cá kình ấy. Anh ấy lặn chỉ hai hơi là sang tới bờ sông bên kia, hai hơi là quay về bên này. Lúc nhô lên lấy hơi khéo tới mức không ai phát hiện được.

- Đây là lặn biển, dành cho người nhái. Có sức kháng áp rất cao, có thể lặn sâu tới sáu bảy trăm mét. Bình dưỡng khí nữa, có thể dùng tới ba tiếng đồng hồ. Miệng thì giải thích cho thằng Cường, nhưng mặt

Maria Huệ lại quay về phía Dũng.

- Quà quý lắm! Nhưng chắc đơn vị không cho phép anh sử dụng cá nhân đâu. Dũng đáp.

- Thì anh cứ mang về báo cáo với chỉ huy, Ai có việc cần thì người ấy sử dụng...

- Chị Maria Huệ việc gì cũng tính toán được, giỏi quá! Thằng Cường cắt ngang hai người.

Mẹ Dũng hết sức ái ngại nhìn đống quà Maria Huệ tặng cho mọi người. - Nghĩ mung lung một lát, mẹ Dũng như chợt nhớ ra, chạy vào trái nhà là buồng ngủ của mình. Chừng ba phút sau, mẹ Dũng quay ra, xoè bàn tay ra một chiếc nhẫn vàng có đính mặt ngọc xanh to hơn hạt lạc. Mẹ Dũng run run bảo:

- Đây là quà mẹ cô cho cô trước khi cô lấy bố anh Dũng. Cô xin tặng cháu kỷ vật nhỏ bé này.

Maria Huệ nâng niu đón cả hai tay chiếc nhẫn mặt ngọc từ tay mẹ Dũng. Rồi cô luồn vào ngón giữa tay trái của mình. Run rủi thế nào chiếc nhẫn lại vừa khít. Bằng giọng cảm kích thực sự Maria Huệ nghẹn ngào nói:

- Cô cho con chiếc nhẫn này tức là từ phút này cô nhận con là dâu con trong nhà - Nói tới đấy Maria Huệ ôm chầm lấy mẹ Dũng - Con cảm kích vô cùng! Con xin cảm ơn cô.

Phút cảm động rồi cũng qua đi. Bấy giờ Maria Huệ mới hỏi cả nhà:

- Đường vào nhà mình lần trước con đến rộng

thênh thang lắm mà, sao bây giờ lại còn bé xíu thế này!

Dũng đáp:

- Em hỏi rất đúng vấn đề đấy! Nhân lúc anh ra đảo, ông "bạn láng giềng tốt" đã "bầy mưu, đặt mẹo" chiếm hết đường ra vào, hòng ép mẹ anh phải bán đất, bán nhà cho ông ấy.

- Cái ông có ngôi biệt thự to ở gần cổng chứ gì - Maria Huệ hỏi lại.

- Chứ còn ai vào đây nữa! Dũng căm giận đáp.

- Thế thì sợ quái gì! Để em gọi cho ông nội em... Ông nội em chuyển tiền qua đây mua béng cái biệt thự của ông ta làm hồi môn cho em là xong chứ gì! Ở bên ấy cái biệt thự như thế, còn có bể bơi và sân tennit cũng chỉ ba triệu ơ rô chứ mấy. Ở đây đắt hơn thì năm bảy triệu chứ gì! Ông đủ sức mua chục cái - Maria Huệ đáp một cách hăng hái.

Dũng cười nhạt:

- Em không hiểu đâu! Đấy không phải là ngôi biệt thự bình thường như các ngôi biệt thự khác. Mà đấy là biểu tượng sức mạnh của một thế lực, một thế lực rất lớn được kết hợp bởi sức mạnh kinh tế, sức mạnh của quyền lực chính trị và sự mờ ám có ma thuật. Và ông chủ của nó là một con cáo già đã tu luyện thành tinh từ mấy nghìn năm trước chứ không phải là một con cáo bình thường để ông em có thể lột da làm mũ hay khăn quàng cổ cho em đâu. Ông em có chục tỉ ơ rô cũng không mua nổi một tầng của ngôi biệt thự đó đâu?...

- Em không tin. Ông em bảo cái gì cũng có thể mua được. Vấn đề là tới giá hay chưa. Trừ một cái là tài năng - Maria Huệ đáp - Như anh, ông em bảo anh là một tài năng võ thuật vô giá - là một khối ngọc bích Mianma - Ông em phân tích thế này. Tài năng dù ở bất kỳ lĩnh vực nào, trước tiên là phải do trời phú - yếu tố thứ hai dày công, - khổ luyện. Thứ ba là do di truyền. Với võ thuật còn phải có cái tâm, cái đạo nữa. Ở anh, ông em bảo tất cả các yếu tố đều hội tụ đủ và được kết hợp với nhau nhuần nhuyễn đến độ thăng hoa. Võ đường của ông em có bỏ ra hàng chục triệu ơ rô cũng không đào tạo được nhân tài như anh. Riêng em thì em bảo, em thích anh bằng xương bằng thịt như thế này hơn là bằng khối ngọc bích vô giá. Ông em bảo, từ ngày ở Việt Nam về, trong con người cháu đang "mọc lông - mọc cánh" ra nên mới "cãi" ông, chứ trước đây có thế đâu. Em trả lời, đúng đấy ông ạ! Trong người cháu đã mọc đôi cánh của nữ thần tình yêu rồi. Ông cười, bảo, cháu cũng tinh đời lắm đấy! Ông mừng cho cháu. Ông em hiền và ít nói lắm. Nhưng bố mẹ em, các chú, các cô, các bác em đều gọi ông là "lãnh chúa". "Lãnh chúa" chỉ có "gật" hay "lắc" đầu, mọi người cứ thế mà làm theo. Riêng em từ bé đến giờ, muốn gì ông em đều "gật".

Maria Huệ đang say sưa kể thì Dũng cắt ngang:

- Mải nói chuyện đã gần hai tiếng đồng hồ rồi. Em đi đường dài như thế chắc cũng đã mệt! Để anh đưa vào thành phố đặt phòng khách sạn cho em nghỉ.

Maria Huệ kêu lên:

- Cô đã công nhận em là dâu con rồi! Thì đây là nhà của em. Có ai ở nhà của mình, cần nghỉ lại đi đặt phòng khách sạn đâu?

Dũng quay về phía mẹ. Mẹ cũng nhìn Dũng lúng túng. Nhưng rồi mẹ Dũng cũng đi đến một quyết định, mẹ bảo:

- Nhưng cũng đã đến lúc nghỉ rồi. Cháu thu xếp quần áo, cô dẫn xuống khu phụ tắm rửa qua loa một chút cho mát mẻ.

Maria Huệ vâng lời. May mà trước khi nhập ngũ, Dũng đã dành dụm được ít tiền công sửa xe, ốp lát tường, mua bình nóng lạnh... thành khu phụ cho mẹ, tương đương với khách sạn "nửa sao".

Trong lúc Maria Huệ không có mặt, mẹ Dũng nói với Dũng:

- Gay quá! Biết tính thế nào bây giờ. Thời buổi khó khăn. Xí nghiệp mẹ, hàng sản xuất ra còn tồn kho cả núi. Bởi thế công nhân đi làm "buổi đực, buổi cái". Thu nhập chỉ bằng một phần ba trước. Ba mẹ con mình rau dưa thế nào cũng xong. Nhưng còn cái... Huệ...

- Con ở đảo xem ti vi, đọc báo cũng rõ cả. Đang "tái cơ cấu lại nền kinh tế" mà. Nghe thì "sang trọng" lắm! Nhưng thực chất là suy thoái rất nặng nề... Nhưng mẹ khỏi lo. Từ lúc Maria Huệ bước vào nhà, con đã nghĩ ra rồi. Con mang xe Honda 67 ra hiệu cầm đồ, lấy dăm triệu "chữa cháy"... Việc khác tính sau.

Nói rồi Dũng dắt chiếc xe từ góc hiên xuống sân. Xe đề đã lên, nhưng vốn là "con chiến mã" chưa một lần "phản chủ" trong các lần truy bắt cướp, nên Dũng mới đạp cần khởi động một lần máy đã nổ đều, êm ru.

Maria Huệ từ khu phụ ra, vận quần soóc trắng, để lộ cặp đùi nõn nà, thẳng tắp. Mẹ Dũng nhìn thấy cũng thấy "nhức" mắt. Áo sơ mi cộc tay cổ rộng, không có nịt vú lồ lộ ra hai "trái đào tiên" gọn gàng. Maria Huệ vươn vai hít thở không khí trong lành của vùng cửa biển, nhảy chân sáo trên nền đá xanh lát sân, cảm thán thốt lên:

- Không khí ở đây thích thật. Hoàn toàn là thiên nhiên. Sao nào của khách sạn có thể sánh được. Nếu xếp hạng thì đây là "khách sạn ngàn sao". Rồi sau đó quay sang hỏi mẹ Dũng:

- Con vừa thấy anh Dũng phóng xe đi đâu đấy hả cô?

- À, Dũng ra đường, có bạn gọi - Mẹ Dũng đáp.

Chừng hai mươi phút sau Dũng quay lại, nhưng bằng xe ôm. Rồi xuống bếp thì thầm với mẹ:

- Ghi biên lai nợ 12 triệu. Nhưng chỉ được cầm 8. Mẹ giữ lấy đi chợ mấy hôm.

- Thôi mẹ chỉ cầm 5 thôi. Con cầm lấy 3, lúc đưa Huệ đi đây, đi đó còn có cái tiêu vặt chứ.

Hai người trao đổi với nhau đủ để vừa nghe. Nhưng thấy có những biểu hiện "bất thường", vốn là người con gái rất nhạy cảm, đột nhiên Maria Huệ hiểu ra tất cả. Cô xộc vào bếp, ôm lấy mẹ Dũng mếu máo (cái cô đầm lai này chỉ được cái mau nước mắt):

- Con là khách không... mời mà đến! Làm phiền cô và anh Dũng rồi... Nhưng mà cô đã coi con là dâu con trong nhà... Sao lại cứ coi con như người ngoài thế? Rồi quay sang Dũng, Maria Huệ nói như ra lệnh:

- Anh Dũng, chờ em vào nhà lấy cái sắc, rồi đi với em!

- Em cứ lên nhà nghỉ đi. Cả em và anh... không ai phải đi đâu cả - Dũng tỏ vẻ cương quyết.

Nhưng Maria Huệ cũng chứng tỏ mình cũng không phải tay vừa. Cô nhìn lên nhà, lôi thằng Cường đang ngồi tần ngần trên bộ phản:

- Anh Dũng không đi thì Cường ... đi với chị.

Thằng Cường đưa "đôi mắt nai con" nhìn Dũng, Dũng ra hiệu lắc đầu. Cường ngần ngại không dám nhúc nhích. Nhưng Maria Huệ rất cương quyết, sấn đến bên Cường xốc nách nó đứng dậy và kéo đi. Bên ngoài Maria Huệ có dáng dấp mềm mại, tiểu thư của con nhà khuê các, nhưng nội lực bên trong và ý chí lại mạnh mẽ khác thường, khiến thằng Cường không thể trì kéo được. Mẹ Dũng nhảy vào can:

- Thôi cháu ạ! Hôm nay cháu cứ nghỉ đi để khi khác!

- Cháu biết anh Dũng là bướng bỉnh lắm! Chỉ có em Cường là hiểu cháu thôi!... Rồi vừa kéo, Maria Huệ vừa nựng thằng Cường - Chị nói có đúng không?

Mẹ Dũng không biết nói gì hơn. Còn Dũng nắm tay đấm đấm vào chiếc cột xoan rừng ở ngoài hiên khiến chiếc cột to, đường kính lơn hơn chiếc cối đá dã cua, cùng cả vì kèo ngoài phía ngoài rung lên bần bật. Maria Huệ "áp tải" thằng Cường thoát ra khỏi "con trạch" thì mở sắc lấy di động cùng chiếc các gọi taxi. Hai chị em vừa lên xe, thì mẹ Dũng cũng cưỡi chiếc xe đạp mi ni Nhật đã cũ kĩ, bạc phếch cả sơn ra chợ, chuẩn bị bữa trưa đón khách.

Trơ trọi một mình, lại không có việc gì làm, Dũng cởi quần áo ngoài, chỉ còn độc chiếc quần đùi, nhẩy xuống sân đi bài "mai hoa quyền" để thư giãn. Dũng có hai cách để tĩnh tâm, một là đọc sách, hai là đi quyền. Ở trường hợp này đọc sách có mà điên lên mất... Chừng nửa tiếng sau có tiếng xe máy rất êm lách qua "con trạch" vào sân. Gã thanh niên chừng lớn hơn thằng Cường vài tuổi từ trên chiếc Honda 67 nhảy xuống, mồm liến thoắng nói với Dũng:

- Anh Dũng à! Thằng Cường dẫn theo một cô đầm lai đẹp như tiên đến cửa hàng chuộc chiếc xe! Cô ấy còn cho em năm trăm bảo phải đưa xe về, không được để xảy ra một vết xước. Còn giấy tờ thằng Cường cầm rồi!... Ôi! Ông anh! Ông anh tốt số thế! Ra đảo mà lại kiếm được... tiên sa mới... thánh chứ.

- Thế chị em... nó còn đi đâu? Dũng hỏi.

- Em không biết nữa!... À, mà em nhớ ra rồi. Cô ấy có hỏi ông chủ cầm đồ chỗ ra chỗ rút tiền quốc tế tự động... Nghe xong, cô ấy kéo thằng Cường đi liền. Gã thanh niên vẫn liến thoắng. Đấy nhé! Em giao xe tận tay cho anh rồi nhé! Hết trách nhiệm... Gút bai!...

Mẹ Dũng đi chợ về chừng nửa giờ, đang lúi húi dưới bếp thì ngoài đường tiếng taxi tải bấm còi inh ỏi. Mẹ bảo Dũng:

- Con chạy ra xem! Lại có chuyện gì nữa thế này.

Cùng với chiếc taxi tải còn có chiếc taxi con bốn chỗ. Dũng ra đến nơi thấy hai người thợ điện lạnh đang lễ mễ khuân từ thùng xe taxi tải xuống một chiếc tủ lạnh Hitachi cỡ đại, phải tới 500 lít. Nhưng đến lúc cả 7 người gồm: Hai tài xế taxi, hai anh thợ vận chuyển hàng, cùng Dũng, Maria Huệ và thằng Cường cùng "ớ" ra... là làm thế nào để đưa được chiếc tủ lạnh vào nhà. "Con trạch" chỉ rộng có bốn mươi phân, đương nhiên là không vào được. Còn qua đường chính đến gần đầu hồi nhà Dũng, với tường cao trên hai mét... phải chắp cánh cái tủ cũng không qua được. Lúc đầu Dũng định trách Maria Huệ và bảo taxi tải chuyển chiếc Hitachi trở lại cửa hàng, chịu tiền phạt cũng được. Nhưng rồi tự nhiên Dũng chợt "nổi điên", có lẽ từ lúc luyện võ đến trình độ nhất định, đã sáu bảy năm nay Dũng chưa nổi nóng bao giờ. Trước nhiều sự thách đố "trêu ngươi" Dũng thường tìm được các giải pháp "nhẹ nhàng" để giải quyết một cách "êm dịu". Nhưng lần này, ngay lúc này, Dũng thấy không còn có cách nào khác. Giọng khô khốc Dũng bảo tay lái taxi:

- Đánh xe vào trong! Vào sân tít... chỗ đầu hồi góc đầu hồi ấy! Vào đấy sẽ có cách giải quyết.

Lão Đặng đã cho xây cổng rất kiên cố chắn con đường rộng thênh thang. Song lúc này cổng sắt không có chốt khoá bên trong. Khi chiếc Hitachi được khênh xuống, một trong hai tay thợ điện lạnh hỏi như đố:

- Bây giờ phải làm thế nào?

- Khiêng chiếc tủ lùi xa tường một đoạn - Dũng đáp như ra lệnh.

Rồi trước sự bất ngờ của mọi người. Dũng chợt thét lên một tiếng, chạy lấy đà chừng ba bước, tung hai chân, chân trụ vừa đặt xuống đất, thì cú đá chân phải cũng đã đạp thủng bức tường dày hai mươi được xây bằng vữa xi măng mác cao rất rắn chắc thủng ra một lỗ lớn bằng miệng chiếc thùng phi 500.

- Cường! Em chui sang nhà vứt cho anh chiếc búa đinh để anh sửa những chỗ "bavia" của lỗ thủng - Dũng vừa nói tới đó thì lại bảo - Thôi để anh dùng tay sửa cũng được - Nói xong Dũng xoè bàn tay với những ngón thon dài, dùng cạnh tay chặt phăng các cục gạch đâm ra lổn nhổn.

Chỉ có đứa con cả ông Đặng lúc đó có nhà biết hết mọi việc, nhưng không thấy thò cổ ra khỏi biệt thự nói năng gì. Hắn bấm di động cho Đặng "tiên sinh" thuật lại mọi chuyện phía bên kia, tiếng ông Đặng dặn: "Không được khinh động!" Khi chiếc tủ lạnh đã yên vị ở góc bếp với đầy hải sản, hoa quả, thịt gà... bên trong, Dũng mới nói với Maria Huệ:

- Bây giờ thì em mới tin "ông bạn láng giếng tốt" ngài Đặng "tiên sinh" là thế nào rồi chứ!

- Em thì lại nghĩ khác - Maria Huệ lại cảm thấy trong lòng thanh thản, nhẹ nhàng sau các sự việc đã xẩy ra, cô nói - Như thế, anh mới có "đối thủ" ngang tầm!...

Không cầu kỳ, nhưng tươm tất, bữa cơm trưa được mẹ và thằng Cường cùng Maria Huệ trợ giúp được nhanh chóng bầy trên bàn. Song mọi người chưa ngồi vào bàn, mà còn chờ mẹ Dũng bày mấy món lên bàn thờ thắp hương. Maria Huệ cùng chắp tay đứng phía sau. Mẹ Dũng khấn lầm nhậm trong miệng:

- Con lạy các chư vị thánh thần, cùng thổ công, thổ địa cai quản đất này. Con lạy cụ kỵ, ông bà tổ tiên, bố thằng Dũng... Hôm nay, ngày lành tháng tốt... có bạn cháu Dũng là Maria Huệ từ xa xôi đến thăm gia đình chúng con. Nếu phải là "cái duyên ông trời xe - cái que ông trời buộc"... thì con lậy các chư vị thánh thần cùng tổ tiên, ông bà cùng bố thằng Dũng phù hộ độ trì cho chúng nó "nên vợ nên chồng", có "con đầy đống - có cháu đầy đàn" để nối dõi tông đường và có "tráng đinh" đi giữ gìn bờ cõi như tổ tiên, ông bà và bố thằng Dũng đã làm...

Maria Huệ rất hưng phấn, sau bữa trưa, cô chỉ thích được "huyên thuyên" với mọi người... Nhưng mẹ Dũng bảo:

- Cả nhà nên đi nghỉ một lát! Huệ vào buồng nằm với cô. Thằng Cường "được lời như cởi tấm lòng", nó "lỉnh" rất nhanh về buồng của nó. Đó là cái trái đối diện với buồng của mẹ Dũng. Bấy giờ nó mới dở chiếc Ai phôn của Maria Huệ cho nó lúc sáng. Màn hình mỏng, chỉ lớn bằng lòng bàn tay, nhưng phía dưới là đủ các loại bàn phím. Nó vừa dở catalo ra so sánh, vừa tập thao tác "nhoay nhoáy". Lũ trẻ bây giờ tỏ ra rất có năng khiếu với kỹ thuật hiện đại. Nó cảm thấy tự hào nghĩ "có lẽ đây là chiếc Ai phôn đầu tiên ở thành phố này mà nó là chủ nhân".

Dũng nằm ở bộ ván kê sát với buồng thằng Cường. Anh không có thói quen ngủ trưa. Thay vì cho giấc ngủ, Dũng dở sách ôn tập một số mẫu câu tiếng Anh dùng trong giao tiếp hàng hải. Từ ngày thấm nhuần "lý thuyết" TRÁI ĐẤT PHẲNG - TRÁI ĐẤT LÀ MÁI NHÀ CHUNG CỦA NHÂN LOẠI - Dũng bỏ đọc sách "Chưởng", quay ra học tiếng Anh (đã được hơn hai năm)

Trong buồng mẹ, Maria Huệ cứ trằn trọc, hết dở mình phía này, lại quay ra phía khác - Dũng thấy có tiếng thở dài, mặc dù cố kìm nén của mẹ. Chắc mẹ nghĩ "cái người lá ngọc cành vàng" tồn tại được ở nhà mình mấy ngày? Cháu lạ nhà hay sao mà cứ xoay người như vậy - Tiếng mẹ Dũng thì thầm.

- Không phải. .. Nhưng bộ phản cứng mà lạnh lưng quá!... Nhưng cô đừng lo. Con là con nhà võ... nên luyện một thời gian thì quen ngay - Ông nội con... nghỉ buổi trưa chỉ kê một chiếc "niễng" ở đầu và một cái ở chân - lưng là "đệm không khí". Ông con còn luyện đi chân trần trên than hồng. Chạy "khing công" qua bể bơi dài 100m với chỉ một lá cót mỏng lót trên mặt nước. Người bình thường vừa chạy lên đã chìm xuống liền, ướt như chuột lột... Dũng hơi mỉm cười: "Thì ra chẳng phải để hạt đậu dưới đệm" như chuyện dân gian phương tây cũng biết được ai là ai." Rồi lẳng lặng đẩy chiếc Honda 67 ra đầu nhà, nổ máy phóng đi. Hơn nửa giờ sau Dũng quay lại. Phía sau buộc một tấm đệm mút đơn cùng hai chiếc gối và một chiếc màn tuyn mới.

Chiều mùa thu, nắng vàng trải ánh sáng mát mẻ xuống khu vực cửa sông tĩnh lặng. Maria Huệ rủ Dũng đưa đi dạo. Hai người vừa vượt qua chỗ đất cao như một con đê thấp, xuống một khu đất trống dẫn xuống rặng phi lao trên bờ sông. Maria Huệ chạy vượt lên. Rồi bất thần bấm chiếc thắt lưng bung ra thành một chiếc roi ra, quay lại nhằm đầu Dũng vút xuống. Dũng có hơi bị bất ngờ, nhưng cũng vội đưa một tay lên đỡ. Nhưng ngọn roi da như một con rắn lộn xuống bất ngờ, nhằm vào bộ phận "nhạy cảm" nhất của người đàn ông vụt thúc lên. Lần này, như nắm được ý đồ của "đối phương", bàn tay còn lại của Dũng đã kịp chuẩn bị "che chắn", đồng thời nắm luôn lấy ngọn của chiếc roi da, kéo về phía mình. Chỉ đợi có thế Maria Huệ đổ nhào, hai tay ôm chặt lấy cổ Dũng, chiếc roi ra loằng ngoằng vướng dưới chân. Dũng không ôm, chỉ đặt hờ một tay lên tấm lưng thon gọn nhưng rất đanh chắc của Huệ - Huệ buông cổ Dũng ra, hai tay đặt lên hai má Dũng và hơi đẩy ra. Đôi mắt xanh đen mở to, những vòng tròn đồng tâm xanh biếc từ đôi tròng mắt, như những đợt sóng nao lòng nhìn xoáy vào mắt Dũng. Dũng cũng nhìn lại, nhưng dường như lại không biểu lộ một chút tình cảm nào.

Huệ khẽ thở dài. Cô buông tay khỏi cổ Dũng. Hai người đi sóng đôi, sát vào nhau, Huệ hơi tựa đầu vào vai Dũng. Họ đã vượt qua rặng phi lao trước mặt họ cửa sông phẳng lặng, trải rộng đến một cây số. Hai người cùng ngồi bệt xuống cát, bên một gốc cây phi lao già đã bắt đầu trút lá vào giữa thu. Maria Huệ hỏi:

- Anh có biết em chú ý đến anh từ lúc nào không?

- Từ lúc theo ông đến nhà anh. Cái buổi sáng hôm ấy. Dũng đáp.

- Không từ trước buổi sáng hôm ấy cơ! Từ buổi tối anh nhảy xuống sàn nhà thi đấu, thi biểu diễn quyền. Em ngồi cạnh ông nội.... ông em ngồi ở góc bàn cuối cùng dành cho Ban giám khảo. Anh đặt tay lên ngực, cúi chào Ban giám khảo và chào khán giả tứ phía. Nhưng dường như lại không nhận ra em. Điều mà mỗi võ sĩ nam tham dự ánh mắt đều dừng lại, đều dừng khá lâu ở vị trí ấy. Em cũng tỏ ra bất cần... Nhưng rồi anh đi xong bài "Tinh hoa quyền" hết sức mềm mại uyển chuyển, đột ngột chuyển qua bài "Hổ quyền" lại thật quyết liệt, dữ dội... Và rồi cũng đột ngột kết thúc các bài biểu diễn với những động tác thu chân tay về hết sức gọn gàng... Và mềm mại, uyển chuyển chứ không điệu đà cúi chào Ban giám khảo (Nhưng mà mắt vẫn không để ý đến em) và bốn phía của khán đài. Em buột miệng nói nhỏ với ông nội "Thí sinh Dũng vừa biểu diễn bài trượt băng nghệ thuật một cách mê hồn." Ông đáp: "Cháu có cảm nhận của người luyện võ đến độ bắt đầu chín..." Và không do dự dơ bảng số cho anh điểm 10 tuyệt đối". Em bảo: "Chắc ông đã tìm được truyền nhân." Ông bình thản đáp: "Còn chờ ở trận đối kháng đêm mai. Cậu ấy sẽ rất khó khăn khi "đụng đầu" với thằng lính đặc nhiệm Tây." Ông em nói vậy vì đã nắm được lịch thi đấu.

Anh bước ra võ đài, tim em tự nhiên thấy hồi hộp

lạ thường. Khi thằng lính đặc nhiệm đó tung ra một cú "cung phu" bất ngờ ngay ở màn chào hỏi, tim em đã thắt lại. Nhưng rồi anh đã không cho hắn một cú phản đòn trời giáng khiến ông nội em thốt lên: "Thấy rồi! Chuyến đi này đã không công cốc nữa rồi!" Và khi anh thu hai tay thành miếng "mãng xà thám nguyệt", ông em đã vã mồ hôi và thốt lên: "Sẽ có chết người đây!" Nhưng rồi ông em đã vui mừng những vọt xuống võ đài vì anh chỉ ra đòn cảnh cáo.

Trên đường trở về khách sạn, ông em cứ luôn mồm tự hỏi: "Sao cậu ấy lại biết được "độc chiêu" này nhỉ? Trước đây sự phụ chỉ truyền cho sư huynh và ông thôi mà! Không có lẽ cậu ta lại là học trò của sư huynh. Mà sư huynh đã mất lâu rồi. Không chỉ có thế! Cậu ta còn hơn hẳn ông và sư huynh vì biết tiết chế đòn đánh theo ý định của mình. Còn chúng ta khi đã phải dở "độc chiêu" đó, thì chín mươi chín phần trăm là sẽ lấy mạng..." Bây giờ em cũng hỏi anh câu đó! Hỏi cả cho ông em nữa...

Dũng trầm ngâm mọt lát rồi từ từ đáp:

- Cám ơn ông em và em đã "hạ cố" đến anh - một gã sửa xe máy ở đầu phố - Về cái chiêu "mãng xà thám nguyệt" đó. Anh tự luyện được lúc đọc xong một bài báo dài, ra trong số xuân của một tờ Thể thao văn hoá. Nó hết sức tình cờ và như một cái duyên "trời định". Bài báo viết về thời điểm những năm 69-70 của thế kỷ hai mươi, ở vùng đất miền Trung nước ta. Khi đó, đứng trên mảnh đất vô cùng khốc liệt đó là hai sư đoàn lính đánh thuê Hàn Quốc "Rồng xanh" và "Ngựa trắng". Hai sư đoàn nổi tiếng thiện chiến nhất và cũng dã man tàn ác nhất. Chúng đã gây ra biết bao tội ác "trời không dung - đất không tha" đối với đồng bào ta. Trong hai sư đó có một đại đội đặc nhiệm, do một tên thiếu tá võ sư Teawondo cầm đầu. Cậy có võ thuật cao cường, bọn này đi càn không mang theo súng ống, lựu đạn... mà chỉ dùng dao găm và côn nhị khúc. Chúng là "ác ôn của ác ôn". Càn vào thôn xã nào là chúng thẳng tay đốt phá. Gặp đàn bà, bọn gái chúng cưỡng hiếp tập thể rất tàn bạo. Giết được du kích - là đàn ông - chúng cắt dương vật, phơi khô rồi đem ngâm rượu. Trước thái độ ngang ngược đó, một ông già mảnh khảnh nhưng quắc thước đã thách đấu một trận sinh tử với tên thiếu tá võ sư đó. Trận đấu đó có cả ngàn người dân địa phương lẫn lũ đánh thuê Đại Hàn và lính ngụy Việt Nam cộng hoà chứng kiến. Đài đấu được dựng ván gỗ trên một sải đất trống. Vào cuộc tên thiếu tá võ sư đó liên tiếp vun vút ra những đòn dài bằng chân khiến ông già cứ phải luồn lách tránh đòn. Cứ như mèo vờn chuột, trận đấu diễn ra suốt gần nửa giờ đồng hồ. Và cơ hội... Cuối cùng cơ hội đã đến - khi tên võ sư Đại Hàn tung cả hai chân lên cao, thực hiện một đòn đá chẽ xuống ngực ông già... thì lập tức người hơi chùng xuống, hai chân xuống tấn... Còn hai tay thì chắp lại. Tất cả diễn ra trong tích tắc... Nhiều người chứng kiến còn không thấy rõ ông lão đã ra đòn như thế nào? Chỉ thấy thằng võ sư Đại Hàn đó hộc lên một tiếng, đổ vật tấm thân to lớn và rắn chắc như một xúc gỗ lim xuống sàn, lăn lộn một lúc thì tắt thở. Ông già nhảy vọt xuống đài, trong sự đùm bọc, chở che của quần chúng...

Dũng kể tới đó thì Maria Huệ thích thú thốt lên:

- Chắc chắn ông già đó là sư huynh của ông nội em rồi! Kỳ này về kể với ông nội em chắc chắn là ông cũng thích thú lắm!... Như thế thì anh cũng gián tiếp là đệ tử của ông nội em rồi. Anh sẽ phải làm lễ "bái sư". Em sẽ thay mặt ông nội em, thu nhận anh là "đệ tử".

- Chuyện không dừng ở đó - Dũng nói tiếp - Quân giải phóng của ta, sau đó đã gửi thư "thách đấu" chỉ bằng dao lê với đại đội ác ôn Đại Hàn đó. Như để trả thù cho "thầy" và thể hiện sức mạnh vô địch, bọn chúng đã nhận lời. Trận đấu diễn ra vào chạng vạng tối ở quả đồi đã được cả hai bên chấp nhận - giữa một bên là 100 tên lính đặc nhiệm Đại Hàn và một bên là 100 chiến sĩ bộ đội đặc công của ta. Chúng không thể biết rằng một chiến sĩ của ta, có thể không thắng được một lính địch. Nhưng ba chiến sĩ của ta, dễ dàng chống trả chín lính địch. Bởi thế đem một trăm lính dù là lính đặc nhiệm chọi với một trăm chiến sĩ đặc công của ta chẳng khác nào đem "trứng chọi với đá". Kết thúc trận đánh, chỉ hai tên sống sót được ta thả cho về. Còn 98 tên đều bị giết bằng dao lê... Tiếp những ngày sau, hàng đêm doanh trại của hai sư đoàn đánh thuê đó liên tục bị nã rốc két... gây thương vong và hoảng loạn cho bọn chúng. Và bước cuối cùng ta gửi thư khuyên chúng nên "án binh bất động- không được ra ngoài càn quét nữa - chờ ngày lên tàu về nước." Đổi lại phía quân giải phóng đảm bảo an ninh cho chúng. Thái độ nhân nghĩa của ta đã được bọn chúng vui mừng chấp nhận...

- Trời! Dân tộc mình giỏi quá anh nhỉ? Maria Huệ thốt lên - Còn chuyện một ông già người Việt lấy mạng một võ sư Đại Hàn ông em cũng có lần nhắc tới nhưng không chi tiết, cụ thể như anh vừa kể.

Rồi Huệ quay sang hỏi Dũng:

- Anh có muốn em kể về gã lính đặc nhiệm từng bị anh đánh lại không?

- Chuyện ấy có gì mà phải hỏi? Dũng đáp.

- Ly kỳ và hấp dẫn lắm! Maria Huệ bảo.

- Thì em kể đi! - Dũng đồng ý.

- Phải nói hắn là tên vừa thông minh vừa láu cá. Sau trận thua ở Việt Nam, hắn đã biết rút kinh nghiệm một cách nghiêm túc. Trước đây hắn đã từng nói sau lưng ông nội em rằng "Việt võ đạo chỉ là thứ võ nhà quê. Hắn đến võ đường không phải để học mà để thể hiện là chính." Nhưng sau bài học anh dạy cho nó, nó đã hiểu rằng: "Không thể lấy cương làm chủ đạo. Mà phải biết kết hợp hài hoà giữa cương và nhu. Khi nào thì cần cương và lúc nào thì cần nhu." Và hắn đã bắt đầu luyện những bài võ nâng cao của ông em. Càng luyện hắn càng tỏ ra chăm chỉ và nghiêm túc hơn. Ở bên đó, các võ đường nhiều nước Á - Âu cũng được mở và cạnh tranh với nhau rất khốc liệt. Bởi thế cứ vài tháng các võ đường lại tổ chức các trận "tỷ thí" với nhau. Việt võ đạo sở dĩ có vị trí hàng đầu ở châu Âu và khu vực Bắc Phi vì trong các trận "tỷ thí" đó, các võ sinh của Việt võ đạo luôn chiến thắng ở thế áp đảo. Và mấy trận "tỷ thí" gần đây, gã đặc nhiệm đều lập được công lớn. Hắn đã thắng tuyệt đối nhiều đối thủ thuộc các trường phải võ công khác. Và hắn bắt đầu "lên râu". Hắn nói với ông nội em là hắn muốn qua Việt Nam để "tái đấu" với anh. Hoặc hắn muốn mời anh qua đó thi đấu, mọi chi phí đi lại ăn ở cho anh, hắn xin được "tài trợ". Ông nội em trả lời: "Cậu ấy hiện không rỗi rãi. Cậu ấy có nghĩa vụ quốc gia đang phải thực hiện... Vả lại anh có tập đến 10 năm hoặc 20 năm nữa, cũng không thể đánh bại được cậu ấy đâu?" Hắn bảo:" Thực hiện nghĩa vụ quốc gia là chàng trai chân chính. Tôi đã trải qua rồi tôi biết nhưng còn chuyện tôi không thể thắng được anh ta thì tôi không tin. Chưa tái đấu. Sao sư phụ lại có thể khẳng định chắc chắn như vậy." Ông em đáp: "Trong võ có tâm và có đạo. Còn anh chỉ biết đến võ thôi. Nên không bao giờ, anh có thể bén gót chân cậu ta." Hắn có vẻ giận, nhưng sau vài hôm hắn lại gặp ông em với thái độ rất lạ. Hắn nói tiếng Việt bằng giọng li lí rất tức cười: "Con xin... cháu... ông... nội". Ông em nghiêm sắc mặt: "Ở võ đường không có tình cảm ông cháu. Mà chỉ nghi thức thầy trò! Rồi ông nội phạt hắn quỳ và để một tay lên ngực, gập người xuống xin lỗi ba lần. Tưởng sau lần đó hắn cạch. Nào ngờ không biết ai chỉ vẽ cho hắn theo học một khoá Việt ngữ thực hành cấp tốc. Những lúc ngồi nghỉ giải lao, hắn dở cuốn Kim tự điển Việt -Anh, Việt - Pháp ra ôn luyện. Một hôm, hắn chờ ông em bên ngoài võ đường. Hắn nói tiếng Việt đã khá sõi: "Con xin chào ông nội! Con muốn có một đề nghị nghiêm túc là... Xin ông nội hãy gả Maria Huệ cho con. Ngày mai... ông nội chết! ... À quên! Con xin lỗi! Ngày mai ông nội... "hai năm mươi", ông nội... truyền lại chức... chủ tịch Việt võ đạo cho con... Con hứa danh dự là... sẽ đảm bảo hạnh phúc cho Maria Huệ. Và... dẫn dắt võ đường đến đỉnh... vinh quang mới." Phải thú thực là ông em có bị "ngớ" ra trong một phút. Nhưng rồi đã kịp trấn tĩnh, ông em từ tốn bảo: "Việc anh cầu hôn cháu gái tôi... thì anh phải trực tiếp nói với nó chứ! Ở đây là châu Âu văn minh mà." "Cháu hiểu. Nhưng Maria Huệ có mang dòng máu Việt. Mà với... người Việt, cháu biết có câu rất hay là... ông bà cha mẹ đặt đâu, con cháu phải ngồi đấy! Bởi thế con mới xin phép ông..." Ông em đã nhận ra cái tính "láu cá" của thằng "lính tây" này. Ông em đáp: "Anh hiểu được điều đó cũng là cái... tốt. Nhưng tôi có một điều kiện thế này! Nếu anh đặt được hai tay vào hai bên sườn cháu gái tôi... Rồi nhấc bổng nó lên trên đầu... Mà nó không phản ứng gì... Thì tôi đồng ý. Còn nếu nó có phản ứng gì... hậu quả anh phải gánh chịu. Không điều kiện gì." Hắn reo lên: "Ôkê!". "Anh đã rõ điều kiện đâu mà vội vã thế" - Ông em nói lại. "Rõ chứ... Rõ như ban... ngày mà." - Hắn đáp. Ông em bảo: "Anh nhắc lại bằng tiếng mẹ đẻ của anh xem nào?" Hắn chậm rãi nhắc lại. Ông em nói tiếp: "Có phải làm bản cam kết giữa đôi bên bằng tiếng Anh không?" "Ồ, chuyện nhỏ... như con thỏ... mà!" Hắn vừa cười vừa đáp. "Như vậy là cậu chấp nhận bằng miệng?" Ông nội em vẫn gặng thêm. "Đồng ý!... Quân tử... nhất ngôn!" Hắn đáp bằng tiếng Việt khá sõi. Ông em - lần này - nói tiếng bằng tiếng Việt: "Quân tử nói đi là quân tử dại. Quân tử nói lại là quân tử khôn" - Anh có biết câu đó không?". "Biết thừa! Sao mà không biết chứ!" Trả lời xong hắn đưa bàn tay hộ pháp ra chờ bàn tay gầy guộc của ông nội em "đập vào" như "cộp dấu" cho bản "cam kết miệng" Nhưng ông em đã bỏ đi... Hắn không biết rằng, ông nội em đã truyền cho em bẩy chiêu "thần phong" để" phòng thân". Bẩy chiêu này có thể biến hoá thành 49 thế đánh khác nhau. Thế nào cũng vũ bão, đầy uy lực và rất hiệu quả. Có nhiều lúc luyện khó quá, em đã nản thì ông em giảng giải: "Sống trên đời này này khó lắm! Ở rộng thì người cười. Mà ở hẹp thì người chê. Còn đối với cái ác, để chế ngự và chiến thắng nó, dứt khoát phải mạnh hơn, thậm chí tàn độc hơn. Khoan nhượng một ly là "hối hận cả đời"." Em chưa từng trải nghiệm việc đời nên nghĩ chắc ông em nói quá lên thế! Chứ cuộc đời này" người với người là bạn mà". Chuyện ác chỉ là hy hữu...

- Chuyện "cá cược" đó về sau diễn ra thế nào? Dũng bình thản hỏi.

- Em kể tới đâu rồi nhỉ? À đến lời khuyên của ông em. Maria Huệ tiếp tục. Anh có biết vì sao ông em lại ra điều kiện cho hắn như vậy không? Đơn giản thôi! Bởi trong số 49 thức ấy, khi hắn đặt hai tay vào sườn em và nhấc bổng em lên đầu, tức là lúc ấy hắn đang rất hứng khởi, không có phòng bị gì. Cằm hắn lại vừa tầm trong hai đầu gối em. Chắc chắn hắn sẽ lĩnh trọn hai cái thúc đầu gối cực mạnh vào cằm. Nhẹ thì ngã bật người ra, đầu đập xuống đất. Nặng có thể hai hàm răng nó sẽ dập vào nhau tự cắn đứt lưỡi mình....

- Và kịch bản đã diễn ra đúng như vậy chứ? -

Dũng hỏi - Hắn dính đòn... nặng hay nhẹ.

- Khỉ quá! Việc đời ai học được chữ ngờ! Đó là câu nói của ông em, nhưng đến lúc này mới thấy là ông em luôn luôn đúng... Vài ba ngày sau, cái thằng khốn gặp em ở võ đường, chỉ cười cười... chứ không thấy dở trò gì. Thế rồi, hôm ấy, sau buổi tập tối, em vào khu vệ sinh nữ tắm và thay đồ, vừa bước ra thì thấy hắn xuất hiện... toàn thân trần như nhộng, chỉ đánh độc quần "sịp". Ấy nhưng mà... cái của nợ của hắn lại "bổ" ra ngoài... căng cứng và chổng ngược lên. Hắn xô đến em như một cơn lốc... Và hai tay đặt vào hai bên sườn em, chắc như hai chiếc gọng kìm lớn. Thay vì việc nhấc em lên đầu như cam kết... Hắn chỉ nhấc em lên ngang tầm với cái... của nợ của hắn. Và dụi cái "dùi cui" đó vào bụng dưới của em. Không kịp tính toán, suy nghĩ gì... hai tay đang được tự do em luồn tay phải xuống... nắm lấy cái "của nợ" đang căng cứng ấy, bóp thật chặt. Rồi nhanh, chính xác và rất "nhà nghề" như nắm vào chiếc "cần sang số của chiếc MẸC em thường lái... cho nó gập xuống như lấy đà rồi bắt ngờ bẻ ngược lên. Một tiếng "cục" khô khốc! Tiếp đó thấy hắn hộc lên, buông em ra và ngã đổ vật xuống sàn. "Cái cần số" của hắn tím bầm và mỗi lúc một to lên, nhanh như chiếc săm xe đang được bơm máy... Đến lúc đó thì em bắt đầu phát hoảng. Nhưng vẫn còn bình tĩnh kêu mọi người chạy đến. Đồng thời chạy lại nơi để điện thoại công cộng gần đó, bấm vào số gọi cấp cứu... Khoảng 10 phút sau, cáng cứu thương được đưa đến... Hắn nằm chết lịm trên "băng ca". Hắn phải điều trị hơn một tuần trong bệnh viện. Đầu tiên là người ta phải... phẫu thuật nối lại tĩnh mạnh chiếc "cần lái" cho hắn.. bị em bẻ đứt. Sau đó thì tưởng như chẳng có gì phải kể nữa thì lại xảy ra... chuyện khác. Vừa ra viện, hắn phải lên sở cảnh sát thành phố để nhà hữu trách lấy lời khai. Và khoảng một tháng sau, hắn nhận được "trát" ra... hầu toà vì tội "quấy rối tình dục". Pháp luật ở bên ấy nghiêm lắm! Luật là luật, không lơ tơ mơ gì hết. Mặc dù không có đơn của em hay ông nội em. Nhưng trước hành vi phạm luật quá rõ ràng, có nhiều người chứng kiến, hắn đã bị toà "tuyên" ba năm tù giam. Đồng nghĩa với việc ấy là hắn vĩnh viễn bị đuổi ra khỏi võ đường của ông em. Vì môn quy có ghi rất rõ: Võ đường không có đệ tử phạm pháp khi đang đăng ký luyện tập".

Bây giờ thì hắn đang ngồi bóc lịch ở một trại giam dành cho tù thường phạm. Hắn biết hắn có "hồi tưởng và suy nghĩ" gì về chuyện đã qua với ông em và em không?

- Anh hỏi thật! Lúc em nắm chiếc "cần số" của thằng khốn đó... Cảm giác của em thế nào? Dũng cười cười tò mò hỏi.

- Bình thường. Em đã chả kể là bình thường như em cầm cần số của con MẸC mà em vẫn điều khiển hàng ngày.

- Thật thế chứ?

- Thật mà! Em nói dối anh mà làm gì!

- Tại sao em lại có thể... cảm thấy bình thường được. Nhất là đối với cô gái vừa bước vào tuổi trưởng thành... chưa hề có kinh nghiệm gì? Hay là...

- Em hiểu câu hỏi của anh rồi! Bây giờ thì Maria Huệ mới cười phá lên - Về cái việc đó... ở bên Tây người ta giáo dục về giới tính từ khi trẻ nhỏ mới năm, sáu tuổi. Đó là môn học bình thường và bắt buộc như các môn học khác. Nội dung của môn này không chỉ chỉ ra sự khác biệt của giới tính cũng như cách phòng vệ cần thiết khi bị xâm hại. Mà cao hơn, nội dung của môn học khiến cho phái yếu hoàn toàn cảm thấy bình đẳng, tự tin trước người khác giới....

- À, bây giờ thì anh đã hiểu. Giọng Dũng chợt trầm xuống - đó là sự khác nhau rất cơ bản của một thế giới văn minh và u muội của tàn dư phong kiến bảo thủ. Giá như từ thời Hai Bà Trưng, phụ nữ nước ta đã được học về giới tính thì chắc gì thằng giặc già Mã Viện có thể sử dụng ngón "võ bẩn" để chiến thắng Hai Bà.

- Anh đang nói về ai mà có vẻ đăm chiêu vậy? Maria Huệ hỏi.

- Em có mang trong mình một phần dòng máu Việt... thì em phải biết, phải hiểu lịch sử dân tộc Việt chứ. Dũng gần như trách - Đến Hai Bà Trưng mà em cũng không biết thì phải nói là... quá tệ đấy!

- Cái này lỗi đâu phải tại em!... Còn về phía gia đình ông em có quy chế rất chặt. Hễ ai muốn làm dâu, làm rể, bất kỳ chủng tộc nào, đẳng cấp xã hội thế nào. Việc đầu tiên là phải biết "nói sõi" tiếng Việt. Trong sinh hoạt gia đình chỉ một thứ ngôn ngữ duy nhất được sử dụng - đó là tiếng Việt - Maria Huệ thanh minh.

- Thôi được rồi! Bây giờ có trách ai đi nữa cũng là vì ích thôi! Để anh "phụ đạo" dần dần cho em vậy.

- Em xin làm học trò ngoan, luôn luôn biết vâng lời của anh.

- Thế thì ta bắt đầu từ Hai Bà Trưng nhé! *Bà Trưng quê ở Phong Châu/ Giận người tham bạo thù chồng khôn nguôi...* Đọc xong hai câu thơ trên, Dũng trầm tĩnh kể tiếp - Đó là vào năm 40 sau công nguyên. Nước ta dưới ách đô hộ của nhà Đông Hán phía Bắc. Thái thú Tô Định giết Thi Sách là chồng của Trưng Trắc. Thế là Trưng Trắc cùng với em là Trưng Nhị phất cờ khởi nghĩa. Chỉ sau một thời gian ngắn dưới sự lãnh đạo của Hai Bà, nghĩa quân đã giải phóng được 65 thành trì. Thái thú Tô Định phải chuồn về nước. Không cam chịu thất bại, ba năm sau nhà Đông Hán cử Phục ba tướng quân Mã Viện, một lão tướng dày dạn kinh nghiệm trận mạc, từng khuất phục quân Hung Nô hung hãn ở tây bắc, chinh phạt nước Khiết Đan ở phía tây và đánh tan nước Đại Lý ở tây nam... sang đàn áp cuộc khởi nghĩa của Hai Bà. Đại quân của tên giặc già tiến vào theo hướng Quảng Ninh - Hải Phòng. Đến vùng Đông Triều thì gặp đại quân của ta. Trống đồng đánh vang lừng, Hai Bà hiên ngang cầm kiếm dài thúc voi ra trước trận, phía sau là đội nữ binh tinh tráng gồm ba ngàn người và ngựa. Tên giặc già Mã Viện, người rắn chắc như được đúc bằng đồng đỏ tay lăm lăm một ngọn giáo dài cưỡi trên mình một con chiến mã cao lớn lông trắng mốc thếch. Đôi mắt cú diều quắc thước của hắn phóng ra những tia nhìn tinh quái, ma mãnh về phía Hai Bà. Rồi hắn quay đầu lại, phất ngọn giáo đội quân kỵ đứng phía sau dạt ra hai bên, hiện ra từ khoảng trống phía sau, những tên lính mình trần như nhộng không một mảnh vải che thân, một tay cầm đao tay còn lại nắm vào dương vật đang cương cứng, mình thì nhún nhảy, uốn éo làm các động tác "giao cấu" hết sức thô tục, bẩn thỉu. Bất ngờ trước cảnh tượng ấy, Hai Bà lấy tay che mặt quay đầu voi, khiến đội nữ binh phần lớn là trinh nữ cũng quay đầu chạy theo. Chỉ chờ có thế tên giặc già Mã Viện cho dùng loa phát lệnh " Xông lên! Cho giết, hiếp thoả sức." Các nam tướng của Hai Bà cùng binh lực ra sức chặn giặc. Nhưng trước cơn cuồng dâm và cuồng sát của kẻ thù, họ đã không cản nổi. Mã Viện thúc quân đuổi riết suốt ngày đêm, đội nữ binh, người bị giết, người bị thay nhau hãm hiếp đến chết. Phía sau lưng Hai Bà tiếng loa sắt vẫn vọng lên: "Ai bắt được Trưng Trắc, Trưng Nhị để Mã Viện lấy làm thiếp thì được thưởng ngàn vàng." Chạy đến hồ Lãng Bạc tức Hồ Tây tại Hà Nội bây giờ Hai Bà quay lại quyết một trận tử chiến. Nhưng vì còn thiếu kinh nghiệm trận mạc nên đành bỏ bành voi xuống ngựa chạy lên hướng Mê Linh. Đến đây, sức tàn, lực kiệt, Hai Bà không muốn bị bắt làm tù binh, đã ôm nhau nhảy xuống sông Hát cùng tự vẫn. Xác Hai Bà trôi về đến Hà Nội thì được dân chúng vớt lên chôn cất cẩn thận. Rồi xây đền thờ, bốn mùa hương hoa cúng tế. Nơi ấy thành quận Hai Bà Trưng của Hà Nội bây giờ. Kể tới đây giọng Dũng nghẹn ngào như muốn tắc nghẽn lại. Phục ba tướng quân! Phục ba tướng quân! Cái danh hiệu lẫy lừng của thằng giặc già cũng không thể khoả lấp cái hành động ti tiện, bỉ ổi ấy! Dũng đã lấy lại được sự trầm tĩnh, anh nói tiếp - Để trấn phương nam Mã Viện đã cho dựng cột đồng, lấy tên của hắn. Về sau sứ thần ta đến phương bắc, một số tên quan lại xứ đó đã từng lấy sự việc ấy có ý đe: "Cột đồng Mã Viện rêu đã phủ xanh". Nhưng lịch sử Việt Nam đâu chỉ có thế, nên sứ thần ta đã khảng khái đáp lại: "Nước sông Bạch Đằng vẫn đang đỏ máu" khiến lũ quan lại phương bắc vừa giận, vừa sợ đến tái mặt.

Bài học đầu tiên đến đây là kết thúc. Hẹn tiếp tục vào ngày mai - Dũng vươn vai đứng lên - Maria Huệ đóng vai lười nhác, nũng nịu, vẫn ngồi dưới bãi cát, đưa một tay cho Dũng, nhờ kéo lên. Vừa đứng dậy, Maria Huệ đã ngả vào vai Dũng rồi vòng hai tay qua cổ anh. Hưởng ứng không tích cực Dũng đưa cánh tay dài trùm từ bờ vai xuống eo lưng thon nhỏ của nàng - Bố mẹ em có đồng ý cho em qua Việt Nam không - Dũng hỏi.

- Không khuyến khích, nhưng cũng không tỏ ra phản đối. Huệ nụng nựu đáp.

- Thế còn ông nội em?

- Ông em thì... tất nhiên anh biết rồi! Đầu" gật" và giơ cả hai tay tán thành. Song ông cũng dặn thêm: "Con đừng để "anh hùng không qua được ải nữ nhi" làm ảnh hưởng tới "cái chí" của cậu ấy là... đắc tội với dân tộc Việt đấy! ... Nhưng có lẽ về chuyện này, ông em dặn thừa. Anh chỉ là khối ngọc bích lạnh lẽo, dù có giá, hay vô giá... Nói tới đấy, Maria Huệ chợt dừng lại.

- Thôi nào! Chúng ta mới gặp nhau từ sáng tới giờ. Đúng không? Dũng giãi bầy.

- Đấy là với anh... Còn em ngày nào em cũng "meo" với "chát" với thằng Cường... để chỉ hỏi mỗi một chuyện về anh! Chả lẽ nó không kể gì với anh?

- Có kể... kể nhiều là đằng khác. Nhưng nó đã kể gì về anh?

- Nó bảo anh chưa có "mảnh tình vắt vai nào", anh toàn lảng tránh "bọn con gái", mặc dù có đứa "say anh như điếu đổ". Có đúng vậy không? Hay là anh đã có "người yêu trong mộng" nào, hiện còn giữ kín không muốn cho ai biết?

- Điều nó nói đều là sự thật cả!

- Hay anh là "dân đồng tính"? Maria Huệ hốt hoảng hỏi.

- Anh nói thế này không biết có xúc phạm tới ai không? Anh là chúa ghét, thậm chí ghê tởm cái gì trái với tự nhiên. Không thể tưởng tượng được họ "yêu" nhau thế nào? Dũng trả lời có phần gay gắt.

- Thế tại sao anh đối với em... Chả lẽ anh không hiểu tình cảm của em đối với anh hay sao? Hay anh còn mặc cảm điều gì đó? Đây là lần thứ ba em nhắc lại... là với ông em, với gia đình em và nhất là đối với em, anh là khối ngọc bích Myanma vô giá... Và việc anh là một anh thợ sửa xe máy ở đầu đường thì có gì...

là không tốt. À, em nhớ ra rồi... ông em bảo có người ham luyện tập võ nghệ quá quên cả... đàn bà. Như sư phụ của ông nội em ấy. Suốt đời cụ chỉ nghĩ đến võ thuật. Lấy võ thuật làm lẽ sống trên đời... Anh cũng nằm trong trường hợp này chăng? Huệ hỏi dồn dập

- Thôi nào? Em phải biết rằng khi gặp em - mặc dù rất bất ngờ nhưng cả mẹ anh, anh và thằng cường đều tỏ ra... rất vui. - Dũng đáp - Nhưng em hãy cho anh... nợ câu trả lời vào... mấy ngày tới... được không?

- Không! Em muốn ngay bây giờ! Em muốn ngay lúc này! - Maria Huệ tỏ ra quyết liệt.

- Em còn trẻ... anh không muốn nói là trẻ người... non dạ. Hãy chịu khó học lấy bài học kiên nhẫn. Anh sẽ có câu trả lời "thấu tình, đạt lý" cho em. Được chưa? Bây giờ thì xin... cho anh nợ... Dũng vừa cười cười dìu Huệ quay về - Mẹ và thằng Cường lúc này đang chờ chúng ta về dùng bữa chiều đấy!...

Tối Dũng xin phép mẹ và nói với Maria Huệ và thằng Cường là anh phải vào thành phố, đến võ đường gặp gỡ bạn bè, chiến hữu. Maria Huệ đòi đi theo. Dũng cười và trêu: "Anh có chuyện bí mật! Có em đi cùng không tiện". Lần này thì mẹ đứng về phía Maria Huệ: "Thằng này chỉ được cái đùa dai. Đi cho nhanh và về cho sớm!... Mà đừng có quá vui mà "chén chú chén anh"... về say là mẹ... phạt... không cho vào nhà đấy."

- Con rõ rồi! Xin tuân lệnh mẹ - Rồi Dũng vù ga phóng xe đi.

Ngày thứ hai Dũng chở Maria Huệ trên chiếc

Honda 67 đi tham quan thành phố - đó là một thành phố biển không lớn lắm, nhưng đẹp - nhất là dãy phố chính một bên là mặt phố với những khối nhà cao tầng mới xây và một bên là đường bờ sông đã được kè đá. Vỉa hè phía bờ sông thật rộng, có cây cổ thụ hàng trăm năm tuổi xum xuê toả bóng mát, xen kẽ với các loại cây mới trồng như một công viên trải dài thì đúng hơn! Trên đường đi lúc thì Dũng gật đầu, lúc thì Dũng dơ tay chào người này người khác. Huệ ngồi sát phía sau, hai tay vòng ra ôm eo Dũng, còn cặp đùi nõn nà cặp chặt lấy bộ giò chắc nịch và rất trường của Dũng. Huệ mơ màng thì thầm bên tai Dũng: "Giá em cứ được ôm eo anh thế này, đi suốt cả cuộc đời thì thật... là hạnh phúc biết bao!"

- Chẳng lẽ anh lại không muốn như em sao? Lần đầu tiên Dũng trải lòng với Huệ.

Gió thu heo, thổi từ hướng đông bắc, cắt chéo qua dòng sông, thổi ngược lên phía trước, khiến Maria Huệ không nghe rõ câu trả lời của Dũng, cô hỏi lại:

- Anh nhắc lại câu vừa rồi xem nào?

- Lời nói như cánh chim. Không giữ được nó bay theo gió mất rồi. Làm sao tìm lại được. Dũng chợt nghĩ ra được một câu hoa mĩ, nhưng không sáo rỗng nhất là trong hoàn cảnh này.

- Sư tử có cánh, em còn trói được! Cánh chim mỏng manh chỉ một sợi chỉ là xong chứ gì?

- Khó ở chỗ... mỏng mành đó đấy! Không tin em cứ thử xem?

- Em nhớ ra rồi! "Lạt mềm buộc chặt!... Anh có là sư tử có cánh hay là chim trời... thậm chí là cánh bướm... em cũng "trói" được anh! Giọng Maria trong trẻo mà cả quyết - Nhưng câu đầu tiên của anh em chưa nghe rõ!

Dũng cho xe chạy chậm, hơi quay đầu lại, ghé vào tai Huệ nhắc lại:

- Chẳng lẽ anh lại không muốn như em sao? Cùng trên chiếc xe này... đi trọn cuộc đời! Nhưng em có biết không? Không biết từ bao giờ, ở Việt Nam mình có câu "Trời có nhiều khi không chiều lòng người."

- Em không biết! Không biết! Maria Huệ vừa cựa quậy vừa nụng nịu - Em chỉ biết bây giờ... ngay lúc này anh chiều lòng em...

- Em nói làm anh lại nhớ đến chuyện của chị Hảo Hảo, con gái út Đặng "tiên sinh" - "láng giềng tốt" của nhà anh. Có lần cũng nói như thể trách anh: "Có biết sống đến mai không, mà để giành củ khoai đến sáng."

- Ừ, em thấy chị ấy nói có lý! Nếu có của khoai tây sao không ăn ngay đi! Rán hay nấu cà ri gà. Đến đến mai nó mọc mầm thì "bỏ đi thì tiếc ăn vào thì ngộ độc chết"

- Được rồi! Được rồi! Không để giành củ khoai đến sáng nữa! Dũng chợt thấy lòng dạ thơi thới. Anh hứng khởi đáp - Chúng ta quay lại, ra mấy lồng bè nuôi cá biển. Tại đó sẽ vùi khoai vào lò than hoa. Khoai chín cháy cạnh, vừa thơm vừa bùi... Chắc em chưa được ăn bao giờ! Đúng không?

- Nhất trí! Khoai nướng cháy cạnh! Vừa thơm, vừa bùi...

Chiếc Honda 67 xuôi về hướng đông nam thành phố, hướng về phía biển - Nhưng đến ngã ba, một đường bám theo sông cái một đường dẫn lên một vùng gò đồi, đầy các gốc thông xanh mướt, Dũng như quên lời đã hứa với Maria Huệ. Dũng quay lại nói:

- Em bám chặt vào anh nhé!

Rồi anh cho xe về số 2, từ từ lao lên con đường dốc đến năm chục độ, chỉ rộng hơn "con trạch" dẫn vào nhà Dũng chừng hai mươi phân. Maria Huệ không hỏi Dũng chở mình đi đâu. Được bám chặt vào eo Dũng, phiêu lưu đến "chân trời góc biển" nào là cũng thấy hạnh phúc rồi. Từ trên đỉnh, con đường như chẻ đôi vùng đồi ra, uốn lượn như mặt sóng. Xe chạy chừng hai cây số thì con đường vòng về phía phải, chạy thêm chừng non một cây số nữa thì cụt lủn. Phía dưới là thung sâu, nghe rõ tiếng sóng biển động vào bãi đá nâu ràn rạt. Dũng dừng xe bảo:

- Hết tiền! Xin mời quí khách xuống xe.

Maria Huệ từ trên đồi nhìn xuống, mặt biển trải rộng với những con sóng nhấp nhô, nước xanh nhạt dưới ánh nắng thu vàng. Huệ như reo lên:

- Ở đây mà xây dựng khách sạn với bãi tắm thì tuyệt vời! Phía trên là đồi thông, phía dưới là biển - vừa có rừng vừa có biển là địa điểm lý tưởng cho du khách.

- Em về nói với ông nội đầu tư vào đây đi! Dũng nói.

- Một mình ông nội em chắc là không kham nổi. Phải liên doanh - liên kết với hai ba đối tác nữa - Maria Huệ đáp.

- Bên đó nợ công đang ngập đầu các chính phủ - kinh tế đang suy thoái nặng. Đồng Ơrô mất giá. Khó đấy. Dũng phân tích.

- Anh đừng nghĩ ông em là người "võ biền". "Cụ ấy" cũng "khôn" lắm! Mỗi năm thu nhập cố định từ võ đường, lúc nào cũng xấp xỉ 500 võ sinh khoảng ba triệu Ơrô. Tích cóp năm nào, ông em đều đầu tư vào các ngành y tế hoặc giáo dục. Ông em bảo, đầu tư vào hai lĩnh vực đó, thời nào xã hội cũng cần. Còn bố mẹ và các cô, các chú, các bác em đều có cổ phần ở các công ty đa quốc gia. Họ đồng thời đều là các nhà quản lý ở các công ty đó.

- Thôi được rồi! Em có biết vì sao anh lại đổi ý đưa em ra đây không? Dũng hỏi.

- Với em, anh đưa em đi đâu em cũng thấy thích như nhau mà. Huệ đáp.

- Em còn nhớ chiều qua, anh đã nói gì với em không? Dũng lại hỏi tiếp.

- Nói gì, em... quên rồi! Huệ đáp.

- Ôi! Cô học trò nhỏ đãng trí của anh! Anh đưa em ra đây để học tiếp bài học lịch sử thứ hai. Em đã rõ chưa?

Hai người chọn một mô đất cao. Phía sau họ là những cây thông già, phía trước là mặt biển mênh mông. Dũng ngồi, hai tay vòng ra ôm lấy hai đầu gối Maria Huệ tựa đầu vào vai Dũng.

- Em phải biết là lịch sử giữ nước của dân tộc Việt là hết sức oai hùng. Trận đánh lớn nào cũng đụng độ với đội quân tinh nhuệ nhất của kẻ xâm lược. Dũng bắt đầu say sưa, mặc cho Maria Huệ có thích nghe hay chỉ thích nói những chuyện không đầu, không cuối như trên đường phố vừa rồi.

- Về võ thuật phải công nhận "võ tầu" là rất uyên thâm. Tuy nhiên có phần rườm rà, luyện tập rất công phu và tốn kém thời gian. Từ ngàn xưa các cụ nhà ta đã biết tiếp thu các tinh hoa của "võ tầu" lược bỏ đi những cái rườm rà không cần thiết. Và trong quá trình chiến trận và luyện tập đã biết kết hợp "võ tầu" với "võ ta" sáng chế ra các chiêu thức rất độc đáo và hiệu quả, biết lấy "nhu để chế cương". Bởi thế thời nào cũng có những dũng tướng, đủ sức đủ tài chiến đấu với các hổ tướng của giặc. Như thời Trần có Phạm Ngũ Lão và Nguyễn Khoái. Hai dũng tướng đã có nhiều trận đánh ngang giữa với Toa Đô và Ô Mã Nhi, hai hổ tướng lừng danh từ Á sang Âu từ Âu đến Trung Cận Đông. Toa Đô cao cường 2m nặng khoảng 140kg. Ô Mã Nhi thấp hơn, chừng 1m9, nhưng lại nặng tới 160kg. Dưới cây truỳ gai được nối dài bằng mội xợi xích ở cổ tay của Toa Đô và thanh đao to bản của Ô Mã Nhi lần lượt các nước Hạ, Liêu, Kim và Tống đã bị diệt vong. Lần xâm lược Đại Việt thứ hai, vua Nguyên Mông Hốt Tất Liệt sai thái tử Thoát Hoan cùng Ô Mã Nhi tiến xuống từ địa đầu tỉnh Lạng Sơn. Thế giặc như chẻ tre, vũ bão tiến vào Thăng Long. Cánh thứ hai do Toa Đô cầm đầu, cùng đội chiến thuyền tiến xuống Chiêm Thành, rồi đánh vu hồi lên tạo thành hai gọng kìm kẹp quân Đại Việt vào giữa. Thoát Hoan sai Ô Mã Nhi đem một đội chiến thuyền đi đón Toa Đô ở cuối sông Hồng (trên đất Thái Bình bây giờ) và cùng hùng hổ ngược sông tiến về Thăng Long. Đến bến Chương Dương (chỗ bệnh viện Hữu Nghị Việt - Xô bây giờ nhìn ra) chiến thuyền của Toa Đô và Ô Mã Nhi bị các chiến thuyền loại nhẹ do Nguyễn Khoái từ thượng lưu đổ xuống, chia cắt và vây đánh quyết liệt. Thoát Hoan đứng trên toà địch lâu của kinh thành Thăng Long ruột gan như lửa đốt, liền cử hai vạn kỵ binh Mông Cổ tinh nhuệ nhất, mở cửa thành ra chi viện cho Toa Đô và Ô Mã Nhi. Khi hai vạn kỵ binh đang hươ hươ những thanh gươm cong rầm rập tiến tới gần bờ sông thì từ dưới lòng đất, các cây câu liêm thương của Đại Việt do Phạm ngũ Lão chỉ huy thò lên tiện đứt hàng ngàn chân ngựa. Các kỵ sĩ Mông Cổ quả thật là dũng mãnh khi còn đang ngồi trên yên ngựa. Còn khi đã ngã xuống đất, lại thêm bị xác ngựa đang giãy chết đè lên, đã trở thanh các hình rơm trước mũi thương của quân Đại Việt. Phạm Ngũ Lão sau khi chỉ huy quân đội Thánh Dực đánh tan hai vạn kỵ binh Mông Cổ đã thừa thắng xông xuống trợ chiến cho Nguyễn Khoái. Toa Đô biết không thể mở đường máu vào thành Thăng Long được, đã sai quân dắt ngựa từ chiến thuyến ra. Con hắc long cân của Tao Đô nhảy ào xuống sông, chở trên mình của nó viên hổ tướng nặng 140kg bơi như chạy trên cạn. Phạm Ngũ Lão nhanh mắt trông thấy. Từ trên chiến thuyền của ta, dũng tướng Đại Việt đặt tên, dương cung. Chờ tới lúc vó ngựa Hắc long câu vừa đưa một chân trước lên bờ sông, tướng Phạm buông giây. Mũi tên vun vút như xé gió cắm thẳng vào gáy Toa Đô. Nhưng hắn đã không ngã xuống mà vẫn thúc ngựa phi tiếp về đến Hưng Yên, cách trận chiến đang xảy ra chừng 40km mới lăn ra chết. Còn Ô Mã Nhi viên hổ tướng nặng 160kg này nhảy lên một chiến thuyền của binh sĩ Đại Việt. Hắn lia thanh đao to bản một vòng, hơn mười chiến binh của ta gục xuống. Rồi một mình một thuyền chèo ra biển. Và từ cửa Thái Bình tên giặc dũng mãnh này đã không hổ danh là hổ tướng của Nguyên Mông đã vượt vịnh Bắc bộ về được thành Liễn Châu Trung Quốc. Từ toà địch lâu của thành Thăng Long, Thoát Hoan chứng kiến tất cả. Hắn rụng rời kinh sợ, vội ra lệnh mở cổng thành rút chạy về hướng Lạng Sơn. Tại ải Chi Lăng, Thoát Hoan phải chui vào ống đồng để kỵ binh kéo qua mới thoát khỏi rừng tên truy sát của quân dân Đại Việt. Nhưng đến lần xâm lược thứ ba, trên đường rút chạy đoàn chiến thuyền của Ô Mã Nhi đã sa vào trận địa cọc lim của quân ta đã bố trí sẵn ở cửa sông Bạch Đằng. Sáu vạn quân Nguyên Mông đã bị tiêu diệt. Ô Mã Nhi viên hổ tướng lừng danh bị dũng tướng Đại Việt Nguyễn Khoái bắt sống. Tại đại tiệc mừng công của hai vua Trần ở kinh đô Thăng Long, Ô Mã Nhi bị xích dưới thềm. Nguyễn Khái hai tay nâng chén rượu qua đầu tâu với hai vua Trần:

- Muôn tâu hai thánh thượng! Tên giặc Ô Mã Nhi đã từng tuyên bố. hai thánh thượng đi tới đâu hắn sẽ đuổi theo tới đó. Hôm nay hai thánh thượng mở tiệc chiến thắng ở Điện Kính Thiên này, tên giặc Ô Mã đã giữ đúng lời hứa.... chân tay đeo xích nặng đang chờ... hai thánh thượng ở dưới thềm kia ạ! Mọi người đều cười vang, sảng khoái.

Kể tới đây, Dũng đưa một tay ra ôm lấy vai Maria Huệ và hỏi:

- Em thấy đấy! Chiến thắng của ta có oai hùng không? Maria Huệ vẫn gục vào vai Dũng như nửa mơ, nửa tỉnh đáp: - Tất nhiên là như vậy rồi!

- Em ngủ trong khi anh giảng bài à? Dũng hỏi.

- Không em có ngủ đâu? Em đang mơ thấy tiếng ngựa hý, tiếng gươm khua loảng xoảng... Và tiếng nói đều đều ngọt lim như rót vào tai của anh... Phạm Ngũ Lão, Nguyễn Khoái - Toa Đô và Ô Mã Nhi... Maria Huệ đáp.

- Thế em có thích nghe tiếp nữa không? Dũng gặng hỏi.

- Nếu anh thấy còn thì cứ kể đi!... Em nghe hết được mà!... Tiếng Maria Huệ vẫn mơ màng.

- Được thế thì anh xin kể tiếp về trận Ngọc Hồi - Cuộc đụng đầu nẩy lửa giữa kỵ binh Mãn Thanh và tượng binh Tây Sơn - Nguyễn Huệ. Rồi với giọng hơi trầm xuống, Dũng tiếp tục kể, - Hai vạn kỵ binh Mãn Thanh, tức là chiếm 1 phần 5 quân số chiến lược của triều đại này với những tên lính thiện chiến cao lớn, tay lăm lăm những thanh đao sẵn sàng chém bổ xuống bằng sức mạnh không gì có thể đỡ nổi. Đoàn lính kỵ này tạo thành lá chắn thép trước kinh thành Thăng Long. Nhưng tờ mờ sáng ngày mùng năm tháng giêng năm Kỷ Dậu, hai vạn kỵ binh dũng mãnh trên đã gặp đội tượng binh một trăm thớt, mỗi thớt có ba con do nữ tướng Bùi thị Xuân chỉ huy. Các kỵ binh Mãn Thanh hung hãn xông lên đã gặp bức tường voi với súng hoả hổ và lao sắt phóng ra khiến chúng phải khựng lại, dựng hai vó trước lên và hý vang trời vì sợ hãi. Cùng lúc hai bên tả hữu là Đại đao Trần Quang Diệu và Siên đao Vũ Văn Dũng thúc hai đội kỵ binh Tây Sơn vây bọc lại. Phía sau là vua Quang Trung Nguyễn Huệ trên bành voi thúc đại quân ào ạt xốc tới. Đội quân thiện chiến của nhà Mãn Thanh bị tiêu diệt gọn trong chốc lát. Thừa thắng các cánh quân Tây Sơn tiến thắng vào Thăng Long, khiến Sầm Nghi Đống trấn giữ gò Đống Đa trở tay không kịp phải treo cổ tự vẫn. Còn nguyên soái Tôn Sĩ Nghị thì người không kịp mặc giáp, ngựa không kịp đóng yên vọt qua cầu phao bắc qua sông Hồng, trốn chạy về phía bắc. Quân Thanh dẫm đạp lên nhau, khiến cầu phao đứt, ngã xuống sông chết đuối vô vàn khiến khúc sông chảy qua Thăng Long bị tắc nghẽn vì xác chết của giặc. Quang Trung Nguyễn Huệ là một trong những vị anh hùng kiệt xuất của dân tộc Việt Nam. Tiếc thay ông mất quá sớm, mới 36 tuổi. Nếu ông sống thêm được hai chục năm nữa, biết đâu ông sẽ trở thành nhà cách tân vĩ đại như Thiên hoàng Minh Trị của nước Nhật, đưa Việt Nam trở thành cường quốc tư bản, tránh cho nước ta trở thành miếng mồi ngon của thực dân Pháp sau này.

Nguyễn Ánh kẻ thù không đội trời chung của Nguyễn Huệ. Ông cũng là một người kiệt xuất, có chí lớn lao, son sắt. Nguyễn Ánh đã có được thời cơ lớn là tiếp xúc được với xã hội tư bản phương tây. Chính nhờ vào điều này cộng với cái chết bất ngờ của Nguyễn Huệ mà Nguyễn Ánh đã đánh tan nhà Tây Sơn, thống nhất được đất nước sau hơn một trăm năm bị chia cắt. Sự suy đồi, mục nát của nhà Tây Sơn thời hậu Quang Trung Nguyễn Huệ là lời cảnh tỉnh có tính lịch sử cho các chế độ tiếp theo.

Nhưng ở đây cũng thật tiếc cho Nguyễn Ánh là người Việt Nam đầu tiên được tiếp xúc với chế độ tư bản phương tây, nhưng khi đã giành được giang sơn gấm vóc, Nguyễn Ánh đã lại "ngủ quên" trên ngai vàng, mặc dù ông trị vì đất nước mười tám năm, không dài, song cũng có thể nói là không hề ngắn. Rồi đến các đời vua nhà Nguyễn tiếp theo cũng chỉ biết ăn chơi xa xỉ. Cái nghĩ lớn nhất để lại cho đời sau kiểu như "Minh Mạng thang", một đêm ngủ với năm phi tần, sinh được ba hoàng nam, chấm hết... Nếu thử nhìn sang nước Nga la tư. Cách thời Nguyễn Ánh đến cả trăm năm, Pi ốt Đại đế, cũng ở ngôi vua 18 năm, ông chết lúc 36 tuổi, vì bị cảm lạnh sau một đêm vật lộn với thuỷ triều, cứu dân chúng ở chính kinh đô do ông xây dựng từ bãi đầm lầy. Nhưng chỉ từng ấy thời gian đã đủ để ông làm một cuộc cách mạng long trời lở đất, biến nước Nga nông nô chuyên chế trở thành nước Nga trên đường tiến thẳng lên cường quốc tư bản. Cái chết bất ngờ của ông cũng làm cho nhiều nhà quý tộc đầy thế lực thời bấy giờ, mặc dù rất muốn, nhưng cũng không thể đảo ngược được cuộc cải cách do ông khởi xướng và dựng xây.

Nếu Nguyễn Ánh vượt qua được hạn chế của

thời đại ông thì chắc chắn ông sẽ trở thành anh hùng bậc nhất của dân tộc, chứ không bị coi là "cõng rắn cắn gà nhà" như có thời ông đã bị quy chụp oan. Nếu Nguyễn Ánh không "bế quan toả cảng", mở cửa cho tư bản Pháp, Anh, Tây Ban Nha, Bồ Đào Nha vào đầu tư, khai thác, đồng thời mang văn minh khoa học của phương tây vào thì chắc chắn là gần hai trăm năm sau, không có chuyện tiếu lâm như thế này.

Có vị tuyên giáo tỉnh uỷ về miền đất miệt vườn ở miền Tây Nam bộ giảng bài học thời sự: "Lịch sử đã giao cho chúng ta đánh thắng thực dân Pháp xâm lược. Lịch sử cũng dã giao cho ta đánh thắng đế quốc Mỹ - tên hung nô mới của nhân loại. Bây giờ lịch sử lại giao cho chúng ta phải đánh thắng giặc "bành trướng" ở phương bắc và bè lũ diệt chủng Pôn Pốt ở Tây Nam..." Vị cán bộ tuyên giáo vừa nói tới đó thì một vị lão nông, đầu chít khăn rằn đã hăng hái đứng phắt dậy và cảm thán thốt lên: "Chu cha! Lịch sử là đứa nào mà nó ác quá trời vậy! Toàn giao cho chúng ta những việc... chết người không hà?" Thế là tất cả mọi người dự cuộc họp cùng cười ầm cả lên.

Cả hội trường đang cười ầm cả lên. Còn em thì cứ tựa vào vai anh mà ngủ hoài thôi. Dũng vừa hích vai nhẹ vào Maria Huệ vừa trách.

- Em có ngủ đâu? Anh chỉ được cái trách oan. - Maria Huệ đáp - Em còn nhớ rất rõ là anh hết tiếc cho Nguyễn Huệ mất sớm, lại tiếc cho Nguyễn Ánh không vượt qua được hạn chế của lịch sử thời của ông ta. Ở đây, em muốn nói thêm rồi có ngày anh cũng sẽ tiếc cho chính bản thân anh bởi cơ hội đã đến mà anh đã bỏ qua đấy!

- Cái gì? Anh mà phải tiếc cái gì? Dũng hơi có vẻ nổi nóng hỏi lại.

- Em không nói đùa đâu? Mỡ đến miệng mèo mà mèo lại chê không ăn là... mèo... có vấn đề đấy. Huệ vừa nói vừa cười. Nhưng Dũng lại hiểu chưa đúng thâm ý của Huệ.

- Thôi được rồi! Như thế là em cũng có nghe anh giảng về lịch sử. Phải nói thật là khi anh kể chuyện lịch sử cho rất nhiều người, ở rất nhiều nơi, rất nhiều hoàn cảnh khác nhau... Nhưng chưa bao giờ anh bị "phản ứng" như em bây giờ. Nhưng không sao "bách nhân bách tính". Vả lại em lớn lên ở vùng văn hoá khác, sự khác nhau cũng là chuyện... bình thường. Bây giờ anh kể câu chuyện "đụng độ lịch sử" cuối cùng. Sau đó... có thể... Anh chỉ nói có thể... Sẽ trả lời câu hỏi của em.

- Được anh cứ kể tiếp đi. Từ hôm qua đến giờ anh kể gì, em đều sẵn sàng nghe cả. Có phản đối điều gì đâu? Maria Huệ đáp.

- Anh muốn kể về trận Điện Biên - Lừng lẫy năm châu. Chấn động địa cầu. Ở trận đánh lịch sử này, người ta thường nói nhiều đến chuyện "kéo pháo vào, rồi lại kéo pháo ra". Hoặc chỉ nói đến trận chiến ác liệt, đẫm máu trên đồi A1 - nơi có hầm ngầm cố thủ của tập đoàn cứ điểm. Mà chỉ nói rất ít về chiếc thòng lọng ở sân bay Mường Thanh. Chính chiếc "thòng lọng" này đã "thắt cổ" tập đoàn Điện Biên. Và cũng chính tại đây đã diễn ra các trận đánh ác liệt nhất giữa lực lượng tinh nhuệ nhất của thực dân Pháp lúc bấy giờ - lữ đoàn mũ nồi đỏ do tên quan năm Bigie chỉ huy. Lính mũ nồi đỏ được coi là anh cả quân đội Pháp bấy giờ. Bất cứ binh lính hay sĩ quan của quân binh chủng nào khi "đụng đầu" với lính mũ nồi đỏ, ở bất cứ đâu đều phải bỏ mũ cúi chào. Còn tên Bigie là một sĩ quan chuyên nghiệp vô cùng thiện chiến và hung hăng. Sau thảm bại ở Điện Biên, hắn bị bắt và được thả về, hắn đã leo lên đến chức đại tướng. Bộ trưởng quốc phòng Pháp sau này.

Trở lại những trận đánh lấn trên cánh đồng Mường Thanh. Đêm bị bộ đội ta ra đào giao thông hào thì ngày lữ đoàn mũ nồi đỏ do tên Bigie cầm đầu có xe tăng, xe bọc thép và máy ủi ra san lấp. Cứ giằng co như vậy nửa tháng trời. Cuối cùng ta cử anh hùng Nguyễn Quốc Trị, dẫn một tiểu đoàn ra chốt tại giao thông hào mà đêm trước ta đã đào. Thế là đã diễn ra các trận đánh hết sức đẫm máu giữa các tên lính nhà nghề mũ nồi đỏ và những anh nông dân mặc áo lính mũ nan. Từ sáu giờ sáng đến sáu giờ chiều liên tục các trận đánh phản kích và chống phản kích. Phía địch có xe tăng, phi pháo và máy bay ném đủ các loại bom, từ bom phi đến bom napan. Nhưng tiểu đoàn do anh hùng Nguyễn Quốc Trị chỉ huy đã đánh bật tất cả các cuộc phản kích của lữ đoàn mũ nồi đỏ. Cứ sau mỗi trận đánh là năm bảy chục xác lính mũ nồi đỏ đã nằm lại trên cánh đồng. Giao thông hào của ta được giữ vững và mỗi ngày một dài, vòng rộng hơn, chia cắt sân bay Mường Thanh. Chiếc dạ dày của tập đoàn cứ điểm. Trong các trận đánh ác liệt giành giật từng tấc đất, từng đoạn giao thông hào đã xuất hiện anh hùng Bế Văn Đàn lấy thân mình làm giá súng, mà đến tận bay giờ gần sau mươi năm đã trôi qua, bài hát về anh vẫn được mọi người ưa thích và thuộc lòng. Rất tiếc là không có đàn ghi ta ở đây, anh vừa đệm đàn vừa hát cho em nghe thì hay biết mấy.

- Anh cứ hát vo cũng được! Về "chân tay" của anh thì em đã hết sức cảm phục rồi. Thử xem giọng hát của anh là "hoạ mi" hay "quạ già" Maria Huệ tinh nghịch trêu đùa Dũng.

- Được rồi! Đã vậy thì em hãy nghe đây. Dũng lấy hơi. Lặng đi một lúc, rồi từ lồng ngực nở nang của anh phát ra một giọng trầm ấm. "Bế Văn Đàn ơi! Nhiều năm qua anh vẫn còn sống mãi. Đất nước quê anh, lá thắm rừng xanh. Cam Mường Pồn bên mộ anh sây đỏ, lúa chín vàng... Chiến địa cũ Mường Thanh đàn em thơ đang hát ca đời anh. Đời anh giữa ngày nào cùng đội ngũ. Hoa ban chan bao nước mắt anh Pù Thân giá súng vẫn còn nguyên chỗ cũ. Trường Sa. Trường Sa đang xả đạn xuống đầu thù. Từ chiến thắng Điện Biên lẫy lừng thế giới, anh bước vào trang sách các em thơ..."

- Được! Thật là tuyệt! Một giọng hát "hoạ mi lai quạ" rất hay. Maria Huệ pha trò khiến Dũng hơi nổi cáu.

- Em như vậy là không được đâu nhé! Anh đang diễn tả tình cảm chân thật mà em lại như vậy... Thôi anh không kể nữa. Chúng ta đi về. Nói rồi. Dũng đứng dậy vươn vai khiến Maria Huệ phát hoảng thực sự.

- Em xin lỗi! Em muốn đùa anh một chút thôi mà! Đùa cho câu chuyện của anh bớt căng thôi. Huệ vừa nói vừa ôm chầm lấy Dũng, mắt ngước lên nhìn khuôn mặt đang như hoá đá của anh.

- Em mà còn phá đám nữa là anh cắt luôn đấy!

- Thì em đã xin lỗi rồi! Nào cùng ngồi xuống và anh kể tiếp đi. Maria Huệ nũng nịu khiến lòng Dũng mềm hẳn đi.

- Trận đánh giành giật ở cánh đồng Mường Thanh không chỉ có một Bế Văn Đàn mà còn có anh hùng Phùng Văn Khần đi vào lịch sử. Giữa trời nắng như đổ lửa địch vẫn hô "A lát xô" và bám theo những chiếc xe tăng 18 tấn xông lên. Phùng Văn Khần với khẩu ĐKZ do anh hùng trí thức Trần Đại Nghĩa, một kỹ sư từ Pháp theo lời kêu gọi của Bác Hồ trở về nước chế tạo ra. Đây là loại súng không giật. Chờ chiếc xe tăng tiến gần, bánh xích của nó đã chạm vào đất giao thông hào anh Khẩu mới giật cò súng. Chiếc xe tăng khựng lại và bốc cháy dữ dội. Bọn mũ nồi đỏ bám theo xe bỏ chạy toán loạn. Chiếc thứ hai xông lên, anh Khẩu lại chờ cho nó đến thật gần mới giật cò. Nó lại bốc cháy. Chiếc thứ ba thấy nòng súng của Khần hướng theo thì đã sợ hãi, quay đầu bỏ chạy.

Suốt gần 10 ngày chiến đấu ác liệt cuối cùng lữ đoàn mũ nồi đỏ của tên trung tá hung hăng Bigie đã kiệt quệ sinh lực phải bỏ cuộc. Chiếc thòng lọng chiến hào thít chặt dần. Và chiều 7-5-1954, sau tiếng nổ của khối bộc phá đặt dưới lòng đất của hầm ngầm trên đồi A1 cuộc tổng công kích của ta đã giành thắng lợi hoàn toàn.

- Chuyện sau đó thì em đã biết rồi! Maria Huệ nói.

- Đúng! Và chuyện anh kể sơ sài vài nét cho em hiểu về lịch sử đất nước ta cũng tạm thời kết thúc ở đây. Dũng đáp.

Mặt trời đã đứng bóng trên đỉnh đầu hai người tự bao giờ. Tuy nhiên cả hai đều không ai thấy mỏi mệt. Kể chuyện lịch sử đã là sở trường của Dũng. Còn Huệ được ở bên anh, được nghe giọng nói của anh, được một cánh tay vòng qua vai ôm ấp, hoặc được tựa đầu vào vai anh một cách tin cậy là cảm thấy sung sướng lắm rồi! Tuy nhiên nàng cần chỉ... muốn chờ Dũng trả lời câu hỏi quan trọng nhất của chuyến đi sang Việt Nam lần này.

- Em hỏi anh câu này! Anh hãy trả lời cho trung thực. Đúng với lương tâm của anh. Đừng vòng vo nữa. - Maria Huệ nghiêm trang, cố dấu vẻ hồi hộp. - Anh có yêu em không?

- Không yêu em thì anh đưa em ra đây làm gì? Không yêu em thì từ hôm qua đến nay anh kể cho em bao nhiêu chuyện để làm gì? Dũng hỏi lại. Nhưng em ôi! Vì rất yêu em nên anh phải nói với em một sự thật là... Nếu lấy anh em sẽ phải nuôi con một mình. Số phận gia đình anh là như thế. Luôn gắn liền với số phận của dân tộc này! Châm ngôn ta có câu "cây muốn lặng nhưng gió chẳng đừng." Hết kẻ thù này, đến kẻ thù khác luôn dòm dỏ, hăm he hòng ăn tươi nuốt sống mảnh đất, biển trời của nước ta. Là đấng nam tử, việc hệ trọng hàng đầu là phải biết bảo vệ tổ quốc mình.

Nước mất thì nhà tan. Em có hiểu không?

- Em hiểu! Vì thế em muốn chia xẻ tất cả mọi lo toan, vui buồn của anh! Maria Huệ cứng cỏi đáp. Miễn là em có anh... Và anh thực sự yêu em.

- Nói thì dễ lắm! Nhất là trong phút bồng bột nhất thời! Còn làm được, chịu đựng được là rất khó.

- Em nói rồi khó mấy em cũng chịu đựng và vượt qua được...

- Thế em có hiểu được tình hình đất nước mình hiện nay ra sao không?

- Việt Nam là đất nước đang phát triển. Khó khăn còn nhiều... Mà nước nào chả có khó khăn. Đến Mỹ và Tây Âu bây giờ kinh tế còn đang suy thoái nữa là... Nhưng cuộc sống vẫn cứ là cuộc sống... Người ta vẫn yêu nhau, vẫn sinh con đẻ cái. Anh cả nghĩ quá mà làm gì? Bây giờ đến lượt Maria Huệ thuyết phục Dũng.

- Em biết một mà không biết mười. Anh là người trong cuộc. Anh hiểu rõ hơn em... Và gần đây anh luôn dự cảm thấy sẽ có điều bất chắc đến với gia đình anh. Đến lúc nào? Và đến như thế nào thì anh không thể biết trước được. Nhưng dự cảm của anh là... linh lắm!

- Có thể điều dự cảm của anh là đúng!... Nhưng em nói thật... em sẽ là thần may mắn cho anh. Lấy em anh và cả gia đình anh sẽ đổi vận. Anh hãy tin em đi. - Maria Huệ cố gắng vun vào.

- Rồi! Em hãy để anh nói tiếp đã - Dũng nói tiếp - Bên trong thì quốc nạn tham nhũng hoành hành. Tham những đến vô độ. Tham những đến hết cả lương tâm của con người. Tham những hơn cả loài lang sói. Bọn chúng chỉ biết vơ vét cho đầy túi tham, mà túi tham của chúng là không đáy. Biết bao nhiêu, biết bao giờ cho đủ được. Còn bên ngoài thì giặc "bành trướng" dở trăm mưu ngàn kế để gặm nhấm từng tấc đất trên đất liền cũng như vùng lãnh hải, đặc quyền kinh tế của ta. Chúng đang làm gấp... thậm chí là rất gấp. Có thể chúng đã nghĩ giá như năm 1988, chúng cứ làm tới đi... lúc đó đồng minh của ta là Liên Xô đang quá trình tan rã. Còn Mỹ đang cấm vận ta rất ngặt nghèo. Lúc đó chúng cứ làm tới chắc chắn là chúng ta không thể giữ nổi. Dù mọi người có thể dũng cảm hy sinh như bố anh, cũng là không thể... Còn bây giờ thì đã khác nhiều, khác nhiều lắm rồi! Biển Đông lúc này đang ở thế "quần ngư tranh thực". Mỹ đã thay đổi chiến lược, quay trở lại vùng chiến lược châu Á - Thái Bình Dương. Nga cũng đã lấy lại vị trí siêu cường, tất nhiên không muốn ai chiếm giữ con đường độc đạo, nơi giao thương hàng hoá của khu vực Viễn Đông rộng lớn và giàu có về tài nguyên thiên nhiên. Còn Nhật Bản, Hàn Quốc, thậm chí cả Ấn Độ nữa, họ cũng không muốn bị ai đó cấm vận con đường hàng hải quốc tế vô cùng quan trọng này. Ở thế như vậy thì thế lực "bành trướng phương bắc" có muốn, có thèm rỏ rãi ra cũng chỉ nuốt nước bọt cầm lòng mà thôi! Nhưng với chúng ta... tất nhiên là sẽ không xẩy ra một trận "huyết chiến" lớn trên biển trong trước mắt. Nhưng đụng độ vừa và nhỏ chắc chắn sẽ diễn ra thường xuyên và dày đặc hơn trước. Là người lính trấn giữ ở đảo tiền tiêu, những người lính chúng anh phải dũng cảm đón nhận sự hy sinh đó, chứ còn ai vào đây nữa... Rồi lại còn "ông bạn làng giềng tốt" với trăm mưu ngàn kế lúc nào cũng muốn ăn tươi nuốt sống đất đai nhà cửa vườn tược của gia đình anh. Cái lão Đặng "tiên sinh" Dũng càng nói càng trở nên hùng hồn. Còn em, em chưa thể cảm nhận được thế nào là người phụ nữ phải nuôi con một mình đâu? Con không cha như nhà không nóc, em có hiểu không? Có nghĩa là nắng, mưa sẽ trút xuống nhà... trút hết cả lên đầu người goá phụ. Và người vợ không có chồng thì tròng trành như nón không quai! Em có hiểu là như thế nào không? Anh nói em đừng giận, em từ nhỏ đến giờ, sống trong "nhung lụa" quen rồi. Tới lúc phải sống như mẹ anh, em sẽ không chịu nổi đâu. Rồi em sẽ đau khổ và hối hận... Đó là điều anh không muốn... Sẽ xảy đến với em.

- Anh bảo thủ lắm! Hoàn cảnh của em khác! Em nói anh cũng đừng giận... Tự trọng là tốt... Nhưng mặc cảm thì không nên. Maria Huệ cố diễn đạt ý của mình làm sao để Dũng hiểu mà không nổi giận.

- Cuộc đời anh chưa bao giờ có trong đầu hai từ "mặc cảm" Dù là đói cơm rét áo. Mẹ anh dạy anh từ nhỏ là "lành cho sạch, rách cho thơm". Thời anh còn đi học, khối kẻ con nhà giàu hợm hĩnh với quần áo, giầy mũ, cặp sách... sang trọng. Nhưng học hành thì ngu như bò anh đã bảo "đồ giá áo túi cơm" vênh vang cái nỗi gì mà chúng nó cũng không hiểu mới đau cho anh chứ! Lớn lên thấy anh có lòng dũng cảm, có sức lực và chút ít võ nghệ, nhiều kẻ muốn mua chuộc, lôi kéo anh nhưng chúng cũng đều thất bại cả.... Còn đối với em, nói thực là chúng ta xứng là một đôi "trai tài gái sắc". Ông em nói đúng. Bởi thế anh chẳng có gì mà phải mặc cảm trước tình yêu chân thành của em. Và cũng vì anh cũng rất yêu em nên không muốn em phải chịu thiệt thòi, chịu đau khổ... So với những bạn cùng trang lứa với em ở trời tây.

- Thôi! Thôi!... Tranh luận với anh thì cả năm cũng không hết lý lẽ được. Em đói... và khát lắm rồi! Anh hãy đưa em đi ăn cái "củ khoai" mà ban sáng anh đã hứa đi! Maria Huệ đành phải đưa Dũng trở lại thực tại.

- Anh cũng đói và khát lắm rồi! Bây giờ anh sẽ đưa em đến khu vực nuôi cá lồng ở dưới chân đồi này. Ở đấy có quán "Gió Biển - Tình đời" không chỉ nổi tiếng tiếng ở thành phố này... mà còn nổi tiếng cả khu vực đấy. Nhưng ở đó em muốn có "món khoai" e là hơi khó.

Giữa giờ ăn trưa thực khách của quán đông nghịt. Khi Dũng và Maria Huệ bước vào, cái nhà bè như bừng sáng hẳn lên. Hàng trăm đôi mắt của cánh đàn ông nhìn Maria Huệ như muốn ăn gỏi cô ta. Dũng đã nhiều lần đến đây, sau những lần giúp khách "làng chơi xe máy" tìm được "con xe" ưng ý, giá cả phải chăng. Họ thường có tục "rửa xe" và gọi là có chút "tình cảm" để cảm ơn Dũng. Nhưng anh chỉ gọi một cốc bia đen tươi và một con mực ống mới phơi một nắng, nướng lên chấm với muối tiêu, chanh ớt. Anh rất "dị ứng" với trò cùng nhau nâng cốc rồi đồng thanh hô "Dô! Dô!..." của cánh bợm nhậu. Dũng thường lặng lẽ xé ngay các thớ của con mực ống dày dặn, quệt vào đĩa muối trộn chanh ớt, bỏ vào miệng nhai và tớp từng ngụm bia tươi mát lạnh. Rồi lặng lẽ lên con Honda 67 ra về. Nhưng lần này đi với Maria Huệ thì phải khác. Hai người chọn một chiếc bàn gần cửa sổ, để từ đó vừa ăn uống vừa nhìn ra mặt biển. Một cô phục vụ trạc tuổi Maria Huệ đến bàn của hai người, khẽ nhún người khúm núm hỏi:

- Anh dùng gì ạ!

Dũng nhanh nhảu:

- Cho mấy chai nước khoáng ướp lạnh. Bọn này khát cháy cả cổ rồi?

- Vâng! Có ngay ạ! Thế còn các món khác?

Huệ xem thực đơn rồi gọi:

- Cho một đĩa sò huyết nướng! Một cá thu nướng. Và một tôm hùm vừa phải để làm gỏi. Còn đồ uống, ăn hải sản thì tốt nhất là vang đỏ - nhưng phải là vang Boóc đô của Pháp đấy nhé! Gọi món xong Huệ đặt lên bàn một tờ bạc năm trăm ngàn. Cái này cho em.

Cô phục vụ nhanh như chớp cho tiền vào chiếc túi tạp dề ở trước bụng, miệng cám ơn rối rít và bước đi.

Dũng gọi giật lại:

- Cho anh một bia tươi đen! Một mực ống mới phơi một nắng với muối tiêu chanh ớt... Và mấy củ khoai lang.

- Mực nướng và bia tươi có ngay. Nhưng còn khoai lang thì cửa hàng kiếm đâu ra ạ! Cô phục vụ rụt rè hỏi lại.

- Không có thì khoai tây! Khoai tây chắc chắn là phải có chứ! Dũng vặn lại.

- Dạ vâng! Để em hỏi nhà bếp đã ạ! Nếu có thì làm thế nào ạ?

- Cho vào luộc bếp ga. Chín tới thì chắt nước - cho ga nhỏ xuống, om cho cháy cạnh thì bỏ vào đĩa và bưng ra đây! Chị này rất thích món "khoai" nướng đấy!

Khi Dũng đang xé mực nhắm với bia còn Maria Huệ thì nâng cốc rượu vang đỏ lên cụng ly với Dũng thì bất ngờ từ một bàn khá xa, một thanh niên đeo kính trắng, ăn mặc khá bảnh bao tiến đến chỗ hai người. Trên tay anh ta cầm hai chiếc ly cao chân và một chai Zôn xanh, loại rượu mạnh rất đắt tiền. Lịch sự và kiểu cách, anh ta nói tiếng Pháp rất chuẩn với Huệ:

- Tôi có thể vinh dự mời chị một ly không ạ!

- Tôi không quen uống rượu mạnh - Maria Huệ đáp tự nhiên bằng tiếng Việt cực "sõi" khiến anh ta hết sức ngạc nhiên.

- Thật tiếc. Nhưng không sao! Anh ta nói tiếp bằng tiếng Pháp - Chúng ta cụng ly làm quen nhé! Chị cứ dùng vang đỏ. Con tôi dùng thứ mang trên tay vậy. Nói rồi anh ta để hai chiếc ly xuống, tự rót cho mình một ly và chạm cốc với Maria Huệ.

- Tôi có bạn trai đi cùng, anh nên nói tiếng Việt thì tốt hơn. - Maria Huệ đáp.

- À, xin lỗi! Bây giờ anh ta mới "giả vờ" nhìn thấy Dũng.

Dũng vẫn im lặng và tiếp tục xé mực nhai nhồm nhoàm và nhắm với bia như không thấy chuyện xảy ra trước mắt mình.

- Tôi mới bảo vệ luận án tiến sĩ ở Pháp về! Anh ta tự giới thiệu. Bây giờ làm chủ nhiệm khoa vật lý ở trường Đại học của thành phố này. Mới xa Paris hoa lệ mấy tháng mà đã thấy nhớ quá! Nếu tôi không nhầm thì chị cũng mới từ bên đó qua. Anh ta bắt đầu huyên thuyên.

- Tôi không ở Paris. Tất nhiên thành phố tôi sinh sống cũng thuộc cộng đồng châu Âu - Maria Huệ đáp.

- Ồ, không sao! Điều ấy có gì quan trọng đâu! Trông thấy chị là tôi lại nhớ tới châu Âu. Gã tiếp tục tán.

Sau khi cụng đến ly thứ hai, gã rụt rè nói lần này lại dùng đến tiếng Pháp.

- Nếu không làm phiền! Tôi có thể mời chị nhảy một điệu van có được không?

- Làm gì có nhạc mà anh mời tôi nhảy chứ? Maria Huệ đáp bằng tiếng Việt.

- Ồ, nếu chị cho phép. Sẽ có nhạc... Có nhạc ngay. Nói rồi hắn đỡ Maria Huệ lên, một tay đặt vào eo dẫn cô tới trước quầy lễ tân, tại đó có một khoảng trống chừng sáu, bẩy mét vuông. Gã ta nói với một người đàn ông cỡ trung niên đứng ở trong quầy:

- Cho một điệu van nhé! Nhưng to vừa phải thôi nhé! Tiếng nhạc từ chiếc loa thùng vừa cất lên thì từ bàn gã tiến sĩ một giọng nói của một tay có vẻ là dân giang hồ cất lên đầy vẻ khiêu khích Dũng:

- Mẹ! Đồ mèo mù vớ cá rán!

Dũng đẩy chiếc ghế ra phía sau, nhẹ nhàng đứng lên, bước lại gần chỗ vừa phát ra lời khiêu khích đó. Đến lúc đó Dũng mới nhận thấy trong đám thực khách lố nhố đến năm sáu đứa có thằng con cả của lão Đặng. Cái dáng ngũ đoản, cộng với cái đầu còn trẻ mà đã bắt đầu hói với bộ râu quai nón lún phún xanh của nhà Đặng "tiên sinh" không thể lẫn với ai được. Dũng trừng mắt nhìn, đứa con cả ông Đặng cúi gằm xuống, không dám nhìn lại.

- Ai vừa nói câu gì? Nhắc lại tôi nghe xem nào? Dũng vẫn cố giữ bình tĩnh buông ra câu hỏi.

- À, ở đời thiếu gì chuyện ngược đời... Như chuyện mèo mù vớ cá rán ấy. Một gã to lớn, húi đầu đinh với vẻ mặt gân guốc vừa cười gằn vừa đáp.

Dũng đặt bàn tay trái nặng chịch lên vai gã bóp mạnh. Người gã như bủn rủn hẳn ra. Gã vặc lại:

- Mày làm cái trò gì thế! Muốn gây sự với ông hả?

- Mày hãy bịt cái hũ mắm thối của mày lại. Mở ra tiếp, tao bóp cho vụn xương vai đấy! Dũng rít lên qua kẽ răng.

Trong khi đó ở khoảng trống trước quầy lễ tân, gã tiến sĩ đang một tay ôm eo Maria Huệ, một tay nắm tay nàng dơ ngang vai, chân đi những bước nhẹ nhàng theo điệu van. Còn Maria Huệ, tay còn lại đặt hờ hững trên vai hắn và đầu cố lảng xa khuôn mặt nhợt nhạt có cặp kính trắng. Như không hiểu ý nàng, càng mỗi lúc chiếc tay ôm eo Huệ càng kéo dịt thân nàng sát vào thân hắn hơn, đồng thời cố ghé miệng vào tai nàng rì rầm nói một câu tiếng Pháp gì đó. Ai cũng nghĩ mọi việc sẽ êm đềm trôi theo điệu van nhẹ nhàng. Nhưng rồi bỗng thấy Maria Huệ quát lên "Đồ hạ đẳng!" Liền với tiếng quát đó là cú dậm gót giày cao gót lên mu bàn chân gã và kèm theo một cái tát nẩy lửa khiến gã chúi về một bên. Hai ba tên ngồi cùng bàn với gã đứng bật dậy. Dũng cũng buông vai gã đầu đinh nhảy ra, hai tay khoanh trước ngực. Một tên chỉ vào mặt Dũng hỏi:

- Mày trả cho nó bao nhiêu? Tao sẵn sàng chi gấp mười. Giá như người đi với Dũng hôm đó không phải là Maria Huệ thì Dũng đã khoá hai tay hắn lại, bẻ gập người hắn xuống, bắt phải dập đầu xuống đất xin lỗi thì Dũng mới tha. Nhưng người đi với Dũng bây giờ là Maria Huệ. Dũng biết Huệ đã thực dậy cho bọn khốn nạn này một bài học nên anh bình thản đáp:

- Tao thách đấy! Đứa nào nắm được gấu váy của cô ta muốn làm gì tiếp theo... tuỳ ý.

Maria Huệ đã đặt tay lên chiếc chốt thắt lưng da. Nhưng Dũng ra hiệu lắc đầu. Rồi tất cả diễn ra trong chớp mắt. Tên thứ nhất xông ra, người hơi cúi xuống, tay với xuống đùi Huệ. Lập tức hắn nhận được một cú tạt trái tay vào một bên mặt, tiếp đó Huệ xoay người tung ra một cú đá ngang vào mạng sườn gã. Không trụ nổi hai cú đòn liên tiếp ngã nghiêng vào bàn tiệc, bát đĩa rơi xuống sàn loảng xoảng. Tên thứ hai có vẻ là tay anh chị hơn, tung một cú đấm thẳng rất mạnh vào mặt Huệ. Nhanh như chớp Huệ né qua một bên. Thuận tay nắm lấy cổ tay hắn, đẩy lên phía trước một nhịp, rồi bất ngờ vặn tay hắn xuống, bẻ quặt qua vai và khi đã xoay lưng hắn ở trước mặt mình, Huệ co chân đạp thẳng vào mông hắn, khiến hắn ngã xấp xuống chiếc bàn mà đồng bọn hắn vừa làm xiêu vẹo. Huệ tiến sát tới tên thứ ba. Hắn có vẻ sợ hãi bước lùi lại. Huệ cười và bảo "Đã chơi thì chơi cho trót! Có muốn lui cũng không được đâu?" Nói vậy, nhưng nàng cũng chỉ ra tay nhẹ với hắn. Nàng xoè bàn tay trái ra, huơ huơ trước mặt khiến hắn hoa mắt. Trong khi đó ở phía dưới nàng cài chân khiến hắn bị vấp, ngã bệt đít xuống sàn. Mọi người bỏ cả bàn ăn, xúm đến xem sự kiện có một không hai của lịch sử quán ăn này. Trước đây các cuộc cãi vã, thậm chí "thượng cẳng hạ cẳng tay" cứ vài ngày lại xẩy ra một lần. Nhưng đó là ở cánh "mày râu" khi đã uống sương sương rồi thì "trời cũng bé bằng vung", nói chi đến bạn nhậu cùng hay khác cánh. Còn lần này, một cô đầm lai đẹp như tiên sa mà chỉ trong nháy mắt đã hạ "đo ván" ba gã đàn ông thì quả là điều không ai có thể tưởng tượng được. Thằng con cả của Đặng "tiên sinh" nói với đồng bọn: "Hôm nay xui quá! Mất cả vui! Thôi chúng ta lên xe ra về thôi!" Rồi đứa nọ dìu đứa kia chệnh choạng bước ra khỏi quán. Một đứa trong bọn hỏi: Chúng nó là những đứa nào mà dữ dằn thế.

- Các ông ở xa không biết. Đó là thằng Dũng, du côn có tiếng ở thành phố này. Còn con đầm lai là cháu nội một ông võ sư ở bên tây.

- Thảo nào nó dữ như một con cọp cái.

Maria Huệ bảo nhân viên phục vụ gọi chủ quán. Đó là một người đàn bà mập mạp, đã cứng tuổi, đứng lẫn trong đám người theo dõi từ lúc mới xảy ra sự việc. Maria Huệ nói với bà ta:

- Bàn tiệc này, chút nữa tôi thanh toán cùng với bàn ăn của chúng tôi.

Bà chủ đon đả đáp:

- Không cần đâu cô ạ! Đấy là "thiếu chủ" của Đặng "tiên sinh" khách Vip của cửa hàng, cuối tháng mới thanh toán một lần.

- Lần này, tôi thanh toán! Maria Huệ nói chắc như đinh đóng cột, rồi kéo tay Dũng trở lại bàn ăn. Cô vừa cười vừa rót ra hai ly vang đỏ và nói như trách Dũng:

- Anh chỉ vùi đầu vào ăn một mình. Chưa cụng ly với em đâu nhé! Suýt nữa thì để chúng nó bắt người yêu đi! Thật là đáng ghét!

Dũng cười xoà. Hai người nâng và cạn ly. Dũng hỏi:

- Thằng đó làm gì mà em vừa cho ăn gót giầy cao gót, vừa ăn tát, lại vừa ăn chửi "Đồ hạ đẳng" thế?

Huệ cũng cười và bảo, nó khoe là dân "tây học" mà không biết luật chơi ở Tây. Ngay cả ở bãi tắm tiên, con người cả nam lẫn nữ, cả già lẫn trẻ đều trần như nhộng, nhưng đừng tưởng là không có nội quy nghiêm ngặt đâu nhé! Chỉ kẻ nào đó hơi nhúc nhắc "chiếc cần số” của mình là lập tức bị phạt tiền rất nặng, thậm chí bị đánh đòn và xỉ nhục là đồ “chưa tiến hoá”. Còn cái thằng nỡm ấy, lợi dụng nhảy van, nó cứ kéo sát em vào người hắn. “Cái cần số” của nó, nổi gồ lên như một chiếc rễ cây trong các lớp quần cứ chà vào bụng dưới em. Mồm thì gạ bằng một câu tiếng Pháp rẻ tiền: “Lát nữa em về khách sạn nghỉ với anh nhé!” Thế là em mới điên lên cho nó một bài học “đừng tưởng bở thấy đỏ là chín”.

- Em chỉ giỏi bắt nạt người hiền. Dũng đùa - Phương ngôn có câu “cao nhân ắt có cao nhân trị”. Nhỡ gặp cao thủ mà em đã trổ hết bảy chiêu thần phong ra cũng không hạ được hắn thì làm thế nào?

- Làm thế nào à? Em còn một “độc chiêu” cuối cùng nữa.

- Là chiêu gì?

- Chiêu cắn!... Ang không tin à? Nói rồi Maria Huệ nhe hàm răng đều tăm tắp trắng như ngọc trai ra và nói tiếp - Răng em vào loại đẹp đấy! Nhưng đừng có đùa. Anh hãy xem đây! Vừa nói Huệ vừa lấy chiếc thì dầy bằng i nôc ở bàn ăn đưa lên miệng. Một tiếng “cộc” khô khốc phát ra. Muỗng thìa đã đứt thành hai mảnh. Khi mình ở thế yếu.... thế phải nằm dưới. Đối thủ tưởng là đã khuất phục được mình... định giở trò thì đó là lúc thuận lợi để em dở chiêu này. Cắn vào động mạch cảnh thì chỉ có mà đi đứt... Còn cắn vào má, vào vai... thì cũng để lại “vết nhục” suốt đời...

- Em làm anh sợ đấy! Dũng trêu trọc Huệ. Hết

chiêu "bẻ cần số" đến "cú cắn" như một con báo cái rừng....

- Đi với bụt mặc áo cà sa. Đi với ma thì phải mặc áo giấy chứ! Ông em luôn dặn em thế mà! Huệ cũng tỏ ra không vừa. Rồi nàng xé tôm, nhúng vào lọ dấm có độ chua rất mạnh, sau đó quệt vào đĩa mù tạt, đút vào miệng Dũng và nói:

- Thứ này ở Tây chỉ có đồ ướp đá thôi! Ở ta xơi những chú đang bơi thế này, có lợi cho đàn ông lắm đấy!

- Em có vẻ sành điệu quá nhỉ?

- Có điều kiện tội gì không hưởng thụ. Em tuy ở trời tây nhưng thuộc rất nhiều ca dao, tục ngữ Việt. Ví dụ như câu "Vua Ngô ba mươi sáu chiếc tàn vàng. Chết xuống âm phủ chả mang được chiếc tàn nào. Chúa chổm uống rượu tì tì. Chết xuống âm phủ kém gì vua Ngô."

- Phục! Xin bái phục!...

Chợt qua cửa sổ nhìn xuống mặt biển Maria Huệ thấy mấy cái đầu trẻ con đang ngụp lặn dưới đó. Nàng hỏi Dũng:

- Bọn trẻ làm gì dưới biển hả anh?

Dũng buồn buồn đáp:

- Chúng là con nhà nghèo trong thành phố. Bỏ học ra đây, ngụp lặn dưới đó để nhặt nhạnh những vỏ lon bia, lon cô ca... về bán cho đồng nát ve chai.

- Ôi! Tội quá! Nói rồi Huệ nhìn qua bàn bên

thấy chỏng chơ một đống lon bia, bèn quơ lấy vài cái. Rồi gọi mấy đứa trẻ đang nhô đầu lên nép xuống cho chúng. Bên trong các vỏ lon, nàng không quên nhét vào đó một tờ năm trăm ngàn. Lũ trẻ tranh nhau, Huệ bảo, đứa nào cũng có phần, đừng cá lớn nuốt cá bé đấy!

Mặt Dũng đang vui bỗng buồn rười rượi, và anh bảo:

- Em hãy thôi cái trò "cải lương" ấy đi!

- Em làm anh giận ư? Huệ ngạc nhiên hỏi lại.

- Em đã đụng không chỉ nỗi đau của anh mà là nỗi đau của rất nhiều người của dân tộc này!

Dũng chua chát nói tiếp:

- Em xin lỗi! Xin lỗi! Em không cố tình mà. Chỉ là em đang vui, muốn đùa với bọn trẻ con thiệt thòi một chút thôi mà. Huệ nài nỉ phân bua.

- Rồi! Không biết là không có lỗi. Thôi bây giờ nhân chuyện em vừa làm, anh kể cho em mlột câu chuyện tiếu lâm thế này. Dũng muốn xua đi chuyện làm anh không vui vừa rồi. Đó là những năm đầu sáu mươi của thế kỷ 20. Khi đó chiến tranh lạnh giữa hai phe XHCN và Tư bản diễn ra rất âm thầm mà quyết liệt trên tất cả các phương diện. Tuy nhiên về mặt ngoại giao, những người đứng đầu hai phe đều tỏ ra rất lịch thiệp. Năm đó Bí thư thứ nhất Đảng Cộng sản Liên Xô Nikitakhơrútxốp qua thăm "hữu nghị" một nước phương tây. Tổng thống nước chủ nhà mời vị đứng đầu phe XHCN lên trực thăng đi thăm quan thủ đô. Máy bay đang lượn trên bầu trời thành phố, bỗng vị tổng thống nọ rút ví, móc ra một tờ trăm đô la, thả xuống và bảo "Trưa nay có một người hạnh phúc với một trăm đô này." Thấy vậy Khơrútxốp vội nhanh nhảu móc ví, lấy ra hai tờ một trăm đô la, thả xuống và nói: "Trưa nay sẽ có hai người hạnh phúc. Như thế là tôi làm từ thiện gấp đôi ngài." Viên phi công lai da mầu, chứng kiến câu chuyện giữa hai vị đứng đầu hai phe thì quay đầu lại bảo: "Tôi mà cầm cổ hai ngài, ném xuống thì cả thế giới này hạnh phúc". Dũng kể tới đây thì cười phá lên.

- Thế anh không định cầm cổ em ném xuống biển đấy chứ? Maria Huệ cũng tinh nghịch hỏi lại.

- Ném xuống thì không. Nhưng phải phạt em. Cái số tiền em định thanh toán cho bàn nhậu của "thiếu gia" nhà ông Đặng ấy, em hãy mang đến tặng cho làng trẻ em SOS của thành phố này. Dũng đáp.

- Ồ chuyện đó thì dễ thôi mà! Lát nữa anh đưa em đến đó nhé! Huệ sốt sắng.

- Nhất trí! Nhưng trước khi đi hãy ăn cho hết các thứ em đã gọi. Để thừa lại là có tội đấy. Dũng đáp trong lúc Maria Huệ đang gỡ miếng lườn cá thu nướng nhoài người qua bàn đút vào miệng Dũng chợt có tiếng "E hèm" bên cạnh. Một nữ thanh niên đã cứng tuổi mặc quần bò, áo thun khoác tay một bạn trai to lớn làm rợp cả một góc bè. Dũng mồm đang ngậm một tảng cá tướng, chưa kịp nhai, ngẩng mặt nhìn lên nhận ra Đặng Thị Hảo Hảo. Hảo cười chỉ tay vào mặt Dũng nói:

- Lần này thì bắt được quả tang nhé!... Lần trước chê "bò" này già!... Lần này bắt được "bê" lạc... đưa ra đây "làm món tái" chứ gì?

- Đâu có "bò với bê" gì! Có điều đang chuẩn bị "đét xe" món "khoai" chứ không để "dành đến sáng" nữa thì bà đến! Dũng vui vẻ pha trò lại. Rồi quay ra giới thiệu. Đây là chị Hảo Hảo con gái út của Đặng "tiên sinh". Còn đây - Dũng quay sang Huệ - là Maria Huệ bạn gái của tôi.

Hảo Hảo dương cặp mắt có đôi đồng tử mầu đồng thau nhìn xoáy vào Maria Huệ. Huệ cũng dương cặp mắt xanh đen mầu ánh thép kiêu hãnh nhìn lại. Rồi cả hai cùng phá ra cười.

- Sao ra muộn thế! Giờ này mọi người đã ra về gần hết rồi. Dũng thân mật hỏi.

- Ừ, mới trả thi môn cuối cùng. Từ mai chả còn phải nghĩ đến "sách với vở" nữa. Thật là nhẹ nợ. Hảo Hảo đáp rồi nháy mắt với Dũng bảo Phía trong có dãy phòng Vip yên tĩnh, tiện lợi và... nên thơ lắm! Dùng bữa xong đưa cô bạn trẻ vào đó xem có bằng khách sạn ở Tây không?

- Đằng ấy cứ vào trước đi! Tý nữa tụi này vào sau. Dũng cũng nháy mắt đáp lại - À có đĩa khoai đây! Bà cầm vào mấy củ mà "tráng miệng".

- Thôi để các đằng ấy ăn. Tớ thì "tuần chay nào chả có nước mắt". Hảo Hảo cười hồn nhiên.

Khi Hảo Hảo kéo người bạn trai đi rồi, Dũng nói với Maria Huệ:

- Chị ấy xuề xoà và khá là tốt tính - Chả bù với ông bố "cáo già" và những đứa anh "xảo quyệt"... À mà này! Khoản thanh toán cho cái mâm đằng kia là anh kịch liệt phản đối!... Để đấy mà đi làm từ thiện không có chuyện "thóc đâu đi đãi gà rừng". Căng diều rồi nó quệt mỏ... và mổ vào mắt cho đấy!

- Anh nghĩ là em "ném tiền qua cửa sổ" để sĩ với anh sao? Ở đâu cũng thế thôi, kiếm được đồng tiền chân chính cũng phải đổ mồ hôi, sôi nước mắt. Thậm chí cả xương máu nữa đấy! Ông nội em mấy lần phải ra hầu toà vì võ sinh bị tai nạn... May mà nhờ luật sư giỏi và đền "bảo hiểm" tốt mới thoát tội tù và giải tán võ đường đấy! Nhưng em đã trót nói với bà chủ rồi... Lời nói "tứ mã nan truy"... là dân chơi võ thuật anh phải cảm thông với em.

- Thôi được! Nhưng lần sau.. à không... Anh nghĩ sẽ không có lần sau. Nói rồi Dũng đứng lên.

Maria Huệ ra quầy thanh toán tiền. Bà chủ và các nhân viên cứ nhìn xoáy vào Huệ, nửa tò mò nửa thán phục. Dũng ra trước lấy xe, nhưng chưa nổ máy. Huệ nhẹ nhàng nẩy lên, ôm eo Dũng. Chiếc Honda 67 đi được vài chục mét vẫn còn có hàng chục đôi mắt hiếu kỳ đổ xô từ trong quán ra nhìn theo. "Cái thằng Dũng "kình" này! Cái thằng Dũng "hiệp sĩ" này! Cái thằng Dũng mới đi lính "Hai quần" (hải quân) này thật là tốt số. Không hiểu trời đất run rủi thế nào mà nó vồ được "con" đầm lai vừa đẹp như tiên... mà lại lắm tiền như nước". Chuyện Dũng "cặp" với Maria Huệ chả mấy chốc không cánh mà bay đi đến tận "hang cùng ngỏ hẻm” của thành phố miền biển này. Riêng Đặng “tiên sinh” cho mở hệ thống “ra đa” dò tìm. Chỉ sau hơn một ngày lão đã biết rõ tung tích, cũng như gia cảnh “gia tài” của gia đình Maria Huệ. Lão nhăn trán nói với mấy thằng con trai: “Nếu mà tình yêu gió thoảng thì tốt. Chứ chúng nó lấy nhau thật thì với thực lực của gia đình con bé đầm lai kia... chắc chắn sẽ gây thêm khó khăn cho việc thôn tính nhà đất của thằng “linh cẩu”ấy! Sẽ khó đấy! Khó đấy! Nhưng không thể không làm! Không làm thì không thể mở đường... thông ra biển... xuôi tiếp xuống phía nam được”. Lão không nói gì thêm, nhưng trong đầu hắn đang hình thành dần Một Độc Kế...

Maria Huệ vòng hai tay ôm chặt lấy vùng eo, và một bên má thì áp sát vào vai Dũng. Tiếng xe máy nổ đều và êm như một điệu nhạc khiến người ta muốn ngủ. Dũng cho xe chạy chậm và cố tránh các ổ gà để cho giấc ngủ mơ màng của Huệ không bị giật mình. Chả mấy chiếc xe vào tới thành phố. Maria Huệ chợt như bừng tỉnh, nàng nói nhẹ nhàng với Dũng.

- Anh đưa em ra điểm rút tiền tự động! Rồi sau đó chỉ em đến làng trẻ em SOS nhé!

- Anh tưởng em quên rồi! Dũng nửa đùa nửa khiêu khích.

- Rồi sau này... không biết ai quên ai đấy! Ra đảo gặp cô gái biển mặn mòi... ngồi vá lưới... Giữa cảnh trời nước bao la... “Biển một bên và em một bên”... có trời mà biết được chuyện gì sẽ xảy ra. Huệ cũng vừa đùa, vừa như đay nghiến.

- Em cũng thuộc bài hát ấy à? Dũng đánh trống lảng.

- Vâng, từ ngày yêu anh lính hải quân!... Em cũng phải tìm hiểu cho kỹ chứ. Anh ta sống thế nào... quan hệ xã hội ở đó ra sao? Nhưng mà này... anh mà xí xớt là em sẽ không tha đâu?

- Không tha thì làm gì được anh! Anh ở tít ngoài biển khơi... trùng điệp sóng gió. Có ở gần như tay lính Tây đặc nhiệm đâu mà em... bẻ "cần số" được. Dũng vừa nói vừa cười phá lên.

- Em không thèm bẻ cái "cần số" của anh đâu. Mà bẻ luôn cổ anh... Và sau đó... lên tháp Épphen... tiêu luôn. Maria Huệ đáp giọng kiên quyết.

- Thôi! Thôi! ... Thế thì anh xin hàng rồi. Để anh tặng em bài "Nhổ neo ra khơi! Nhổ neo ra khơi! Đêm nay khi trăng mọc thuyền anh sẽ nhổ neo ra khơi" - Dũng khe khẽ hát. "Em ơi chứ hỏi anh nhiều... vì sao anh ra khơi! Ở ngoài kia có nhiều châu báu... Hay có người thiếu nữ với đôi môi hồng như san hô... Thì cũng không sánh nổi tình em..." Dũng hát lộn xộn, nhưng đúng nhịp điệu, khiến Maria Huệ thích thú đáp.

- Có thế chứ! Rồi càng ôm chặt người Dũng hơn.

- Thôi chết rồi! Đi quá điểm đổi ngoại tệ tự động rồi! Dũng kêu lên.

- Quá thì quay lại! Có gì mà phải kêu lên như... quả đất sắp vỡ ấy. Huệ bảo.

Dũng dựa xe bên đường đứng ngoài canh chừng

Huệ vào cabin rút tiền. Đâu đó xung quanh đang có những mắt "xăm soi" con mồi. Nhưng đã không có chuyện gì xảy ra. Làng trẻ em SOS ở ngoại ô phía bắc thành phố. Nó toạ lạc trên một khu đất rộng rãi và bằng phẳng. Có điều cách biệt với khu dân cư. Lúc Dũng và Maria Huệ bước vào là lúc các em học sinh đang lên lớp buổi chiều. Tại phòng giám đốc, bà hiệu trưởng đã đứng tuổi, người gầy như que củi, nhưng nét mặt đôn hậu vui vẻ tiếp hai người. Bà hỏi Maria Huệ:

- Chị là Việt kiều, hiện đang cư trú ở nước nào?

- Không, cháu là người Việt. Có hộ chiếu Việt Nam đây! Nói rồi Maria Huệ lấy từ chiếc xắc da cá sấu màu cánh dán ra tấm hộ chiếu mầu xanh như để chứng minh cho lời nói của mình là thực.

- Chị muốn quyên góp ủng hộ nhà trường bao nhiêu?

Bà hiệu trưởng hỏi.

- Dạ! Ít thôi ạ. Mười ngàn Ơrô ạ! Huệ đáp.

- Thế thì phải chờ rồi! Ở đây có quy định. Ai giúp đỡ nhà trường từ một ngàn USD trở lên... là phải mời nhà đài đến quay phim. Bà giám đốc giải thích. Để tôi... trước buổi thời sự còn phát cho cư dân thành phố cùng rõ... Để tri ân người đã có đóng góp... Nhà giáo sư Đặng, mỗi năm cũng có đôi lần đến đây... Lần nào cũng làm theo thủ tục đó cả... Bây giờ anh chị chờ, để tôi gọi điện qua bên truyền hình, để họ cử phóng viên mang máy đến ghi và xin mấy lời cảm tưởng của anh chị... Và lời cảm ơn của chúng tôi... nữa chứ. Bà giám đốc nói một hơi, khiến Maria Huệ "ù" cả tai.

- Thôi bác ạ! Huệ đáp. Của ít lòng nhiều. Các em đang bận học. Để khi khác chúng cháu vào chơi với các em. Còn bây giờ... mong bác nhận giúp... hộ cho chúng cháu.

- Nhưng làm như vậy là trái với quy định. Bà giám đốc đáp.

- Không sao đâu bác ạ! Cháu nói lại cái quý là ở tấm lòng.

Hai bên cứ đùn đẩy như vậy, cuối cùng bà giám đốc phải nhượng bộ, bảo thư ký lấy ra một cuốn sổ và một tấm "bảng vàng" in bằng bìa cứng, to bằng quyển vở học sinh. Bà giám đốc hỏi, còn cô thư ký ghi.

- Họ tên?

- Maria Huệ

- Quốc tịch?

- Việt Nam

- Địa chỉ thường trú?

- Nhà anh Dũng. Lính hải quân. Số nhà... đường....

- Quan hệ với chủ nhà?

- Người yêu... à không? Vợ sắp cưới của anh Dũng.

Maria Huệ đáp trơn tru, gương mặt không gợn một sắc đỏ nào...

Bà giám đốc dương đôi mắt đôn hậu sau cặp kinh lão, ngỡ ngàng nhìn Maria Huệ, rồi lại quay sang nhìn Dũng.

- Cảm ơn bác! Chúng cháu xin phép... Hẹn gặp lại! Maria Huệ vừa cho chiếc "bảng vàng" của trung tâm SOS vào sắc vừa nhanh nhảu nắm tay bà giám đốc và gửi lời chào tạm biệt.

- Ta về nhà chứ! Khi hai người đã lên xe Dũng hỏi.

- Xe còn nhiều xăng chứ? Maria Huệ hỏi lại.

- Còn chạy được hai chục cây nữa. Dũng đáp.

- Thế thì anh cứ đưa em đi! ... Đi đâu cũng được. Gặp trạm xăng ở đâu thì đổ... thêm vào... Tối hãy về nhà. Maria Huệ như ra lệnh.

Thành phố thì nhỏ... Biết đưa em đi đâu bây giờ. Tụ điểm vui chơi... giờ này chưa đâu mở cửa...

- Em có bảo anh đưa đến tụ điểm vui chơi đâu?...

Chiều tối Dũng mới đưa Maria Huệ về nhà. Gặp mẹ Dũng ở sân, mẹ đon đả hỏi:

- Thế nào, thằng Dũng đưa cháu đi chơi được nhiều không?

- Thưa cô cũng được ạ! Thành phố mình vừa có rừng, có đồi, có biển. Thật là đẹp ạ! Huệ đáp.

- Thế hai đứa có nói được nhiều chuyện không? Mẹ Dũng hỏi tiếp.

- Ôi! Cô ơi! Anh ấy toàn kể chuyện lịch sử... Còn bắt cháu phải nhớ! Ù hết cả tai cô ạ! Huệ đáp.

- Chả bù với bố nó khi xưa! Nửa ngày cậy miệng cũng chả nói được câu nào! Mẹ Dũng đáp. Thằng Dũng được cái mau mồm mau miệng, nhưng không phải là người "mồm miệng đỡ chân tay"... Dòng giống nhà này, dăm bảy đời nay đều gánh vác việc nước cả. Thời bình cũng như thời chiến... Mẹ Dũng nói đến đấy thì ngoặt sang chuyện khác. Thôi, cháu xuống nhà... tắm gội qua loa một lát rồi lên ăn cơm tối.

Huệ "vâng" rồi vào phòng mẹ Dũng lấy đồ.

Cơm nước xong Maria Huệ vào buồng với mẹ. Chả biết hai người nói với nhau những gì mà đến quá mười hai giờ khuya vẫn chưa dứt. Đang mơ mơ màng màng ở bộ ván bên ngoài Dũng thấy có người nằm xuống bên mình. Hơi thở rất nhẹ và một cánh tay mềm mại đặt lên ngực anh. Maria Huệ thì thào:

- Anh ngủ chưa?

Dũng cũng đáp lại rất nhẹ:

- Mới chợp mắt được một tý!

Maria Huệ chồm người lên, phủ cả tấm thân thon thả lên người Dũng.

- Đêm nay chúng ta làm... vợ chồng đi! Huệ thầm thì vào tai Dũng.

Dũng vòng cả đôi tay dài và cứng cáp ôm trọn lấy tấm thân nóng hôi hổi của Maria Huệ. Anh ghì chặt một lúc lâu, rồi ghé tai Maria Huệ bảo:

- Ta ra ngoài đi! Mẹ và thằng Cường... đang thức đấy!

Dũng nhẹ nhàng mở hai cánh cửa dày được ghép bằng các tấm gỗ xoan rừng, dìu Maria Huệ ra hiên. Trăng thu sáng vằng vặc, từ nhà có thể nhìn rất rõ rặng phi lao dẫn xuống bờ sông cái. Huệ bảo:

- Chúng ta ra bờ sông nhé!

- Không được đâu? Dũng đáp.

- Sao không? Trăng sáng và cảnh vật yên tĩnh - Huệ vặn lại.

- Những đêm không trăng thì có thể được. Dũng giải thích. Nhưng còn những đêm sáng trăng như thế này... Ra bãi cát bờ sông dễ gặp... rắn thần lắm! Không biết đôi rắn ấy có từ bao giờ. Con đực có mào, nhỏ như gà thiến. Còn con cái thì không. Chúng có những khoanh mầu trắng mốc. Da bụng phía dưới ngà ngà vàng. Dân ở đây bảo nếu gặp đôi rắn thần chưa biết lành dữ thế nào?.. Từ con nhỏ, trăng hạ tuần sáng trăng, anh từng đã sáng... ra sông tập bơi lặn. Bất ngờ anh thấy đôi rắn ấy đang dựng đứng lên, quấn vào nhau. Anh lùi lại... rất khẽ lùi lại và cố đảo mắt tìm một cái que hay gậy gì đó. Bất ngờ chân dẫm vào một cành phi lao khô. Con rắn độc quay lại, miệng phì phì... chiếc lưỡi thè ra như một búp chè... Có hai lá. Còn cái cổ bạnh ra... to bằng cái quạt nan con. Anh hồn vía lên mây... Nhưng cũng nhanh ý... cúi xuống bốc lên hai nắm cát... Con rắn đực lúc lắc cái đầu nhìn anh. Anh đứng như trời trồng. Về sau đọc sách thấy có đoạn viết là loài rắn vốn cận nặng... Nó chỉ phát hiện được mồi động. Còn nếu đứng yên... không nhúc nhích gì... thì chúng không thể phát hiện được. Có lẽ chưa bao giờ anh lại sợ hãi đến như thế. Chắc là số anh chưa... chết. Nên một thoáng sau, con rắn đực nhoài người ngoằn ngoèo lao xuống trước, con cái nhoài theo sau. Cả hai lặn mất tăm dưới dòng sông. Anh sợ mất mấy hôm không dám xuống sông tắm sớm nữa. Nhưng tính anh vốn rất dạn dĩ, mấy trưa sau đi khắp rặng phi lao tìm hang của đôi rắn mà không phát hiện thấy gì...

Câu chuyện của Dũng khiến Maria Huệ cũng thấy ớn lạnh. Dũng vòng một tay xuống kheo chân Huệ bế bổng lên, rồi ôm gọn nàng trong lòng, ngồi xuống bậc thềm. Huệ thì thào:

- Mai chúng ta đi đăng ký kết hôn đi!

- Anh chỉ còn ba ngày nữa là đến giờ lên đường rồi! Làm sao kịp - Dũng đáp.

- Em biết thế - qua meo với thằng Cường. Bởi thế em đã xin chứng thực của địa phương cư trú là chưa kết hôn lần nào... Và đến sứ quán Việt Nam tại bên đó chứng thực một lần nữa... Vả lại bây giờ em đã mang quốc tịch Việt Nam... Việc kết hôn chắc dễ dàng hơn.

- Nhưng mà... Dũng vừa đáp tới đó, Maria Huệ đã dồn dập hỏi lại, ngắt lời.

- Nhưng mà sao?...

Dũng ấp úng một lúc mới đáp lại được.

- Nhưng mà! ... em biết đấy. Anh đang là lính. Mà trước khi đi... nhận khí tài lần này... phải khai lý lịch rất kỹ... Bây giờ...

- À, em hiểu rồi!... Maria chuồi ra khỏi vòng tay Dũng. Thôi được!... Mai em sẽ bay sớm!

- Đừng em! Bây giờ đến lượt Dũng cuống cuồng. Em không biết là anh cũng... rất yêu em đến nhường nào. Yêu từ lúc bước ra sàn biểu diễn võ thuật thấy em như một chú chim bồ câu ngồi bên cạnh ông nội em... Và em biết đấy! Chính vì ánh mắt của em mà anh đã biểu diễn bài quyền tuyệt vời khiến ông em phải cho điểm mười. Và tới hôm sau, lẽ ra anh đã cho cái thằng Tây đặc nhiệm ấy "lấm lưng - trắng bụng" ngay từ giây đầu tiên, khi trận đấu chưa bắt đầu. Nhưng cũng vì em mắt chăm chăm vào anh. Ôi đôi mắt bồ câu dịu dàng, nhưng mà ánh mắt đôi lúc sáng xanh như ánh thép khiến anh chợt nghĩ "có đôi mắt bồ câu lai quạ được không". Nhưng rồi anh lại tự nhủ "bồ câu hay quạ" đều là đôi mắt của em. Đôi mắt đang đăm đăm nhìn anh, khiến lòng xao xuyến đến lạ kỳ.

Và chính đôi mắt của em khiến anh hành xử như em đã... thấy. Còn sáng hôm sau em theo ông nội đến nhà anh thì anh đã linh cảm... linh cảm biết rằng số phận của anh và em sẽ gắn bó với nhau rồi. Và phải nói là rất lúng túng nhưng anh đã nhanh trí nói với em là cho địa chỉ email của em cho thằng Cường để làm cầu nối giữa chúng ta. Dũng vừa nói vừa ôm chặt tấm thân Maria Huệ ghì sát vào người mình. Và lần đầu tiên, anh chủ động tìm đến đôi môi của nàng, gắn đôi môi say đắm của mình hôn môi nàng.

Khi nụ hôn kéo dài của Dũng vừa chớm kết thúc, vẫn hai tay bám vào cổ anh, nàng hỏi:

- Anh không nói dối em đấy chứ?

- Anh chưa bao giờ nói dối ai, nói dối điều gì?... Nhưng càng gần em... thì trông lòng anh càng có điều dằn vặt mỗi lúc một lớn lao... như đã nói với em buổi sáng hôm nay...

- Thì em cũng đã nói với anh rồi!... Nếu anh thực lòng yêu em... thì khó khăn đến mấy... Gian khổ đến mấy... Thậm chí là cô đơn đến mấy khi phải nuôi con một mình như mẹ anh... em cũng vượt qua được. Huệ hăng hái khẳng định. À mà anh có biết hồi tối, em đã nói với mẹ những gì không?

- Anh làm sao mà biết được! Dũng thì thào đáp lại.

- Em đã nói... với mẹ là em ít nhất sẽ sinh cho anh ba đứa... ba đứa con trai... Đứa nào có năng khiếu, thích võ thuật sẽ đưa sang cho... ông nội em đào tạo. Đứa nào thích khoa học kỹ thuật cho học thành tiến sĩ để xây dựng đất nước này! Và một trong ba đứa ấy phải có một "tráng đinh" theo gót ông cha đi giữ biển... Em nói với mẹ... đấy là ít nhất. Còn nhiều thì em muốn... năm đứa. Có hai đứa là gái thì càng tuyệt. Mẹ đã nói thế nào, anh biết không?

- Chịu!... Dũng chỉ đáp cụt lủn...

- Mẹ bảo - Huệ đáp - Nếu được như thế thì dòng họ đến thời kỳ "phất" rồi. Chứ "độc đinh" là độc lắm. Các cụ ngày xưa dạy, con độc thì phải cháu đàn... Nếu được như con nói thì "Trời Phật" đang phù hộ cho dòng họ này rồi.

- Anh cũng muốn như thế lắm chứ!

- Thế thì việc gì phải... cưới hỏi. Ngay bây giờ chúng ta... làm vợ chồng đi! Biết đâu... Lần đầu... đã gặp may... đầu sang năm, anh đã có con nối dõi.

Giọng Dũng run run:

- Anh sợ lắm! Anh chưa làm... việc ấy bao giờ.

- Thế anh tưởng em đã... Huệ có vẻ giận dỗi. Nhưng... em... có thể... dạy anh. Vì ở bên kia em được học về giới tính... như đã nói với anh. Ngoài ra các tài liệu gọi là... tham khảo cũng... rất bổ ích. À quên... Từ hôm qua cứ lính quýnh vào bao việc không đâu... Em chưa kể với anh là em đang theo học lớp y sĩ thực hành. Ở bên kia họ trọng thực hành lắm! Tiến sĩ thực hành lương bảy ngàn Ơrô/tháng. Trong khi tiến sĩ lý thuyết chỉ có năm ngàn thôi. Anh có biết mỗi giờ học thực hành của em bao nhiêu không? Em nói anh không tin đâu? Một ngàn Ơrô đấy! Nhưng cái chính là được thực hành trên cơ thể người thật. Đó có thể là tử thi... Có thể là bệnh nhân đang điều trị. Còn giảng viên toán là giáo sư thực hành... loại siêu. Năm tháng nữa là em có thể... đứng mổ chính các ca tương đối khó rồi...

- Thế học xong, em định làm gì? Dũng hỏi.

- Ra đảo với anh chứ còn làm gì nữa. Ở đảo em biết có bệnh viện quân dân y kết hợp. Em sẽ làm việc ở đấy... Chứ tay ngang.. ra làm vướng chân anh... Vướng chân mọi người à? Huệ cứng cỏi đáp.

- Không biết có lãng mạn... và viển vông lắm không? Dũng hỏi bâng quơ.

- Anh lúc nào cũng sặc tư tưởng... hoài nghi. Huệ đáp.

- Ờ... Thôi được... Chờ thực tế sẽ trả lời. Dũng đáp.

- Được! Thực tế sẽ chứng minh ai... thế nào? Huệ đáp trả. Còn bây giờ chúng ta vào nhà... đi! Trên tấm phản của anh ấy! Huệ run rẩy nói.

- Mẹ và thằng Cường vẫn chưa ngủ đâu!... "ăn cơm trước kẻng" mà để mọi người biết thì... ngượng lắm! Hay là thế này... Đến sáng mai... Ừ, đến sáng mai chỉ còn mấy tiếng nữa thôi mà!... Anh sẽ đưa em ra quán "Gió biển - Tình đời". Chúng ta sẽ thuê... phòng Víp... và ở đó đến chiều...

- Anh thì lúc nào... cũng "câu giờ" thôi! "Có biết sống đến mai không mà để dành củ khoai đến sáng". Cái chị Hảo Hảo... chị ấy nói... thế mà đúng ra phết!...

- Thôi! Em vào ngủ đi... Dũng "dứt" Huệ khỏi lòng mình. Cả hai cùng đứng lên. Huệ áp sát vào người Dũng. Bất giác Huệ bật cười... và bảo:

- "Cái rễ cây" của anh... mới chồi lên từ hồi nào thế? Thôi kìm nén mãi mà làm gì?

- Thì anh đã bảo đến mai... đến mai ra quán mà! Em vào ngủ đi... Nhớ nhè nhẹ một chút. Đừng để mẹ biết em ra với anh. Dũng vừa giục vừa căn dặn.

- Mẹ chả biết thừa!... Không nói ra miệng nhưng mẹ... động viên ngầm em... suốt từ tối.

- Em chỉ nói ... bậy thôi!

- Anh không hiểu... tâm lý của mẹ rồi!

- Thôi! Thế nào cũng được... Nhưng em vào đó! Anh hứa đến mai... chắc chắn là như thế!

- Còn anh?

- Anh phải đi một bài quyền để... thư giãn mới ngủ được.

Hai người ôm chặt nhau. Và Huệ kiễng chân hôn Dũng một cái rất dài. Rồi nàng nhẹ nhàng bước vào buồng mẹ Dũng. Quả nhiên như Dũng đoán, mẹ Dũng vẫn chưa ngủ.

- Thế nào? Có... kết quả gì... không con? Mẹ Dũng thì thào hỏi khi Maria Huệ lặng lẽ nằm xuống bên cạnh.

- Không có gì cô ạ! Anh ấy... hẹn sáng mai. Ra quán "Gió biển- Tình đời"...

- Đàn ông họ nhà này là thế đấy con ạ! Mẹ Dũng ngậm ngùi nói. Bố thằng Dũng... trước khi cưới cô... ngồi trên bờ sóng cả một buổi tối dài... mà không dám nắm tay mẹ. Mình là đàn bà... con gái chả lẽ lại... Người ta bảo "trâu đi tìm cọc... chứ, đời nào cọc đi tìm trâu"...

- Không sao đâu cô ạ! Ngày mai tại... chắc chắn mọi việc sẽ thuận... hết. Huệ an ủi mẹ Dũng, đồng thời cũng tự an ủi mình. Mà con bảo mai đi đăng ký kết hôn... Anh ấy bảo... trước khi đi công tác, đã khai lý lịch rất kỹ rồi... thành thử...

- Điều này thì nó nói đúng đấy! Nhưng mà... "cứ

chém trước rồi tâu sau"... cho chắc con ạ!

- Vâng con cũng nghĩ thế! Ở bên Tây quan hệ trước hôn nhân... Thậm chí có con với nhau đến năm mười năm mới tổ chức hôn lễ là chuyện rất bình thường... Nhưng con muốn đăng ký để... danh chính ngôn thuận... để ông con có cớ chia thừa kế cho con... Có thừa kế con sẽ... về đầu tư ở Việt Nam... Hai hôm nay... đi qua cái bảo tàng ở cạnh nách nhà mình... con thấy vắng như "chùa bà Đanh". Nếu có tiền... mình liên kết với họ... mở khu nghỉ dưỡng thông hẳn ra bờ sông... Có thế lực rồi... chắc chắn cha con nhà ông Đặng muốn chèn ép mình cũng khó...

- Ôi! Chuyện to tát đó... cô không biết đâu? Mẹ Dũng thực thà đáp.

- Chuyện kinh doanh... làm ăn là chuyện bình thường. Nhưng "đồng tiền đi trước là đồng tiền khôn". Cơ hội cũng là... tiền, thậm chí là tiền... tỷ đấy cô ạ! Huệ giải thích.

- Chuyện làm ăn... kinh doanh cô không biết gì... mà bàn bạc? Chắc thằng Dũng cũng... thế thôi. Mẹ Dũng lại gạt đi. Huệ cố nén một tiếng thở dài nói:

- Có khi cô nói đúng! Anh Dũng biết đủ mọi chuyện... Phân tích - lý giải đâu ra đấy! Nhưng mà tiếng Việt mình có câu "dao sắc không gọt được chuôi" thực là... chí lý cô ạ!

- Ừ, thôi ngủ đi! Cố gắng chợp mắt lấy một lát! Đi lại đường xa... xa xôi cả chục ngàn cây số... Cô sợ ảnh hưởng đến sức khoẻ đấy!

Mẹ Dũng nói đến đó thì cả hai cùng im lặng. Mỗi người đeo đuổi một ý nghĩ, người thực tế, người thì mơ hồ. Song cuối cùng giấc ngủ chập chờn cũng đến với họ... Mẹ cũng từ thế giới thực tại đi vào một giấc mơ. Mẹ thấy đôi rắn thần từ dòng sông cái đen ngòm bò lên bãi cát trước rặng phi lao. Dưới anh trăng trắng bệch nhưng rõ như ban ngày, đôi rắn dựng đứng đến hai phần ba thân, cao hơn đầu người, nhảy múa đùa rỡn với nhau. Tiếp đó chúng bện lấy nhau như một sợi dây thừng và cùng quay tít. Mãi một lúc sau chúng mới rời nhau ra và dừng lại. Vừa lúc đó thì Dũng xuất hiện, trên tay cầm một chiếc que như cần câu. Dũng không phát hiện ra đôi rắn. Nhưng con đực có mào như mào gà thiến chợt lúc lắc cái đầu. Và chợt phát hiện ra Dũng. Nó lao đến mà Dũng vẫn vung vẩy chiếc cần câu tiến lên phía trước không hề hay biết gì. Nguy hiểm quá. Mẹ Dũng như có cánh vội lao vút chắn giữa con rắn đực và Dũng. Con rắn đực phồng mang phì ra một đống bọt như bọt bong bóng xà phòng vào mặt vào cổ mẹ Dũng. Mẹ Dũng muốn mở miệng thét lớn thúc giục Dũng hãy chạy đi. Nhưng miệng như cứng lại. Còn Dũng vẫn chẳng nhìn thấy mẹ cũng như đôi rắn thần. Mẹ Dũng đành đưa hai tay dang ra như thể chắn đường con rắn đực đang chực lao vào đớp Dũng. Con rắn như nổi giận quấn chặt lấy người mẹ Dũng. Tấm thân của nó như một sợi chão cực dẻo mỗi lúc một thít lấy người mẹ Dũng đến tức thở. Đến lúc đó Dũng mới như chợt bừng tỉnh, thét lên một tiếng "mẹ!" rồi lao đến dùng hai tay xé miệng con rắn đực. Dũng xé miệng con rắn toạc đến hai gang tay, nhưng con rắn vẫn không dời quấn khỏi người mẹ Dũng ra. Dũng như bất lực sụp xuống, hai tay ôm lấy chân mẹ, miệng khóc không thành tiếng... Mẹ Dũng cố vùng vẫy mạnh để thoát ra khỏi các vòng tròn của thân con rắn đã bị Dũng xé toác miệng. Nhưng tất cả dường như vô vọng. Những vòng khoanh của con rắn đực ngày càng thít chặt lấy cơ thể mẹ Dũng, nghe rõ cả tiếng xương sườn gẫy kêu răng rắc. Trong cơn tuyệt vọng cuối cùng mẹ Dũng vung tay, vung chân loạn xạ... Bỗng một tiếng kêu "ối" khiến mẹ Dũng choàng tỉnh dậy, mồ hôi vã ra như tắm, miệng còn ú ớ. Phía bên cạnh Maria Huệ ôm bụng dưới, quần quại đau đớn.

Dũng đã dậy từ lâu ra sông cái tắm. Còn thằng Cường mấy ngày nay nó cảm thấy như "người thừa" trong gia đình. Nó lặng lẽ dắt chiếc mini Nhật đi học từ sáng sớm. Khi Dũng từ bãi sông trở về thấy mẹ đang thắp một bó hương to, miệng đang lầm rầm khấn vái. Còn Maria Huệ mặt tái xanh, đang ôm chặt chiếc gối ép vào bụng dưới. Khấn vái xong Mẹ Dũng kể lại cơn ác mộng vừa rồi với con trai. Mẹ Dũng bảo "Điềm này lành ít dữ nhiều. Nhưng mẹ đã khấn vái thần linh cùng gia đình phù hộ độ trì cho gia đình mình... con vào thăm cái Huệ... xem sao trong lúc ngủ mơ, để thoát ra khỏi con rắn... mẹ đã thúc đầu gối vào bụng... Huệ."

Maria Huệ gượng đau ngồi dậy. Là con nhà võ nhưng có lẽ chưa bao giờ cô lại lĩnh trọn "một đòn" mạnh đến như vậy. Dũng ngồi bên cô, đặt một tay lên vai Huệ, hỏi:

- Em đã đỡ chưa?... Hãy để anh đưa em đi bệnh viện khám... và siêu âm xem có vấn đề gì không?

- Em đỡ nhiều rồi! Huệ đáp cố giữ vẻ bình thản. Chỉ còn hơi... tức ở phần bụng dưới thôi! Nhưng mà chuyện... ra nhà nổi... ra quán "Gió biển - Tình đời" phải... hoãn lại... mất rồi.

- Không sao? Vẫn còn ngày mai... ngày kia mà. Dũng an ủi Huệ.

Mẹ Dũng bảo giọng rầu rầu:

- Các con cứ ngồi trên này nói chuyện... Mẹ xuống đặt nồi cháo gà... ăn sáng cho cả nhà... không biết những ngày tới nhà mình sẽ xẩy ra chuyện gì? ... Với mẹ thế nào cũng chịu đựng được. Mẹ lo cho thằng Dũng thôi!... Nhà mình toàn ở hiền mà sao... ít gặp lành vậy?...

Dũng pha trò để mẹ khỏi "lăn tăn":

- Ôi! Mộng với mị! Chuyện hoang... đường ấy mà. Nói là có đôi rắn thần... nhưng đã có ai trông thấy đâu! Chuyện kể với Huệ đêm qua... cũng là chuyện "bịa" ấy mà. Mẹ bảo ít gặp lành... Thì trời "phái" cô tiên nữ Maria Huệ xuống làm dâu mẹ đây thôi! ... Thế nào cô tiên nữ có đôi mắt "bồ câu lai quạ" nói mấy câu động viên mẹ đi!

Huệ cố nở nụ cười cho khỏi "méo mó" nói:"

- Con đã nói với cô rồi... Vết đau của con có... nhằm nhò gì với dân luyện võ... Chỉ chiều nay, cùng lắm là sáng mai là khỏi thôi mà.

- Số trời! Số trời đã định thì... có cố gắng mấy... cũng khó tránh được. Mẹ Dũng bảo. Nhưng mẹ cũng tin rằng ông trời cũng không nỡ... tuyệt diệt dòng họ này. Mẹ Dũng nói giọng trong nước mắt rồi bước xuống bếp.

- Em có cần đi viện không? Theo anh thì nên đi chiếu chụp, siêu âm cho chắc chắn! Một lần nữa Dũng đề nghị.

- Anh dìu em xuống nhà tắm một lát. Maria Huệ đề nghị - Ăn cháo xong... tuỳ tình hình... cũng chưa muộn.

- Nhất trí! Dũng đáp và đưa ra đôi tay dài săn chắc ôm lấy Huệ.

Ăn sáng xong, Dũng nói với mẹ:

- Con đưa Maria Huệ đi chiếu chụp, siêu âm một tý cho yên tâm... Mẹ đừng lo gì... Xong là chúng con về ngay.

Ở phòng khám chấn thương và chỉnh hình ở bệnh viện đa khoa của thành phố ra, kết quả chiếu chụp và siêu âm đều cho biết không có gì nghiêm trọng, nhưng cần tránh vận động nặng. Bà bác sĩ già, giầu kinh nghiệm rỉ tai Maria Huệ "Trong một tuần... tuyệt đối không được.. quan hệ tình dục đấy nhé!" Huệ cười đáp lại:

- Chuyện ấy thì bác yên tâm! Anh Dũng... anh ấy "ai ái" ấy mà.

Bà bác sĩ bảo:

- Giữ được thì tốt.

Trên đường về, ôm eo Dũng từ phía sau, Huệ áp

một bên má vào lưng Dũng và nụng nịu bảo:

- Ý kiến bà bác sĩ thật là... trúng ý anh nhé!

- "Lòng vả cũng như lòng sung mà"! Dũng đáp. "Cá rán để miệng mèo... mèo không xơi..." hoá ra mèo búp bê à? Dũng đáp. Để anh nợ! Sau chuyến đi công tác này! Anh sẽ xin đơn vị nghỉ phép hẳn mười ngày. Chúng ta phải làm đám cưới đàng hoàng. Phải mời cả ông nội cùng bố mẹ em sang dự nữa.

- Đến lúc ấy mà anh còn viện lý do... lý trấu gì là em "cạch"... cái mặt anh ra đấy! Maria Huệ đe.

- Okê! Quân tử nhất ngôn mà! Dũng đáp quả quyết.

Khi Dũng đưa Maria Huệ về thì trong nhà đang có khách. Đó là người đàn bà dáng dấp trung lưu, trạc ngoài bốn mươi, người hơi thấp đậm, hai mắt mọng nước như vừa mới khóc. Trên bàn thờ khói hương nghi ngút. Dũng chào mẹ và chào cô xong nhanh nhảu nói :

- Mẹ yên tâm đi! Chiếu chụp thoải mái rồi! Maria Huệ không hề hấn gì! Nghỉ ngơi, thư giãn vài ngày là trở lại bình thường.

Mẹ Dũng giới thiệu:

- Đây là cô Thuận! Phó giám đốc công ty xuất nhập khẩu thành phố. Rồi mẹ Dũng quay ra giới thiệu với khách - Đây là cháu Dũng. Còn đây là bạn gái cháu mới từ Tây Âu qua... Mẹ Dũng vừa nói tới đó thì người đàn bà đang ngồi trên bộ phản giữa nhà, nhảy bổ xuống, hai tay ôm chặt lấy chân Dũng nức nở khóc:

- Cô cám ơn mẹ cháu và cháu vô cùng!... Không có mẹ và cháu... Chắc chắn thằng Cường không còn trên đời này!... Hơn chục năm qua... mẹ cháu và cháu đối với em Cường thế nào cô đều biết hết... Nhà mình có khá giả gì đâu.. Nhưng tấm lòng của mẹ cháu và cháu là tấm lòng của Bồ Tát. Mẹ cháu coi thằng Cường như đứa con mình dứt ruột đẻ ra. Còn cháu coi nó như đứa em út của mình. Cô biết hết... Biết cả những giọt nước cháo cháu quấn lá chuối đổ vào miệng em Cường... Biết cháu nhai cơm thậm chí có lúc là hạt bo bo... mớm cho em như chim mẹ mớm mồi cho con... Cháu ơi! Hoàn cảnh cô lúc đó đau buồn lắm! Tất cả là do bố con nhà lão Đặng gây ra... Cô đã nói sơ sơ với mẹ cháu rồi. Hồi đó cô đã mang thằng Cường đến trước cửa nhà lão ấy... Nhưng lão đã sai người vứt ở mãi tít lối đi ở gần chợ. Run rủi thế nào, mẹ cháu lại nhìn thấy... và mở rộng tấm lòng "cứu khổ cứu nạn" đem nó về nuôi... chuyện dài lắm! Rồi cô sẽ từ từ kể cho mẹ và cháu hiểu... Và tại sao đến hôm nay cô mới... đến đây. Đến vào lúc này...

Dũng cũng thật bất ngờ và lời mẹ hôm xách thằng Cường từ chiếc làn nhựa về như văng vẳng bên tai. Nhưng việc đầu tiên Dũng làm là đỡ người đàn bà đang sụp lạy dưới chân mình đứng lên. Dũng nói:

- Cô ơi! Cô đừng xúc động quá! Có gì... từ từ nói. Nếu quả thực cô là mẹ đẻ... của em Cường thì chúng ta là người một nhà rồi... Cô không việc gì phải khách sáo như vậy... Và cuộc trùng phùng này là niềm vui chung của cả nhà mình, cô ạ!

Người đàn bà đã bớt thổn thức. Dũng dìu người khách lạ đến ngồi cạnh mẹ. Maria Huệ cũng trợn tròn đôi mắt "bồ câu lai quạ", đầu óc cố phân tích những cũng không hiểu chuyện gì đang diễn ra thế này?

... Đó là vào buổi chiều cách đây mười sáu năm. Khi ấy, nữ phó giám đốc Thuận đang còn là sinh viên con nhà nghèo, nhất là vùng trung du sỏi đá - thì thời nào cũng như vậy thôi. Phải xoay xở, đắp điếm đủ mọi cách để có thể duy trì được cuộc sống tối thiểu, để mà kiếm cho được tấm bằng đại học, hy vọng sẽ được đổi đời trong tương lai. Học bổng thì người được người không. Vả lại đó chỉ là khoản tiền có ý nghĩa tượng trưng chứ thực tế không giúp ích gì nhiều cho bao nhiêu khoản phải chi. Nào là tiền ăn, tiền trọ, tiền học phí dù là trường công lập, tiền tài liệu, sách vở... Đến kỳ thi còn khốn khổ hơn, ngoài đóng góp cho quỹ lớp, còn phải có quà bánh, phong bao phong bì cho thầy cô. Có thầy già hơn cả bố mẹ ở nhà lại không thích "tiền mà lại thích tình" hơn. Điều này báo chí đã phanh phui ra khối vụ, đọc lên thấy "cười ra nước mắt". Có môn gọi là môn "giáo dục thể chất" gọi nôm na là môn thể dục. Nếu không qua được thì dù các môn khác có đạt điểm mười tuyệt đối thì cũng đừng hòng nhận bằng tốt nghiệp loại trung bình. "Năm năm là chín kỳ thi. Một kỳ luận án còn gì là xuân". Cánh sinh viên con nhà đã kháo với nhau câu ca dao mới như vậy. Và tất nhiên cô sinh viên Thuận cũng nằm trong mẫu số chung ấy. Vốn có năng khiếu về tiếng Anh, Thuận đăng ký xin dạy thêm ở một trung tâm gia sư. Việc đầu tiên là phải chạy vạy đâu đó để đóng cho trung tâm một khoản kha khá gọi là "phí". Tiếp đó trung tâm giới thiệu về các gia đình có nhu cầu kèm cặp thêm cho con em của họ. Rất nhiều trường hợp "gia sư" bị "lõm" bởi sớm bị "gia chủ" loại vì ngàn lẻ một lý do khác nhau. Người bị đuổi vì số mạng không hợp với học trò. Người thì được "ông chủ" quá "yêu mến chiều chuộng" nên "bà chủ thấy ghét" và cho "thay luôn". Vân vân và vân vân... Riêng trường hợp Thuận thì lại rơi vào cảnh... khủng khiếp khác. Hai buổi đầu đến dạy cho thằng con cả của giáo sư Đặng diễn ra bình thường. Đến buổi thứ ba, cô nhớ rất rõ. Lúc đó là năm giờ chiều. Cô vừa gõ cửa và bước vào phòng học của "thằng lớn" trên tầng hai thì bất chợt ở phòng bên lố nhố bốn năm đứa cùng đẩy cửa bước vào. Cô ngạc nhiên hỏi:

- Các em làm gì mà tụ tập ở đây đông thế này?

- Chúng em chuẩn bị đóng phim! Một thằng có vẻ lớn nhất, hắn cao dong dỏng, mái tóc nhuộm đỏ quạch vừa cười cợt vừa nói.

Và chưa đợi cho Thuận có phản ứng gì, hắn đã luồn ra phía sau, ôm chặt ngay người cô nhấc bổng lên, miệng rối rít giục:

- Chúng mày mau tụt chiếc quần bò của cô ấy ra!

Thế là hai ba đứa xúm lại. Mặc cho hai chân Thuận giẫy giụa trong không khí, bọn chúng đã nhanh chóng lột truồng Thuận ra. Tiếp đó thằng tóc đỏ hô:

- Nhấc hai chân cao lên, rồi đặt nằm xuống sàn!

Rồi thằng tóc đỏ giữ đầu Thuận và hai tay phía trước. Mấy đứa xúm xít giữ hai chân phía dưới. Thằng tóc đỏ hô tiếp:

- Thằng "thiếu gia" chủ nhà... nhào dô... làm trước đi!

Đến lúc đó thằng con cả lão Đặng, đang ngồi trước bàn học mới lính quýnh nhảy ra. Hai tay run run tháo khoá quần. Vì là lần đầu nên nó quá hồi hộp. Hồi hộp đến run lên như cầy sấy. Bộ phận "gây tội ác" của hắn không thể căng cứng lên được. Vừa nằm trên bụng Thuận, hắn vừa rên rỉ hỏi tên tóc đỏ:

- Làm thế nào hả mày!

Thằng tóc đỏ "nổi điên" lên quát:

- Đứa nào đến giữ đầu nó cho tao... Để tao dạy... cho cách... thực hành.

Nói rồi nó tụt quần, thay thế thằng con cả lão Đặng nằm đè lên người Thuận. Vốn là thằng "có kinh nghiệm", hắn hét hai thằng phía kéo dạng hai chân Thuận rang rộng ra. Tiếp đó hắn dùng một tay căm chiếc "cần số" đã căng cứng vào bộ phận nhạy cảm nhất trong người Thuận. Thuận thấy một tiếng "bụp" như tiếng quả bóng bay nhỏ bị vỡ và phía bụng dưới rát bỏng lên. Sau khi đã đút sâu chiếc "cần số" vào trong bụng Thuận, thằng mất dạy vừa hành sự vừa giảng giải:

- Hít thở đều, sâu. Và theo nhịp thở... phi lên phi xuống. Như pít tông của xe máy đang nổ. Mỗi khi tấm thân của hắn nhô lên dập xuống chiếc "cần số" quẫy lên trong bụng Thuận khiến cô rát như phải bỏng. Đau đớn, nhục nhã nhưng hai mắt Thuận trừng trừng mở to, không rơi ra giọt nước mắt nào. Khoảng năm bảy phút sau mấy chục lần phi lên dận xuống của thằng mất dậy, Thuận chợt cảm nhận thấy một luồng khí nước xịt mạnh trong âm đạo mình. Thay vì cảm giác rát ban đầu là cảm giác xót xót một cách kỳ lạ. Thằng tóc đỏ chống tay đứng lên và hắn nói như ra lệnh:

- Bây giờ đến lượt từng đứa một!

Nhưng đó chỉ là những con "gà trống giò" chưa "đạp mái" lần nào, nên vừa nằm lên bụng Thuận, từ những cái "cần số" của chúng đã "ục" ra một khối nước và khí tanh nồng. Sau khi cả bọn đã "thử nghiệm" xong thằng đó "hăng sổi" lại muốn "nhảy xuống" làm "hiệp hai". Bất giác thằng con cả lão Đặng bảo:

- Sáu giờ rồi! Có thể bố tao đang về!

Thế là cả bọn chưng hửng. Thằng tóc đỏ bảo:

- Hôm nào tao dẫn mấy con ca ve... đến đây. Chúng nó dạy... cho chúng mày... mới được!

Sau khi thằng tóc đỏ và lũ nhóc con ra về. Thuận tủi nhục ôm quần vào nhà tắm. Thằng con cả lão Đặng bần thần chờ ở ngoài. Đầu tiên hắn nghe thấy tiếng vòi nước xối xả. Rồi im lặng. im lặng đến rợn người. Im lặng đến gần hai mươi phút. Hắn chột dạ, nghĩ Thuận có thể làm điều gì.. dại dột phía trong. Hắn đấm cửa nhà tắm. Không có tiếng đáp lại. Hắn lính quýnh đi tìm chìa khoá. Mãi mới tra được vào ổ. Khi cánh cửa bật tung ra, hắn thấy Thuận đang ngồi thụp dưới sàn, quần áo đã mặc tề chỉnh. Hắn xốc nách cô lên, giọng có phần hối lỗi:

- Em xin lỗi! Xin lỗi!

Rồi hắn dìu Thuận quay vào phòng. Hắn mở ngăn kéo bàn học, lấy ra một cuộn tiền và nói:

- Ngày mai chắc cô không đến... dạy nữa. Đây là tiền học cả tháng... Ngoài ra... còn có...

Hắn dúi cuộn tiền vào tay Thuận, Thuận ném tiền vào mặt hắn, giọng rít lên:

- Đồ khốn nạn! Khốn nạn... lũ chúng mày là lũ khốn nạn! Rồi Thuận vung tay tát vào cái mặt vuông của hắn. Cái thứ nhất hắn không đỡ được. Nhưng đến cái thứ hai hắn nắm chặt được cổ tay Thuận. Thuận cố giằng ra nhưng không được. Thuận dùng tay còn lại cào cấu mặt hắn. Hắn đưa nốt tay kia nắm chặt lấy cổ tay này của cô. Thằng khốn lùn choằm choằm nhưng bàn tay hắn to với những ngón tay như những quả chuối mắn và có sức mạnh khá lạ thường. Thuận cố giằng ra nhưng không nổi. Hai bàn tay hắn như hai cái vòng sắt xiết chặt lấy hai cổ tay cô. Dường như sự chống cự của Thuận khiến cơn thú tính trong con người hắn đột ngột trỗi dậy. Hắn hổn hển nói:

- Cô không làm gì được tôi đâu? Ngoài cách phải ngoan ngoãn nghe lời... Cô nhìn trên góc tường kia... Đấy cô có thấy ống kính máy quay camêra không? ... Tất cả sự việc từ chiều đến giờ đều đã thu trọn vào... máy quay rồi! Tôi không muốn chờ... chờ thằng tóc đỏ ngày mai, ngày kia đưa mấy con cave đến đây! Tôi muốn ngay bây giờ... Lúc nãy tôi chưa sơ múi... được gì!

- Mày đừng có hòng... Ban nãy năm sáu đứa
chúng mày... như lũ kiến... bám lấy con châu chấu...
Tha lôi chỗ này... chỗ khác, tao không thể đối phó
được. Còn chỉ có mình mày... Có chết tao cũng không
để mày động đến... lông chân tao. Thuận căm giận rít
lên.

- Tuỳ cô thôi! Tôi không ép... Nhưng nếu cô
không ngoan ngoãn thì ngày mai cả thành phố này,
cả cái trường đại học của cô... sẽ được xem cảnh quay
nóng trong chiếc camêra kia! Lúc đó cô đừng trách tôi
ác... Tôi không có tình... có nghĩa với cô.

Đòn cân não của hắn khiến Thuận rụng rời.
Chừng ấy việc xảy ra trong phòng kín của ngôi biệt
thự này đã làm cô ê chề đến mức cắn lưỡi tự tử. Ấy
thế mà ngày mai, cả thành phố này, tất cả mọi người
trong trường cô, trong khoa trong lớp cô... thấy cô như
con châu chấu toàn thân trắng lốp, trần như nhộng...
bị "lũ kiến" leo lên, leo xuống... Rồi cảnh thằng tóc
đỏ vừa hành xự vừa "thị phạm" cho mấy thằng lỏi con
thì thử hỏi cô còn mặt mũi nào trông thấy ai nữa. Mà
cô có bỏ học về quê... thì những cảnh quay ấy cũng
không buông tha cô. Mẹ cô biết chuyện, làng xóm biết
chuyện thì... tức là cô sẽ giết chết cả nhà ít nhất là
mặt... danh dự...

- Thằng khốn nạn... mày muốn thế nào mới chịu
buông tha tao? Thuận run run hỏi hắn.

Biết cô đã "xuống nước" hai gọng kìm kẹp hai
cổ tay cô buông lỏng ra, hắn từ tốn.

- Đơn giản thôi! Cô cũng có mất gì... thêm đâu? Cô ngoan... chiều theo ý tôi... Tôi hứa danh dự... Xong là tôi xoá camêra trước mặt cô...

Thuận im lặng. Hắn dỗ dành:

- Cô muốn đánh tôi. Muốn cắn xé tôi... Thậm chí muốn giết tôi... nhưng không đủ sức. Thôi tốt nhất là... chúng ta cùng tôn trọng... thoả thuận.

Nói rồi hắn đặt một tay lên eo Thuận, dìu cô lại chiếc đi văng đệm mút rất rộng kê ở góc phòng. Lúc này toàn thân Thuận như nhũn ra, đầu như mê muội đi. Một tay đỡ đầu, một tay vòng xuống kheo chân Thuận xốc cô đặt lên mặt đi văng. Tiếp đó, hai tay run run mà chậm rãi hắn cởi chiếc cúc đồng, rồi kéo chiếc khoá quần bò. Hắn nhảy lên đi văng, từ từ kéo mông Thuận cao lên và tụt dần chiếc quần ra khỏi đôi chân của cô. Nửa thân dưới của Thuận hiện ra trắng lốp trước mặt hắn. Tiếp đó hắn nhảy xuống, vội vã đến luống cuống trút bỏ bộ quần áo hắn đang mặc trên người. Hắn lờ mờ nhớ lại lời "thị phạm" mà thằng bạn mất dạy tóc đỏ. Nó gác một chân Thuận lên thành đi văng. Chân còn lại hắn kéo rộng ra. Giữa hai chân Thuận một khoảng trống khá rộng đã giành cho hắn. Hắn thở hổn hển nằm xuống. Choán vào cái khoảng trống đó. Và hắn bắt đầu hành sự bằng cách kênh một bên người lên để cánh tay có thể luồn vào, còn bàn tay nắm lấy cái "cần lái" ngắn nhưng đã cứng như chiếc chuôi dao bằng gỗ đũa vào bộ phận nhạy cảm nhất của người con gái. Khi chiếc "cần lái" ấy đã nằm sâu trong bụng dưới của Thuận chợt hắn rên rỉ kêu lên:

- Sao không thấy cảm giác gì nhỉ?...

Thuận vẫn mở mắt trừng, muốn co chân đạp cho hắn ngã lăn xuống sàn, nhưng lời đe doạ từ chiếc camêra gắn trên góc tường đã khiến cô căng cứng người lại. Sau câu tự hỏi, mà không có câu trả lời, hắn lầm bầm:

- À, nhớ ra rồi!... Phải phi lên, phi xuống... Cái "cần lái" phải như chiếc pít tông chạy lên... chạy xuống trong xi lanh của xe máy.

Thằng khốn nạn bắt đầu "chơi" tốc độ. Vừa hành động miệng hắn vừa rên lên bởi lần đầu trong đời hắn cảm nhận được cảm giác lạ lùng. Rồi hắn thở dốc phi lên phi xuống trên bụng nàng như một kỵ sĩ phi ngựa thực sự. Tốc độ mỗi lúc một nhanh. Sắp tới đích rồi... Sắp tới rồi. Và cuối cùng một luồng khí nóng phun trào rất mãnh liệt xịt vào bụng dưới của Thuận. Lần này cơ thể cô như hút trọn cả luồng nguyên khí ấy. Thằng khốn nạn à lên một tiếng, nằm vật trên người cô...

Xong việc rồi, nhưng phải đến một phút sau hắn mới tụt xuống. Thuận gần như là một con "rô bốt" lần thứ hai vơ vội quần vào trong buồng tắm. Trong lúc Thuận đang loay hoay ở trong đó, thì thằng khốn nạn vơ những đồng tiền dưới sàn nhét vào chiếc xắc của cô. Năm phút sau, quần áo chỉnh tề, cô bước từ phòng tắm ra. Giọng bình thản đến không ngờ, Thuận bảo:

- Thế nào? Bây giờ mày giữ lời hứa. Xoá cuộn băng trong camêra chứ!

Hắn cười nhăn nhở:

- Làm gì có cuộn băng nào? Bọn tôi quay... rồi cho phát tán. Có mà tù cả... nút à?

Máu trong người Thuận như sôi lên. Cái thằng mới nứt mắt đã học được thói xảo quyệt của thằng bố nó. Tuy nhiên vẫn đề cao cảnh giác, Thuận bước lại chiếc bàn vuông nhỏ, nơi có chiếc màn hình có gắn liền hệ thống giây nhợ với camêra. Cô bật màn hình. Chỉ có những tiếng lạo xạo như có một đoàn muỗi bay trong đó.

- Cô không tin à? Hắn nhăn nhở hỏi. Rồi hắn nói như an ủi - Mọi chuyện rồi cũng... quen đi thôi mà... Tôi có một đề nghị thế này... Hàng tuần cô vẫn đến đây phụ đạo tiếng Anh cho tôi... Và thỉnh thoảng... chúng ta lại vui vẻ một tý... như vừa rồi. Tôi hứa sẽ trả tiền thù lao cao... cho cô.

Thuận gom nước bọt trong miệng rồi nhổ thẳng một bãi lớn vào mặt hắn. Cô rít lên:

- Cái tổ quỷ này! Tao thề... không bao giờ... thèm bước vào... còn nếu có trở lại... chỉ để xé xác chúng mày. Nói rồi Thuận với chiếc túi vắt lên vai, mở cửa, chạy bổ xuống cầu thang. Bên ngoài trời đã tối từ lúc nào. Con đường dẫn từ ngôi biệt thự vào thành phố tối om dưới những tán cây cổ thụ. Vài chiếc bóng điện đường vàng vọt, đặt rất xa nhau, không giúp được gì nhiều cho Thuận. Cô đi như chạy. Tiếng cú kêu phát ra từ mấy cây đề ở Viện bảo tàng khiến cô cảm thấy rùng rợn. Trên đường không một bóng người và xe. Lúc này cô còn cảm giác kinh hoàng, ớn lạnh hơn cả lúc cô ở trong tổ quỷ nhà lão Đặng. Bỗng từ phía trước có bóng người xam xám đạp xe đạp ngược lại. Thuận nép vào bên đường cảnh giác. Thật may mắn cho cô. Người trên xe đạp ngược chiều là một phụ nữ khoảng trên ba mươi. Thuận nhao ra chắn đường, giọng mếu máo:

- Cô ơi! Cháu bị lạc đường... Cô có thể chở cháu... đến bến xe buýt gần nhất vào thành phố được không? Người đàn bà xuống xe. Dưới ánh đèn đường vàng vọt, nhưng Thuận vẫn nhận thấy vẻ mặt dịu dàng có đôi mắt to, cùng mớ tóc dày bó gọn như một quả bưởi ra sau gáy. Chị ta hơn Thuận chừng chục tuổi. Ấy là theo Thuận đoán vậy. Người đàn bà nhìn cái dáng hơi thấp, đậm của người con gái, cũng tỏ ra ái ngại, chị hỏi:

- Em đi đâu mà lại đến đây... vào giờ này...

- Dạ em bị lạc... Thuận đổi giọng từ cháu sang em.

- Từ đây vào bến xe buýt thành phố cũng phải gần ba cây... Thân gái một mình... mà lại lạ lẫm quả là cũng bất tiện. Thôi lên đây, tôi chở một đoạn... Rồi quay lại cũng được. Tôi sống ở khu vực này... đã quen thung... quen thổ rồi!

Hai người chở nhau trên chiếc xe "cà tàng". Chiếc bánh sau trục đã bị "giơ" nên không chịu nổi sức nặng trên bốn mươi ký của Thuận, đảo điên, đảo địa sát vào hai bên càng khung. Người phụ nữ gò lưng đạp, nhưng chiếc xe như thở hổn hển ngoằn ngoèo tiến lên được một đoạn ngắn thì đành bất lực không thể lăn bánh được nữa. Hai người phải xuống xe. Thuận bảo:

- Cảm ơn chị! Thôi để em... đi bộ một mình vậy!... Nói rồi Thuận bước đi. Người đàn bà vội dắt xe đuổi theo và bảo:

- Để tôi đi với cô một đoạn vậy! Lát nữa một thân một mình, đạp xe về cũng tiện.

Hai người dùng dằng một lúc, Thuận mới đồng ý để người phụ nữ "tháp tùng" mình. Thuận vừa trải qua một "cú xốc" nặng nề ở đầu đời. Còn người đàn bà vốn ít nói nên trên quãng đường tối vắng vẻ, họ đã không trao đổi thêm gì với nhau. Hơn nửa tiếng sau, họ tới một ngã ba. Đường vào thành phố đã sáng ánh đèn hơn, những tán cây cũng đã nhẹ nhõm trên đầu hơn. Nhưng bến xe buýt vẫn không một bóng người. Thuận giục:

- Thôi chị về đi kẻo lại nhỡ việc nhà! Em cám ơn chị nhiều. Người đàn bà đang chần chừ thì có tiếng xe máy táp vào lề đường, một giọng nửa say nửa tỉnh nhằm vào Thuận gạ gẫm:

- Em đi về đâu? Lên anh chở cho nhanh... Giá bao nhiêu. Thuận co dúm người lại - lùi vào vách nhà chờ xe.

Gã đàn ông nửa say, nửa tỉnh vẫn lè nhè gì đó. Người đàn bà tựa xe vào góc nhà chờ, bước ra quát:

- Bước đi! Đồ nõm! Người ta là con gái nhà lành... Có phải là cave... caveo đâu mà gạ gẫm...

Gã đàn ông chưng hửng, xong vẫn chưa chịu bỏ cuộc:

- Bà là cái gì mà... can thiệp vào việc của người khác?

- Nó là em gái tôi!... Em gái tôi! Tôi đưa nó từ nhà ra trường... Giọng người phụ nữ đanh thép.

Nghe đến đây, gã rồ máy đi thẳng. Phải đến hai mươi phút sau, chuyến xe buýt gần như cuối cùng mới chạy tới. Thuận lên xe, dán mắt vào cửa kính, thân thiết ghi nhớ khuôn mặt thon thả, có đôi mắt to cùng mớ tóc quấn gọn ra sau như một quả bưởi của người đàn bà tốt bụng...

Mệt mỏi rã rời cả thể xác lẫn tinh thần và đói và khát, nhưng khi cô bạn ở cùng phòng trọ hỏi có việc gì mà về muộn thế, Thuận vẫn bình thản đáp:

- À, có chút việc riêng... đột xuất thôi mà.

Bình nước lọc bằng nhựa đặt trên bàn chỉ còn khoảng nửa cốc. Thuận rót ra uống cạn. Đến nước uống cho những người đủ mọi tầng lớp sinh viên đến anh chị công nhân làm thuê, những người ở nông thôn mất ruộng ra thành thị mót từng đồng, từng xu... ở khu nhà trọ mái thấp lè tè cũng là thứ sa sỉ. Đun ga thì quả ga mi ni to bằng cổ chân nạp đi, nạp lại nấu được khoảng bốn năm lít nước thì đã hết. Còn đun điện thì... cũng đắt ngang như vậy...

Không ra vòi công cộng rửa mặt mũi chân tay, Thuận đã căng màn đi nằm. Trước sự ngạc nhiên của cô bạn. Sáng hôm sau, Thuận thu xếp quần áo cho vào chiếc túi du lịch nhỏ rồi nói với bạn:

- Tao có việc phải... về quê vài hôm. Ai hỏi cứ trả lời thế...

Nhà Thuận ở sườn đồi, phía trên là vườn sắn. Phía dưới là những mảnh ruộng vụn vặt, nước mầu gỉ sắt đỏ quạnh. Một vùng trung du u tịch, buồn bã. Cánh thanh niên và những người có sức lao động đã đi tứ tán tìm cách mưu sinh. Cha Thuận mất sớm. Sau Thuận còn lít nhít bốn đứa em, trai có, gái có. Trưa Thuận về đến nhà, mẹ hỏi:

- Sao con lại về... vào ngày này!...

- Chán lắm mẹ ơi! Thuận cố kìm những giọt nước mắt. Có lẽ con phải bỏ học... rẽ ngang ra đi làm... việc gì đó... Hoàn cảnh nhà mình thế này... làm sao lo cho con học tiếp hơn hai năm được nữa.

- Có lứa lợn nái mẹ cũng vừa bán rồi! Con cầm lên tiêu tạm... rồi tính sau vậy! Mẹ Thuận cố dỗ dành. Bà hy vọng khi con ra trường, kiếm được việc làm trước hết đỡ khổ cái thân nó. Và may ra còn có thể giúp đỡ cho các em "đầu xuôi đuôi lọt mà!". Không dám kể "sự cố" vừa rồi cho mẹ nghe, Thuận lặng bước vào nhà. Nhưng rồi ba ngày trôi qua như chớp mắt. Suy đi, tính lại thế nào Thuận vẫn chỉ thấy có vượt "con đường" là lên học tiếp. Đằng nào thì "sự đã rồi". Khó khăn thì tìm cách bươn chải sau. Đa số sinh viên con nhà ở nông thôn đều có hoàn cảnh như Thuận. Một số ít "con ông cháu cha" có chân trong chính quyền tỉnh, huyện địa phương, "ăn cướp và ăn cắp" được của dân thì con cái lên thành phố học mới "sênh sang" và "vênh vang" đôi chút. Các bạn con nhà nghèo ở thành thị cũng chả khấm khá là mấy so với hoàn cảnh của Thuận ấy vậy mà sao họ vẫn mỗi người một cách "chèo kéo" được cho đến ngày tốt nghiệp. Những cô gái nông thôn lên thành phố kiếm việc, đi học gặp phải "nỗi đau" như Thuận không phải là hiếm. Mỗi người gặp một hoàn cảnh trớ trêu riêng, nhưng mẫu số chung chỉ có một đấy là bị cướp đi đời con gái trinh trắng một cách tàn bạo, đê hèn.

Trở lại thành phố học được một thời gian Thuận may mắn tìm được một chỗ dạy thêm hết sức lý tưởng. Đó là một bé gái trên dưới mười tuổi, tính tình dịu dàng, ngoan ngoãn con một bà phó giám đốc sở, chồng làm trên trung ương, thỉnh thoảng mới ghé về. Những ngày mưa gió, trái nắng trở trời, Thuận có thể ăn ở cùng nhà với cô học trò của mình. Cả bà mẹ lẫn cô con gái đều rất vui vì sự có mặt của Thuận. Những buổi lưu lại đó Thuận kiêm luôn cả công việc của ô sin nên vì thế mà quan hệ khá bền chặt. Song chỉ có mọt nỗi phiền là cái thai trong bụng Thuận không biết là của thằng tóc đỏ hay của thằng "thiếu gia" con lão Đặng cứ theo thời gian mà phát triển lên. Hai tháng đầu Thuận thấy không có cảm giác gì đặc biệt lắm. Nhưng đến tháng thứ ba thì Thuận thực sự tá hoả lên. Thu xếp, lặng lẽ đến viện phụ sản như bao bạn gái "lỡ làng" đã làm. Bây giờ thực ra không khó. Nhưng rồi không hiểu sao Thuận cứ lần lữa mãi, cô "nguỵ trang" bằng cách nịt bụng bằng những lớp chun băng rộng, khiến không ai phát hiện được. Đến khi cái thai quá to đến viện phụ sản thì các thầy thuốc đều ngao ngán lắc đầu. Thế là một ý nghĩ trả thù ngùn ngụt bốc lên trong đầu Thuận. Cô quyết quấn, quyết giữ cái thai đến ngày sinh thì đến một cơ sở "sinh đẻ" chui. Sinh được hai ngày thì vào một buổi sáng sớm cô đem đứa bé đặt vào chiếc làn nhựa, đi xe ôm đến trước ngôi biệt thự "khủng" nhà lão Đặng đặt đấy, rồi bỏ ra ngoài. Nhưng gia đình Đặng "tiên sinh" đâu phải tay vừa, lại dễ dàng chịu thua một cú "bỏ bom" chưa rõ nguyên nhân - chắc là của một cô gái trẻ nào đó - nhằm ăn vạ. Thế là ông Đặng sai ô sin đem chiếc làn đó ra vệ đường cách nhà ông chừng non cây số, đặt xuống. Lúc đó trời mới sáng, quãng đường này chưa có người qua lại. Tình cờ mẹ Dũng đi chợ về, phát hiện được và xách về nhà...

Ở một vị trí có thể quan sát được thuận lợi mà lại không ai có thể phát hiện ra, Thuận đã nhận ra người đàn bà đã giúp đỡ mình vào cái đêm tối trời chín tháng về trước xách cái làn lên thì... cô cảm thấy nhẹ người...

Rồi Thuận cũng tốt nghiệp đại học với tấm bằng loại ưu. Vốn có năng khiếu tiếng Anh cô đã được gọi vào làm tại Công ty xuất nhập khẩu của tỉnh. Đúng như tính toán của bà mẹ nghèo ở quê "đầu xuôi, đuôi lọt", chiếc "đầu tầu" Thuận đã lần lượt dìu và kéo các em lên thành phố ăn học đại học hoặc các lớp học nghề, cao đẳng. Bây giờ chúng đều có công ăn việc làm tuy không giàu có khá giả gì, nhưng được cái ổn định. Chứ so với ở quê đã là "một trời một vực". Nhưng cái giá phải trả cho việc đó, đối với Thuận cũng không hề "rẻ". Dường như cô đã phải hy sinh gần mười năm thanh xuân tươi đẹp nhất của đời người - nhất là đời người con gái để mà "lo" cho các em. Thuận lấy chồng muộn, ở tuổi ba nhăm. Chồng Thuận hơn cô mười tuổi, đã có một đời vợ (chết) và hai đứa con đang tuổi ăn, tuổi học. Nhưng bù lại có kinh tế và địa vị xã hội tương đối vững vàng. Nhưng điều mà Thuận "ưng" nhất ở người chồng là thái độ hết sức độ lượng của anh. Trước khi "lên xe hoa" Thuận đã kể hết "cảnh ngộ" của mình, đồng thời cũng không "né tránh" việc có ngày sẽ đón thằng Cường về sống chung. Anh ta "nhất trí" hoàn toàn, nhưng đồng thời cũng là "nhà tâm lý" có hạng. Anh bảo không nên quá nôn nóng, phải chờ cho "thằng bé" lớn khôn, biết suy nghĩ. Chứ hiện giờ cuộc sống "nó đang ổn định" "khuấy động" lên sẽ làm ảnh hưởng nặng nề đến "tâm sinh lý" của nó. Thuận thấy anh nói cũng "có lý" nên cũng "lần lữa" đến tận lúc này...

Thằng Cường dựng chiếc xe đạp mini ngoài sân. Nó bước qua hiên vào nhà. Không khí yên tĩnh một cách bất thường, bất thường đến đáng ngờ. Nhất là khi nó nhìn thấy người đàn bà trung lưu, có cái dáng hơi thấp đậm ngồi cạnh mẹ nó, hai mắt sưng mọng nước. Linh tính mách bảo cho nó, trong nhà đang có chuyện "hệ trọng" liên quan đến nó. Từ ngày "biết đọc biết viết" nó đã nghe người ngoài "nó xa nói gần" rằng nó không phải là con đẻ của mẹ Dũng. Nó cũng có lúc "bán tín bán nghi", nhưng rồi thấy tình cảm thân thương hết lòng của mẹ Dũng và Dũng nó đã coi những "điều ong tiếng ve" kia chỉ là sự bịa tạc, cốt châm chọc nó cùng với cái lưng gù.

Maria Huệ nhanh mồm, nhanh miệng lên tiếng trước:

- Hôm nay nhà mình có... khách đặc biệt. Mọi người đều biết rồi... Bây giờ chị đố em Cường thử đoán... là ai?

Thằng Cường dương đôi mắt "nai tơ" nhìn người đàn bà như thăm dò. Không thể kìm nén thêm được nữa, người đàn bà nhẩy bổ ra giữa nhà ôm chầm lấy nó mà nức nở:

- Con ơi!... Cường ôi!... Mẹ chính là... mẹ đẻ của con đấy!... Thằng Cường cố quẫy ra khỏi vòng tay rất chặt của người đàn bà. Nó ngơ ngác nhìn mẹ, nhìn anh Dũng đến chị Maria Huệ. Rồi bằng một giọng cương quyết, nó nói:

- Bà nhầm... hay điên rồi! Nhà tôi đây, mẹ tôi đây, anh Dũng tôi đây!... Và cả chị Maria Huệ của tôi đây. Tôi không... có quan hệ thân thuộc... với ai khác cả.

- Con ơi!... Con hãy tha thứ cho mẹ! Mẹ biết con không nhận mẹ là mẹ... ruột của con cũng... phải thôi! Ối ông trời ơi!... Sao đời tôi lại khổ đến thế này... Người đàn bà vừa ôm chặt lấy nó, vừa gào lên thảm thiết, trong lúc thằng Cường muốn vùng ra khỏi vòng tay của chị ta. Rồi bất chợt nó hỏi mọi người:

- Mẹ! Anh Dũng!... Chị Huệ! Thế này là thế nào?... Maria Huệ vẫn là người nhanh mồm, nhanh miệng nhất:

- Cường! Bình tĩnh đi em. Để chị nói... em nghe. Maria Huệ tiến đến đặt một bàn tay mềm mại lên mái tóc mỏng hoe hoe vàng tự nhiên của thằng Cường. -

Cô Thuận đây... nói đúng đấy!... Chính cô là... mẹ đẻ ra... em.

- Không! Không đời nào!... Không bao giờ... Bây giờ đến lượt thằng Cường nức nở khóc lên.

- Bây giờ em đã lớn... rồi. Đã có hiểu biết rồi... mẹ mới đến nhận em... Tất cả chỉ vì hoàn cảnh... Do hoàn cảnh mà em... Có lẽ chị thấy... không ở đâu... như ở đất nước mình, người phụ nữ từ lúc còn nhỏ... đến lúc từ giã... cõi đời... lại gặp nhiều khổ đau như đất nước này... Mẹ em cũng không phải... là ngoại lệ.

Thằng Cường vẫn đẩy đẩy nói "không, không thể nào?" Nhưng trong giọng điệu, cung bậc đã bớt kiên quyết hơn. Mẹ Dũng và Dũng thì cứ "nghệt" ra, như "chúa tầu nghe kèn". Nếu không có Maria Huệ thì không rõ sự việc sẽ diễn biến thế nào? Và kết thúc ra sao?

Huệ kéo thằng Cường ra khỏi vòng tay cô Thuận. Nàng ngồi lên chiếc sập gụ, vòng một tay ôm gọn tấm thân nhỏ nhoi của nó. Rồi nàng thì thào:

- Hôm nay mẹ Thuận... đến thăm em! Như thế là em có... hai mẹ... Hai mẹ đều là... mẹ đã sinh thành ra em. Người Việt ta có câu "cha sinh không bằng mẹ dưỡng"... Bởi thế mẹ Dũng... vẫn luôn luôn... là mẹ của em. Còn mẹ Thuận dứt ruột... đẻ ra em... tất nhiên cũng là mẹ của em rồi... Bây giờ em phải nghe chị...

- Nghe thế nào... cơ chứ? Thằng Cường hỏi lại.

- Là em là người... may mắn! Em có cả hai người mẹ đều yêu thương, quý mến em!... Chị biết em còn...

bỡ ngỡ... trước thông tin này... Nhưng đó là sự thật.... Mà là sự thật vui... Vì hơn mười năm qua... Vì hoàn cảnh... mẹ con mới được gặp gỡ nhau...

- Chị nói thế nào thì nói! Em không đi đâu đâu? Đây là nhà của em... Em cất tiếng khóc tại ngôi nhà này... Uống nước cháo... và lớn lên ở ngôi nhà này! Em không thể đi đâu được. Thằng Cường bắt đầu lý sự.

- Không! Chị có bảo... em phải đi đâu đâu?... Hôm nay mẹ Thuận đến... có phải là để đón em đi đâu đâu? Mẹ đến... chỉ muốn để... mẹ con được nhận nhau... được gặp nhau... Em đừng làm mẹ Thuận phải... khổ thêm nữa... Em nghe chị... nghe chị lại với mẹ Thuận đi! Nói rồi Maria Huệ đẩy thằng Cường lại phía cô Thuận.

Người đàn bà ôm chầm lấy nó. Bây giờ nó không muốn vùng vẫy để thoát ra khỏi vòng tay của người mà mới cách đây mươi phút nó coi là xa lạ. Nó gục đầu voà ngực mẹ đẻ, nhưng chưa dám ngước đôi mắt "nai tơ" trong veo và ngấn lệ nhìn lên.

- Nhờ trời, nhờ Phật! Nhờ chị và nhờ cháu Dũng, mẹ con tôi mới có ngày hôm nay! Thuận lại rưng rưng nước mắt nói. Rồi chị dìu thằng Cường ra trước bàn thờ. Chị quỳ xuống trước, kéo thằng Cường quỳ xuống sau.

- Con cảm ơn trời phật! Cảm ơn gia tiên, ông bà và bố... anh Dũng đã phù hộ độ trì... để mẹ con anh Dũng nuôi nấng cháu Cường khôn lớn đến ngày hôm nay... Và để mẹ con chúng con được gặp mặt nhau như thế này... Con xũng xin trời phật... gia tiên, ông bà, bố anh Dũng tiếp tục được cho cháu Cường được mang dòng họ nhà này!... Khấn vái xong, Thuận đập đầu xuống nền gạch ba lần. Xong, chị đứng lên với tay lên bàn thờ lấy xuống một chiếc đia. Trong đó có hai nhóm tóc, một nhóm mầu đen và một nhúm mầu hoe hoe vàng. Chị phân bua với cả nhà:

- Để chứng thực với mọi người... Hai nhúm tóc này đã được ngành pháp y xét nghiệp, xác nhận là cùng một nhóm ADN...

Trong lúc chị Thuận đang giải thích, thằng Cường chạy về phía mẹ Dũng. Nó ngã vào lòng mẹ nức nở:

- Dù gì! Dù thế nào!... Dù có mẹ Thuận! Con cũng không đi đâu đâu! Con vẫn ở đây với mẹ và anh Dũng... và cả chị Maria Huệ nữa. Xin mọi người, đừng khuyên... đừng bắt con phải đi đâu?

- Ừ, con vẫn là con của mẹ... Vẫn ở đây với mẹ... Với anh con và cả... chị Maria Huệ nữa... Nhưng chính mẹ Thuận cũng sẽ đến đây... thăm con. Con yêu mẹ thế nào, quý mẹ thế nào... thì cũng phải yêu, phải quý mẹ Thuận... như vậy. Chẳng gì thì mẹ Thuận cũng là người dứt ruột đẻ ra con. "Một giọt máu đào hơn ao nước lã" con ạ!...

- Mẹ nói thế là... sai rồi! Chắc mẹ muốn đuổi con chứ gì... Con với mẹ không cùng dòng máu... Nhưng con cảm thấy còn ruột thịt... hơn cả mọi thứ trên đời này. Thằng Cường sụt sịt tranh cãi lại.

- Không! Mẹ ví von thế để em... hiểu và thương mẹ Thuận thôi mà... Maria Huệ lại phải "nhẩy vào" can thiệp". Chị đã nói rồi đây vẫn là nhà của em. Em vẫn mang dòng họ nhà này... Chỉ có điều từ nay em... có thêm một bà mẹ nữa... Thế thôi.... Và em phải thương yêu mẹ Thuận như mẹ Dũng... Nhớ chưa?...

- Vâng! Bây giờ thì em hiểu rồi... Thằng Cường đáp.

- Hiểu rồi thì ra... ôm mẹ Thuận đi! Maria Huệ dục.

Sau một chút ngần ngại, Cường rụt rè đến bên mẹ Thuận. Rồi thật bất ngờ nó ôm chầm lấy người đàn bà mà mới chưa đầy một giờ trước đây nó vẫn coi là xa lạ. Không ngước mắt nhìn lên, nhưng từ đáy lòng của nó đã thốt ra được một từ gọi thiêng liêng của con người: "Mẹ!..."

Mẹ Dũng, Thuận và Maria Huệ xuống bếp chuẩn bị cho "bữa tiệc" sum họp gia đình. Dũng kéo Cường ra bờ sông. Hai anh em ngồi trong rặng phi lao nhìn ra. Mặt sông rộng và phẳng lặng. Không có bóng dáng của một con tầu hay thuyền bè gì qua lại. Tiếng máy nổ xình xịch của xà lan hút cát cũng không. Tại sao lại như vậy? Dũng lắc đầu nói với Cường:

- Kinh tế lại bắt đầu chu kỳ... suy thoái mới! Rồi đây đất nước đã khó khăn chắc càng khó khăn hơn. Nhưng điều này anh cũng không thấy có gì đáng ngại. Cái anh lo nhất là mưu mô sắp tới của bố con lão Đặng với gia đình nhà ta... Sau cú "ép" xây hàng rào bất hành... vài ngày nữa bức tường sẽ được nới rộng ra... Chắc chắn bố con lão sẽ giở nhiều "mưu ma chước quỷ" khác. Linh tính của anh cùng giấc mơ bị rắn thần quấn đêm qua của mẹ khiến anh áy náy không yên.

- Chuyện đôi rắn thần có thật không anh? Thằng Cường hồi hộp hỏi?

- Anh cũng không rõ nữa. Dũng đáp.

- Thế sao anh kể với chị Huệ rõ rành rành thế?

- Chuyện ấy đã lâu lắm rồi! Đến gần mười năm chứ có ít đâu. Có thể anh đã nằm mê thấy thế. Rồi về sau cứ bị ám ảnh bởi lời đồn này nọ... nên mới thành nửa thực, nửa mơ. Và cũng có thể là ảo giác nữa. Thôi, chuyện đôi rắn thần gác lại ở đây. Hạ hồi phân giải. Còn chị Maria Huệ.... bây giờ cũng coi như là thành viên của gia đình mình. Chị có tiềm lực phải nói là... đủ sức "đối chọi" lại với "thế lực" kinh tế nhà lão Đặng. Nhưng châm ngôn đã dạy "nước xa không cứu được lửa gần"... May là bây giờ gia đình ta có thêm mẹ Thuận. Mẹ là người tháo vát... Có thể giúp đỡ mẹ và em... những lúc anh vắng nhà... Tuy nhiên vẫn chưa đủ... Em có mang điện thoại di động theo không?

- Có! Cường đáp.

- Vậy em hãy ghi số máy này... Đây là số của thành đội (cơ quan chỉ huy quân sự thành phố). Có gì khẩn cấp thì gọi... báo cho họ.

- Em cũng thấy lo lo thế nào? Mấy ngày nay... từ hôm chị Maria Huệ... đến nhà mình... Bên nhà lão Đặng em cũng thấy... có những người lạ mặt. Thằng

Cường có vẻ sợ hãi nói thêm vào. Nếu có anh ở nhà... bố con lão có dở cả ngàn phép "thần thông biến hoá" em cũng không sợ...

- Đấy là nói để... đề phòng thôi! Cảnh giác không bao giờ là thừa cả. Nhưng cũng đừng lo lắng quá... trông gà hoá cuốc. Chị Maria Huệ cũng "diễu" anh là "việc nhà thì nhác. Việc chú bác thì siêng"... Anh không tranh luận lại. Anh chỉ nghĩ... mình sức dài, vai rộng. Quốc gia hữu sự chẳng lẽ chỉ khoanh tay... đứng nhìn. Chính lão Đặng có lần cũng bảo, đại ý là "anh ngu". Nhưng chí anh đã quyết rồi... làm trai cái chí lớn nhất là phải biết báo đền nợ nước. Đó không chỉ là truyền thống của dòng họ mình. Đất nước là của muôn dân, trăm họ. Việc dựng nước và giữ nước là việc của "muôn dân trăm họ". Nó đã trở thành truyền thống của cả dân tộc này. Anh làm sao có thể lảng tránh sang trời tây để... hưởng cảnh "vinh thân phì gia" cho được....

- Chị Huệ đã bảo... Thằng Cường xen vào. Ông nội chị và chị quý, tôn trọng và yêu anh cũng chính vì lẽ đó đấy!

- À, chị Huệ có lần cũng nói với anh. - Dũng nói tiếp - Em chịu khó học hành cho tốt... Cố học thêm cái tiếng Anh cho thạo. Chị ấy sẽ "tài trợ" cho em qua đó theo học tại trường cao đẳng hội hoạ... Tuy nhiên chị ấy cũng bảo, em phải có thực tài cơ. Còn nếu chỉ yêu thích thôi... thì không nên sang học làm gì... rất lãng phí. Chỉ cần một khoản nhỏ xíu đi... du lịch là được.

- Em cũng biết lượng sức mình... Nghệ thuật là khó lắm! Có lẽ sau này em sẽ... kiếm một cái nghề nào đó... làm cho tốt để tự nuôi được bản thân. Còn mỹ thuật có lẽ chỉ là... thú chơi thôi!

- Chú lại tự ti rồi!... Đó là điều tối ky của người đàn ông. Chả gì thì em... cũng là thằng đàn ông đến nơi rồi! Ngày anh bằng tuổi em lúc này... anh dám "coi trời bằng vung". Có như thế thiên hạ mới không có ai dám "bắt nạt" mình...

- Nhưng mà anh khác, em khác... Nhiều lúc em chỉ ao ước giá như mình có sức khoẻ... bằng một phần mười anh!...

- Trời cho con người ta cái chí. Các cụ dạy "có chí thì nên". Em đọc *Hán Sở tranh hùng* thì thấy đấy! Hàn Tín sức trói gà không chặt, ấy vậy mà đã đánh bại Hạng Võ có sức khoẻ cử đỉnh ngàn cân, giúp Lưu Bang dựng nên nhà Hán, kéo dài tới bốn trăm năm trong lịch sử Trung Quốc...

"Ngày vui ngắn chẳng tầy gang"! Hạn nghỉ phép năm ngày của Dũng đã hết. Buổi tiễn đưa anh lên đường đi nhận khí tài mới diễn ra ở Thành đội. Lần lượt mẹ, Maria Huệ, thằng Cường và cô Thuận ôm tiễn đưa anh. Tất cả đều "hẹn ngày gặp lại!" Riêng mẹ thì bảo "Con đi chân cứng đá mềm. Cố mà bằng anh bằng em." Trước khi Dũng lên xe, thằng Cường ghé vào tai anh nói nhỏ:

- Chị Maria Huệ chuyển cho em... một thẻ tín dụng năm trăm triệu. Chị bảo em để sử dụng dần, hết chị lại rót tiếp vào. Mẹ dạo này ít việc... hàng tháng lấy ra đưa cho mẹ. Đừng ngại ngần gì nhé!

- Dũng im lặng, quay lại ôm lấy đôi vai gầy bọc trong tấm áo bảo hộ lao động mầu xi măng của mẹ.

- Ở nhà mẹ nhớ giữ gìn cẩn thận! Đừng lo gì cho con cả. Hoàn thành nhiệm vụ xong... Con sẽ xin phép đơn vị... nghỉ phép theo tiêu chuẩn một tháng... để cưới vợ. Con với Maria Huệ cũng đã... thống nhất với nhau như vậy rồi. Mẹ sẽ có cháu bồng, cháu bế cả hai tay... hai chân nữa... Dũng cố pha trò để làm cho mẹ vui. Nhưng không hiểu sao đôi mắt to đen của mẹ cứ buồn sâu thăm thẳm đến não lòng. Dường như linh tính đang báo trước cho mẹ cơn bão giông đang ập xuống.

Và Dũng cũng không thể ngờ được, đây là câu cuối cùng anh được nói với mẹ...

Tất cả dường như được đặt vào một guồng máy vận hành theo một lập trình đã được cài đặt sẵn. Ba tháng ở nước ngoài, Dũng mải mê học hành, luyện tập bất kể ngày đêm vì mục tiêu làm chủ được khí tài hiện đại. Anh không nề hà bất cứ việc gì. Sự bền bỉ, dẻo dai và ý chí ham học hỏi của Dũng khiến chuyên gia bạn cũng phải ngạc nhiên, thán phục. Hết khoá học đơn vị của Dũng được lệnh quay về Trường Sa gấp. Tất cả lao vào huấn luyện. Người đi học về hướng dẫn cho người ở nhà. Tình hình lúc căng, lúc dịu như thời tiết lúc nắng, lúc mưa... lúc ầm ầm biến động, lúc sóng lặng trời trong. Lực lượng của ta nói thật là... rất mỏng, vẫn phải lấy ý chí làm chính. Trước hoàn cảnh đó Dũng "không dám" xin phép ban chỉ huy về đất liền cưới vợ như đã nói với mẹ. Còn Maria Huệ cũng miệt mài theo học khoá y sĩ thực hành. Tin tức của Dũng, nàng nhận được từ thằng Cường hết sức sơ sài "Anh Dũng vẫn khoẻ. Mọi việc bình thường".

Thằng Cường cũng đã "bện hơi" mẹ Thuận. Nó đã đến nhà bố dượng hai lần. Tuy hơi gượng gạo, song tương lai hứa hẹn là sẽ êm thấm. Mẹ Thuận thì không tuần nào là không đến chơi với mẹ Dũng. Chị đã kể lại cái đêm được mẹ Dũng dắt xe đạp đưa mình ra bến xe buýt ngày nào... Nhưng mẹ Dũng cố lục tìm trong trí óc, song cũng không nhớ nổi... Rồi xí nghiệp của mẹ Dũng phá sản. Bảo hiểm xã hội chi trả cho mẹ Dũng "một cục" mười lăm triệu đồng. Mẹ Thuận xin được trợ cấp tiền ăn học cho thằng Cường. Nhưng mẹ Dũng cười bảo:

- Khi nào có khó khăn hãy hay! Tiền trong tài khoản Maria Huệ để cho hai mẹ con còn rất nhiều... Thỉnh thoảng "nó" lại bổ sung tiếp.

- Cháu Dũng hẹn sau ba tháng sẽ trở về... tổ chức đám cưới với cô Maria Huệ. Bây giờ đã gần sáu tháng rồi... Mẹ Thuận gợi chuyện.

- À, việc nhà binh ấy mà! Mong cũng không được! Như nhà tôi ngày trước ấy! Đùng một cái về... Mẹ Dũng nói với mẹ Thuận nhưng thực ra là tự động viên, trấn an mình.

- Thế chị đã dự định đám cưới cho chúng nó thế nào chưa? Mẹ Thuận hỏi thêm.

- Dự định thế nào? Tuỳ chúng nó thôi! Cái chính là làm mấy mâm cỗ mặn cúng gia tiên, ông bà và bố cháu Dũng...

- Chị tính thế cũng phải. Các cô, các cậu ấy bây giờ... hiện đại lắm! Mỗi cặp tổ chức một khác.

- Cái chính là sau này chúng nó sống với nhau hoà thuận. vợ chồng bảo ban được nhau. Con cái đầy đàn, đầy đống thì tôi có... chết cũng nhắm mắt được.

Mới ngoài bốn mươi, câu chuyện đang nói cũng không phải là chuyện buồn, đột nhiên mẹ Dũng thốt ra chữ "chết" khiến Thuận chột dạ, mặt hơi tái đi. Song vốn là người đàn bà từng trải, chị vội lái sang chuyện khác.

- Hai ngày nghỉ... tuần này, nhà em muốn qua đây chơi với.... gia đình (lúc đầu Thuận định nói với chị)... Chị thấy có được không?

- Tôi bây giờ... rỗi rãi. Em cứ đưa anh ấy cùng các cháu sang đây... lúc nào cũng được... À mà này, tôi nói cô đừng giận... Đến chơi, ăn với nhau bữa cơm. Nhưng đừng bầy vẽ mua quà bánh gì là tôi... giận đấy!

- Vâng, em biết tính chị rồi!...

Nhưng bữa cơm thân mật cuối tuần mẹ Dũng dự định để đón tiếp vợ chồng Thuận đã không thể diễn ra.

Đó là đêm tối trời, đầu hạ, như có linh tính kỳ lạ thế nào, mẹ Dũng trằn trọc không sao chợt mắt được. Đã quá nửa đêm đang thiu thiu chợt giật mình tỉnh giấc. Vừa há mồm định kêu thì đã có một thanh tre tròn dặt gọn vào miệng, tiếp đó là một miếng băng keo dán kín đôi môi lại. Đầu, hai tay, hai chân đều có những bàn tay vũ phu đè chặt xuống. Tiếp đó là giọng đàn ông ra lệnh:

- Lột sạch quần áo nó ra!

Qua ánh đèn phát ra từ chiếc điện thoại di động, mẹ Dũng thấy lố nhố ba bốn người đàn ông. Trừ gã cầm điện thoại, còn tất cả đều trần truồng như nhộng. Mẹ Dũng cố vùng vẫy, giẫy đạp. Nhưng đều vô ích. Dưới những bàn tay mạnh mẽ và có vẻ rất chuyên nghiệp lại được hợp sức với nhau. Chỉ loáng một cái thân thể mẹ Dũng đã bị bóc trần ra như bóc một chiếc bánh. Rồi một tên giữ đầu, một tên giữ chân để tên thứ ba đè lên người mẹ Dũng. Theo lệnh của thằng cầm máy di động hô: "Bắt đầu hành động đi!" Thằng khốn cầm chiếc "cần số" của hắn thọc sâu vào cửa mình người đàn bà khốn khổ. Thằng cầm máy di động vừa bấm máy quay vừa chỉ đạo như một đạo diễn trong vụ án hình sự "Nào, phi lên phi xuống! Nhịp nhàng vào!" "Thôi! Xì tốp! Thằng Zét đâu! Đặt hai tay mụ ta lên lưng thằng Quy! Lấy băng keo trắng dán vào cổ tay mụ ấy! Tốt! Tốt rồi! Thằng Quy tiếp tục phi..." " Thôi! Xì tốp! Bây giờ bỏ hai cẳng mụ ta vắt chéo... đúng vắt chéo dưới lưng thằng Quy. Dán băng keo vào. Tao quay đây..." Sau đó thằng "đạo diễn" lần lên phía đầu, hắn lại tiếp tục rít răng thì thào "chỉ đạo" : "Thằng Quy nghiêng đầu về một bên... để lộ ra mặt mụ ta ra. Rồi! Phi đi! Phi nữa... để tao lấy cận cảnh, đặc tả khuôn mặt mụ đang... sung sướng"... "Rồi tao xì tốp ở đây! Thằng Quy xả hàng cho hết hiệp... để đến lượt thằng Zét... diễn cảnh khác. Cứ như thế lần lượt hai tên còn lại dựng các "cảnh nóng" tiếp theo với mẹ Dũng...

Thằng Cường ngủ ở trái nhà bên này, chợt nghe thấy những tiếng động "lạ". Lúc đầu nó tưởng tiếng chuột "chí" đuổi cắn nhau. Nhưng định thần lại, nó thấy không phải. Nó nhẹ nhàng đi chân đất tụt xuống giường, nhìn sang phòng mẹ. Nó lờ mờ thấy có ánh đèn và những lời hô rất nhỏ, nhưng cũng rất đanh và khá rõ của thằng "đạo diễn". Nó không biết chuyện gì đang diễn ra. Nhưng vốn là đứa trẻ yếu đuối, mặc dù đã mười bốn, mười lăm nhưng nó đã không có đủ can đảm của chàng trai đang lớn. Tim nó đập loạn xì ngậu lên cùng với những hơi thở gấp. Làm thế nào bây giờ? Gọi 113 hay gọi lên Thành đội. Nó hoàn toàn rối trí không biết xử lý thế nào. Tuy trong đầu nó cũng chợt loé lên ý "Nếu tụi bên phòng mẹ Dũng biết việc bị... bại lộ. Chúng có thể sang bóp cổ nó... chết để... phi tang." Lúc này, tâm trạng nó bị lấn át hoàn toàn của nỗi sợ hãi. Nhưng rồi nó chợt nghĩ ra. Nó lấy chiếc Aiphôn của chị Maria Huệ cho nó hơn nửa năm trước, mở máy... nhẹ nhàng mở máy... và hướng đầu ghi âm về hướng phòng mẹ Dũng. Bình tĩnh lại chút nữa, nó bò ra giữa nhà... đặt mi cờ rô ở cửa phòng. Còn nó trốn dưới gầm phản kê ở giữa nhà. Lúc này các "cảnh nóng" đã gần đi đến kết thúc. Tiếng thằng "đạo diễn" mà nó nhận ra rất rõ là tiếng con cả lão Đặng bảo: "Thằng N. nằm ngửa ra! Hai thằng kia điệu mụ ấy lên! Đặt mụ ấy... ngồi lên bụng thằng N. Rồi! Mỗi thằng một bên. Cầm cánh tay và căng chân của mụ ta! Nhấc người mụ ... nâng lên, hạ xuống. Để tao quay cảnh cuối cùng. Chỉ cần thấy cái lưng mụ ấy nhấp nhổm là... được" "Rồi... tăng tốc lên tí chút! Rồi! Giữ nguyên! Để tao quay cảnh trước... có mặt của thằng N... và mụ ấy... Rồi! Đạt yêu cầu..."

Im lặng một lát. Tiếng thằng cả nhà lão Đặng rành rẽ:

- Dòng họ nhà mụ thân lừa ưa nặng! Chúng mày muốn giữ nhà, giữ đất chứ gì? Chúng tao mua, chứ có cướp đâu. Bây giờ "ba mươi sáu cảnh nóng" giữa mụ với ba thằng này... ba ngày nữa sẽ được tung lên mạng cho cả... cái thành phố này, thậm chí là cả nước này... thưởng thức. Cái thằng Dũng... cái đứa con đầy kiêu hãnh của mụ khi thấy cái cảnh... mụ đang đú đởn với trai thế này thì một là nó... tức hộc máu ra mà chết. Hai là nó băm vằm cái xác của mụ ra. và cái con đầm lai... dâu hờ của mụ, thấy cảnh này chắc là "đẹp mặt" mẹ chồng lắm! Bọn mày đừng nghĩ với mấy đồng Ơrô bọ của ông cháu nhà nó... là có thể "cương" được với chúng tao hả? Người đàn bà... đang tuổi hồi xuân. Chồng chết đã hơn hai mươi năm. Thủ tiết cái nỗi gì! Con người ta "đói phải ăn, khát phải uống! Cái chuyện đực... cái cũng như thế thôi!" Nhưng bây giờ có một cách... Một cách... một công được cả hai việc là mai... hoặc chậm nhất là trưa ngày kia... Mụ mang sổ đỏ nhà đất cùng với hộ khẩu... đến phòng công chứng trung tâm thành phố. Ở đó, sẽ có người làm thủ tục bán nhà, bán đất cho mụ... Tiền thì một mụ sẽ mua một căn nhà ở mặt phố, tiện buôn bán lặt vặt... tiện cho thằng Dũng về mở cửa hàng sửa xe máy... Hai là ra phía tây ngoại ô... Có đất... Có vườn. Cái nhà gỗ xoan này... sẽ được một công ty bảo tồn di chuyển ra đấy! Dựng lại không sai một cái đinh... nào. Xong việc tất nhiên các "cảnh nóng" kia cũng không cánh mà bay.

À, tôi dặn thêm đừng nghĩ đến chuyện... trình

báo gì! Ba cái thằng này... là ở nơi khác đến. Chúng nó đều hoá trang, dán thêm râu... thêm ria, thêm lông mày vào. Và mụ cũng tự... biết đấy. Tay chúng đều đi găng cao su và ... bộ phận dưới... cũng có áo mưa Okê... cả. Tức là không có bất kỳ một... dấu vết nào.

Thôi! mụ tự nghĩ đi! Chúng tôi "rút êm" đây!

Một tiếng đàn ông lạ xen vào:

- Thiếu gia ôi! Hồi nãy em làm... chưa "đã"... Cho em làm nốt chỗ dở...

- Về! Về! ... Cần tao điều mấy con ca ve đến. Tiếng con lão Đặng.

Tiếng một thằng đàn ông khác, đầy vẻ thích thú:

- Đặng "lão gia" thánh thật! Đúng là Đặng "tiên sinh". Mưu sâu, kế hiểm. Mà bọn em mới khoái chứ! Vừa được ăn, được nói, được gói đem về... Cái mụ này, tưởng là già... nhưng vẫn "còn thấu" lắm! Ăn đứt bọn ca ve...

- Suỵt! Con lão Đặng khẽ quát! Hình như có tiếng động. Nhưng rồi tất cả lại chìm vào im lặng.

- Tôi nói thêm!... Dĩ nhiên các "cảnh nóng" còn phải tút lại... những băng keo dán... keo bịt miệng cũng được chỉnh sửa. Và chuyện phát tán lên mạng... không phải tại máy... chủ đặt ở Việt Nam. Có thể là ở một vùng núi heo hút nào... như Tây Tạng... chẳng hạn... Các hình này truyền sang đó chỉ một phút là... nhận được... Và có lệnh là... Tóm lại là mụ còn ba ngày để... suy tính... Và sau này, ổn định ở chỗ ở mới... Nếu mụ còn "thích cái khoản kia"... sẽ có người "phục vụ" miễn phí... và tuyệt đối an toàn... Lần đầu tiên thằng Cường nghe và ghi được tiếng của mẹ Dũng. Tiếng mẹ đanh và dứt khoát:

- Chúng mày đừng có mơ. Một tấc đất của tổ tiên chúng tao để lại. Chúng mày cũng không có được... Rồi trời sẽ quả báo chúng mày. Chúng mày nhớ lấy. Trời sẽ quả báo chúng mày.

Khi bọn bất lương rút đi khá lâu, thằng Cường mới phần nào hoàn hồn. Nó lò dò ngó vào phòng mẹ. Trong phòng tối om. Nó gọi nhỏ nhưng rõ:

- Mẹ ơi! Mẹ có sao không?...

Không có tiếng trả lời. Nó lần tay lên tường bật công tác đèn ngủ. Nó thấy mẹ đã quần áo chỉnh tề, đang ngồi ôm đầu gối, lưng tựa vào tường. Đôi mắt mở trừng trừng.

- Mẹ ơi! Mẹ nói đi! Đừng để con sợ!...

- Mẹ... không sao!... Mẹ Dũng cất tiếng nói khiến nó giật nẩy mình. Bây giờ là... mấy giờ bên... Tây.

Thằng Cường nhìn vào màn hình chiếc Aiphôn rồi trả lời:

- Bây giờ là ba giờ sáng... giờ Việt Nam. Bên ấy khoảng 11 giờ đêm.

- Con nhắn tin cho cho Maria Huệ.

- Vâng! Con làm ngay!... Nhắn thế nào ạ! Nó cuống quýt.

- Nhắn là... Con sang Việt Nam ngay! Cô cắn rơm cắn cỏ lạy con! Bằng mọi cách... sớm nhất. Con phải có con với thằng Dũng. Có kiếp sau... cô xin làm trâu làm ngựa... báo đáp lại. Con nói với thằng Dũng rằng tội lớn nhất là tội phản quốc. Tội thứ hai là để tuyệt tử tuyệt tôn.

Thằng Cường gửi tin nhắn đi chừng trên năm phút. Chiếc máy trên tay nó có tín hiệu trả lời. Nó mở máy. Maria Huệ nhắc lại "Con sẽ sang Việt Nam sớm nhất! Việc có con với anh Dũng cũng là nguyện vọng của con. Lần này con tin chắc là... làm được."

Mẹ nói với thằng Cường:

- Con nhắn tiếp cho chị Maria Huệ là... Con luôn luôn nhắc thằng Dũng là phải bảo trọng. Phải nghĩ đến việc lớn, đến việc lâu dài của dòng họ. Đừng giận quá mất khôn. Trời phật có mắt đấy! Không được thí thân, đổi mạng với chúng nó.

Ba phút sau Maria Huệ nhắn tin lại:

- Cô yên tâm! Con sẽ ghi nhớ lời cô dặn và theo sát mọi nhất cử nhất động của anh Dũng.

Mẹ quấn lại mớ tóc loà xoà bên bờ vai, búi ra sau gáy, giọng quả quyết nói với thằng Cường:

- Chuyện vừa rồi chắc con đã biết ít nhiều! Con không được nói với mẹ Thuận, chị Maria Huệ... Còn với anh Dũng cũng chỉ nói sơ sơ là tất cả là do bố con nhà lão Đặng... Con ghi nhớ chưa?

- Mẹ ơi! Thằng Cường vừa nức nở vừa nói với

mẹ - Con hiểu cả rồi! Nhưng với anh Dũng con... không thể... không nói.

- Con nói với anh Dũng là con... giết chết cả dòng họ này con biết không? Con còn lạ gì tính anh con nữa. Nó sẽ giết cả nhà lão Đặng. Rồi san phẳng ngôi biệt thự kia... Nhưng làm như thế... nó cũng phải đền mạng. Con hiểu chưa?

- Rồi, hiểu được là tốt. Nhớ giữ mồm, giữ miệng... còn bây giờ không có việc gì của con nữa. Con về phòng của con đi!

- Mẹ ơi! Mẹ không sao... thật chứ?

- Mẹ nói rồi! Mẹ không sao? Con cứ yên tâm về ngủ đi!...

Rồi mẹ Dũng xuống nhà tắm. Thằng Cường làm sao mà ngủ tiếp được. Nó tập trung trí lực vào đôi tai, chăm chú theo dõi từng động tác của mẹ bên ngoài.

Mẹ Dũng tắm gội đầu khá lâu. Xong bà lên nhà vào buồng thay bộ quần áo mới. Thằng Cường hé cửa nhìn ra. Mẹ lại bàn thờ ở gian giữa, bật hai ngọn nến điện đỏ lừ và đốt một bó hương lớn, lần lượt cắm vào mỗi bát ba nhánh. Rồi mẹ quỳ trước bàn thờ, đầu đập xuống đất ba lần. Mẹ lầm rầm khấn, thằng Cường nghe câu được câu chăng.

- Con là dâu con trong nhà. Con đập đầu lạy gia tiên, các cụ ky, ông bà và bố thằng Dũng... Chuyện đêm nay con... đàn bà, con gái... không biết làm gì hơn. Đành bất lực... Việc này có trời phật chứng dám!... Con thề trước anh linh của dòng họ rằng... một tấc đất của tổ tiên để lại cũng không thể để cho ai chiếm đoạt. Chúng nó không thể... đem con ra làm áp lực... hòng chiếm đoạt nhà đất của dòng họ mình... Mong tổ tiên phù hộ cho cháu Dũng... để nó có lớn mà còn có khôn... nhằm duy trì được nòi giống nhà mình... Dòng họ này không thể... bị đứt ở đây!

Xong một tuần hương, mẹ lại tiếp tuần nữa. Thằng Cường không chịu nổi sự căng thắng, chạy ra với mẹ. Mẹ xoa đầu nó vào bảo:

- Thôi được! Con cùng quỳ xuống với mẹ.

Nó ngoan ngoãn làm theo lần này mẹ chỉ lầm lầm khấn trong tâm thức. Hết tuần hương thứ ba, mẹ bảo nó.

- Thôi con vào nghỉ đi! Cũng sắp sáng rồi. Để mẹ vào phòng.. nghỉ một lát.

- Mai hai mẹ con... Có đến côing an... trình báo không. Thằng Cường buột miệng hỏi.

- Chưa gì con đã lú lẫn rồi! Mẹ trách - Mọi việc cứ coi như... không có gì... xảy ra. Mẹ dặn lại không được nói với ai. Còn với anh Dũng... Chỉ nói... mức độ. Hiểu chưa?

- Vâng! Con hiểu rồi!

- Hiểu rồi thì vào phòng đi!

Tất nhiên là thằng Cường làm sao có thể chợp mắt được. Nó lại căng tai ra nghe ngóng. Phía đầu hồi bên này, phía phòng của mẹ Dũng không yên tĩnh hoàn toàn. Nhưng cũng không thấy có tiếng động khả nghi nào, trừ có tiếng bản lề tủ kẹt rất khẽ... Thế rồi, trời hửng sáng từ lúc nào. Đầu tiên nó thấy cái viền cửa sổ ở phòng nó nhờ nhờ trắng. Rồi mỗi lúc một sáng rõ ra. Nó vùng dậy, chạy bổ sang phòng mẹ. Hai cánh cửa gỗ chỉ khép hờ không cài then. Nói chung các cửa trong nhà Dũng rấtg ít khi cài then, kể cả cửa ra vào nhà. Một cảnh tượng kinh hoàng đập vào mắt khiến nó không tin nổi. Mẹ Dũng đã treo cổ tự tử. Chiếc áo dài cưới và chiếc quần lụa mầu trắng được mẹ bện chặt lại thành một cuộn vải thừng, một đầu được buộc vào chiếc xà gỗ xoan, đầu còn lại thít chặt lấy cổ mẹ. Hai chiếc chân dài của mẹ buông thõng thượt, chỉ cách mặt sân gạch chừng nửa mét. Đầu ngoẹo sang một bên lưỡi thè giữa hai bên quai hàm bạch. Còn đôi mắt mẹ, đôi mắt mở to, nhiều lòng đen vẫn mở trừng trừng đầy phẫn nộ. Thằng Cường nhào tới, ôm lấy hai chân mẹ, khóc không thành tiếng:

- Mẹ ơi! Mẹ làm gì thế này! Sao mẹ lại bỏ anh Dũng và con!... Mẹ ơi! ... Mẹ ơi!

Sau mấy phút thất thần, thằng Cường như nhớ lại mọi việc, mặc dù chỉ cách đây có mấy tiếng. Và nó nhớ tới lời của anh Dũng dặn, có gì thì gọi điện cho đường giây nóng của thành đội. Nhưng mà bây giờ mới gọi thì phòng còn ích gì? Người đầu tiên cứ nhớ tới là mẹ Thuận.

- Mẹ ơi! Ới mẹ ơi!... Mẹ Dũng mất rồi! Mẹ treo cổ... mất rồi!

Tiếp đó nó bấm máy gọi trực tiếp cho Maria Huệ:

- Chị ơi! Mẹ Dũng mất rồi! Chị sang ngay nhé!

Trấn tĩnh được đôi chút nó gọi điện lên tỉnh đội. Tiếng đầu giây bên kia một giọng ngái ngủ lè nhè:

- Ai đấy! Có việc gì mà... gọi sớm thế?

- Mẹ anh Dũng, chiến sĩ đang đóng quân ở Trường Sa mất rồi! Tôi là ai à? Tôi là em Cường, em ruột của anh Dũng ạ!

Tiếp đó mới nghĩ ra là phải nhắn tin cho anh Dũng ngay "Mẹ mất rồi! Mẹ chết tức tưởi lắm! Tất cả là do bố con lão Đặng gây ra! Anh về ngay đi!" Vài phút sau, phía Dũng nhắn tin lại: "Anh điên mất thôi!... Mẹ chết thế nào? Mẹ còn khoẻ chết thế nào được? Bị xe cộ bố con lão Đặng tông phải à?..." "Mẹ bị bố con lão Đặng... bức tử... vì chuyện đất đai." Cường rãi bầy. "Có chứng cứ gì không?" Dũng hỏi: "Em có ghi âm được một đoạn...". "Có ai biết gì không? " "Chưa! Mẹ dặn không được nói với ai. Cả mẹ Thuận lẫn chị Maria Huệ." "Rồi! Tuyệt đối bí mật! Từ lúc này ai, công an hay bất cứ ai hỏi gì, em chỉ được trả lời: Không biết. Băng ghi âm sao làm vài bản cất kỹ dưới chân kê bát hương ở bàn thờ! Anh sẽ xin phép đơn vị về ngay!" "Em đã báo tin cho chị Maria Huệ rồi... Cả lời mẹ dặn chị Huệ nữa!" " Em xoá hết tất cả các tin gửi đi và tin nhận từ chị Maria Huệ... Tất cả đều... trắng hết. Chờ anh về sẽ... giải quyết" "Vâng! Vâng! Em làm ngay!"

Ngay sáng hôm đó công an hình sự, pháp y và đại diện của thành đội đã có mặt đầy đủ tại nhà Dũng.

Mẹ Thuận từ đầu ngõ đã khóc váng lên:

- Ối chị ơi! Sao chị lại ra đi tức tưởi thế này! Chị để lại thằng Dũng... thằng Cường và... em cho ai chăm... đây! Ối ông trời không có mắt hay sao mà lại... bắt chị tôi đi! Sao trời lại nỡ... hại người hiền... Còn bọn bất lương lang sói thì... nhe nanh cười... hả trời.

Mẹ Thuận định nhẩy bổ vào phòng mẹ Dũng nhưng đã bị công an hình sự chặn lại. Hai người kèm mẹ Thuận ra phòng ngoài và cử người canh chừng cẩn thận.

Bên biệt thự nhà lão Đặng, tiếng xe cảnh sát, xe nhà binh rầm rập kéo đến cùng tiếng kêu khóc của mẹ Thuận và thằng Cường ập vào. Lúc đầu cha con lão Đặng không hiểu chuyện gì đã xẩy ra. Nhưng rồi với đôi tai và cái đầu của một con cáo đã thành tinh lão Đặng đã nhận ra tất cả. Lão ra lệnh cho lũ con "hoàn toàn im lặng". Đồng thời ghé tai thằng lớn dặn giữ lại ba tên côn đồ ở dưới tầng hầm để đề phòng bất trắc khi "thằng Dũng trở về". Bước hai lão rỉ tai mấy đứa còn lại. Thế là từ trưa và chiều hôm ấy cả thành phố đã đồn ầm lên mọi thứ chuyện ly kỳ quanh cái chết của mẹ Dũng. Nào là bà ấy bị bệnh "tâm thần thể trầm cảm" đã lâu. Bà ấy bị mất việc, vợ liệt sĩ mà chẳng được ưu tiên gì, mấy chục năm làm việc này chỉ được lĩnh "một cục" uất lên mà thắt cổ. Lại có chuyện bà thất vọng vì cô dâu tây hờ Maria Huệ "cả thèm chóng chán" đã bỏ thằng Dũng, khiến bà ấy vỡ mộng... mà chết... vân vân và vân vân...

Một ngày rưỡi sau Maria Huệ có mặt ở nhà Dũng. Cùng đi với cô còn có ông nội - vị võ sư già.

Song người cần có mặt nhất là Dũng thì mọi người càng mong, càng ngóng thì... mãi vẫn chưa có mặt. Thằng Cường nhắn tin liên tục "Bao giờ anh về! Tất cả mọi người đều chờ anh". "Anh ơi! Bao giờ anh về!" "Không có anh biết làm thế nào". Đáp lại những tin hối thúc từng giờ của thằng Cường vẫn chỉ có một dòng ngắn ngủi của Dũng: "Biển động. Tầu không vào đất liền được."

Mẹ Thuận là người đứng ra làm chủ tang. Chị thuê phòng lạnh của nhà tang lễ thành phố giữ thi thể mẹ Dũng vào đấy! Chờ đến ngày thứ ba, biết Dũng chưa thể về ngay, vị võ sư già, ông nội Maria Huệ phải bay về Tây Âu.

Ban ngày mọi người đều tề tựu tại nhà Dũng từ sáng sớm. Tối không ai dám ngủ lại. Maria Huệ thì ở khách sạn. Thằng Cường về tạm nhà mẹ Thuận.

Hương khói cho mẹ Dũng được mẹ Thuận thắp suốt ngày. Ba nhà sư tại chùa Phương Nam cũng được mời tới tụng kinh gõ mõ liên tục nhiều ngày để mong cho linh hồn mẹ Dũng được thanh thản siêu thoát. Maria Huệ mấy ngày liền ngồi trong nhà mịt mù khói hương nên muốn ra bờ sông hóng gió. Nàng không rủ thằng Cường đi cùng, chờ mẹ Thuận sai bảo việc vặt. Maria Huệ lang thang đi trong rặng phi lao dọc theo bờ sông cát trắng, nắng loá mắt. Nàng vận bộ váy liền quần ngắn trên đầu gối. Chân đi giầy thể thao Adidat mầu trắng. Sự xuất hiện của nàng không qua nổi những con mắt kiểm soát từ ngôi biệt thự "khủng" nhà lão Đặng. Nhất là đối với ba tên "hiếp thuê". Chúng hý hửng bàn với nhau, kỳ này vớ được một "con bê lạc" tha hồ mà "đánh chén". Maria Huệ đang khoanh tay trước ngực, đứng tựa vào gốc cây phi lao già, chỗ mà hình như (Huệ đoán thế) Dũng đã đưa Huệ ra đây "tản bộ" ngày nào, mắt lơ đãng nhìn ra dòng sông sâu hun hút, nước lững lờ như không chảy. Bằng cảm quan kỳ lạ của người luyện võ đã đạt tới đỉnh khá cao, Huệ thấy mình như con mồi của mấy kẻ đi săn. Huệ đã không nhầm. Nàng quay lưng lại, bất ngờ thấy từ ba hướng có ba người đàn ông, mình trần trùng trục, xăm trổ đầy các hình vẽ xanh lè trên người. Cả ba đều đi lom khom, chia làm ba hướng quây lấy Huệ vào giữa. Biết có chuyện chẳng lành, Huệ nhảy vọt ra chỗ đất trống, đứng thủ thế, bàn tay đặt vào chốt khoá chiếc thắt lưng bất ly thân, có nẹp bằng các sợi cáp lụa mềm mại mà hết sức cứng rắn. Một tên đầu húi cua mặt rắn như sành, hàm bạnh nhăn nhở lại gần nàng và nói:

- Cô em đi dạo một mình buồn chết! Cho bọn anh dạo cùng cho vui nhé!

- Tôi không quen biết các anh! Các anh tránh ra! Tôi muốn yên tĩnh một mình.

- Gớm cô em làm gì mà khó tính gthế? Tên này cao, gầy, vừa nói vừa hau háu nhìn vào cặp đùi trắng nõn nà của Huệ.

- Cái thằng Dũng là thằng nào mà tốt số thế. Được cô em vừa ngon, vừa đẹp lại rất... lắm tiền.

Vừa nói vòng tròn do ba tên xác lập cùng khép nhỏ lại. Một tên đã định đưa tay vuốt má Huệ. Bỗng vút chiếc thắt lưng trên eo Huệ bung ra. Chiếc khoá to nặng bằng đồng trắng ở một đầu thắt lưng bổ xuống chiếc đầu cua của tên hàm bạnh. Hắn vừa cười nhăn nhở vừa đưa hai tay lên để vừa đỡ vừa bắt. Nhưng nhanh như chớp chiếc khoá đồng như một con rắn hổ chúa lộn xuống rồi đánh thốc lên nhằm đúng bộ hạ của hắn. Một tiếng ối cất lên, người hắn cúi gập xuống, hai tay ôm chặt lấy phần nhạy cảm nhất của người đàn ông. Tên cao gầy xông vào, định vòng hai tay ôm chầm lấy người Huệ. Nàng bước chéo sang mọt bên, thuận tay vụt ngang thắt lưng vào giữa bộ mặt loắt choắt của gã. Bị bất ngờ hắn tránh không kịp, máu mũi đổ ộc ra. Tên thứ ba nhỏ con nhất thấy hai "đại ca" đều dính đòn thì đảo mắt định co cẳng chạy. Huệ tung chiếc thắt lưng quàng vào cổ chân của hắn giật mạnh, mồm nói:

- Định bỏ của chạy lấy người à?

Tên này ngã dúi dụi, đập mặt xuống nền cát.

- Không chạy dễ thế đâu. Không dễ thế đâu? Vừa nói chiếc thắt lưng trên tay Huệ vừa vung lên, vun vút quật xuống lưng, xuống mông gã những làn "quắn đít". Vừa lồm cồm bò dậy hắn vừa nói:

- Em có định làm gì chị đâu? Hai thằng kia rủ em đấy chứ!

Maria Huệ quay lại, hai tên dính "đòn độc" vẫn đang "bò lê bò càng" dưới nền đất pha cát. Nàng vung roi vun vút nhưng không nhằm đánh tiếp vào đứa nào. Rồi Huệ quay sang nói với tên thứ ba:

- Tưởng vớ được cừu non hả?... Nhưng chị mày đây còn bản lĩnh hơn cả báo rừng... Thôi tao tạm tha cho chúng mày. Thằng nhóc kia, dìu hai "đại ca" mày về. Cút đi cho khỏi bẩn mắt tao. Thằng nhỏ con nhất làm trụ. Hai tên "đại ca" khoác tay qua vai đứa "em út" cùng kéo lê đôi chân trở về phía biệt thự.

Huệ tra chiếc thắt lưng vào eo, chỉnh đốn lại chiếc váy áo liền quần, thơ thẩn quay về. Bỗng Huệ tưởng như mơ. Nhưng rõ ràng giữa thanh thiên bạch nhật, một chú rắn thần như Dũng từng "doạ" nàng hiển hiện giữa bãi đất trống pha cát nối rặng phi lao với mép sống. Đó là con rắn cái, không có mào, hay nói chính xác hơn là mào của nó chỉ nhỏ tí tẹo như mào của một chú gà nhép. Con rắn dựng đứng thân lên cao ngang tầm mặt Huệ, để lộ cái bụng dưới mầu ngà ngà vàng, còn thân có những khoanh với vẩy sáng trắng như vẩy cá chép. Sau một vài giây sững sờ theo phản xạ tự nhiên Huệ đặt tay vào nút bấm chiếc thắt lưng. Bỗng nàng thấy con rắn cái lắc lắc cái đầu ra điều không phải làm vậy. Và đột nhiên nàng nhìn vào đôi mắt rắn. Nhưng rõ ràng lại thấy đôi mắt to, nhiều tròng đen nhưng u buồn của đôi mắt mẹ Dũng - Nàng mạnh dạn tiến lại gần nhưng còn rắn ra hiệu lắc đầu và cũng bò lùi lại. Hai bên giữ cự ly khoảng bốn mét. Huệ lên tiếng:

- Có phải mẹ Dũng đấy không?

Con rắn cái gật đầu.

- Làm sao cô chết tức tưởi thế. Huệ hỏi tiếp. Con rắn cái ngẩng cao đầu hướng về phía biệt thự nhà lão Đặng.

- Chúng nó bức tử cô à?

Con rắn cái gật gật đầu.

- Vì sao?

Con rắn cái tiếp tục lắc.

- À, con hiểu rồi! Cô không muốn anh Dũng phải thí mạng với bọn chúng. Đúng không? Con rắn cái gật lịa lịa .

- Có phải cô muốn nhắc anh Dũng giữ lấy mạng... để còn sinh con đẻ cái. Có người thì mới giữ được đất, được nhà. Đúng không?

Con rắn cái lại gật.

Maria Huệ muốn nhảy bổ đến ôm cổ con rắn cái đặt vào bờ vai mình. Nhưng con rắn lắc đầu.

- Con sẽ kể lại với anh Dũng và nhắc lại lời cô dặn. Con rắn cái lại gật đầu. Và Huệ nhìn thấy rất rõ từ hai mắt u buồn sâu thẳm của mẹ Dũng ẩn hiện dưới đôi mắt rắn tuôn ra những giọt nước mắt to tròn như những hạt thuỷ tinh pha lê.

- Cô còn muốn dặn dò gì chúng con nữa không?

Con rắn cái không gật và cũng không lắc.

- Cô yên tâm đi! Con đã hứa là sẽ sinh cho anh Dũng ít nhất là ba thằng con trai mà! Con rắn cái gật gật cổ và trườn lùi ra phía mép sông, Huệ tiến dần theo. Con rắn cái quay đầu trườn xuống nước. Huệ tần ngần đứng trên bờ nhìn theo. Một loáng sau, mặt sông gợn sóng. Con rắn cái cất cao cổ nhìn lên, gật gật liên hồi như lời chào vĩnh biệt rồi lặn sâu xuống - Huệ cố ngóng thêm một thời gian nữa. Nhưng mặt sông vẫn phẳng lặng, không một gợn sóng. Huệ vừa buồn rầu, vừa trăn trở suy nghĩ về sự việc vừa diễn ra trước mặt mình. Và nàng quay bước trở lại nhà, đinh ninh phải kể tất cả mọi chuyện với Dũng.

Mọi người mong đỏ mắt - Hơn mười ngày sau Dũng mới trở về thành phố. Ra đón Dũng tại sân bay có mẹ Thuận, Maria Huệ và thằng Cường. Mẹ Thuận ôm trầm lấy Dũng khóc rống lên.

- Ối chị ơi là chị ơi! Cháu Dũng nó đã về đây rồi!

Thằng Cường mắt sưng húp, sụt sịt:

- Em đã làm theo lời anh dặn... Tiếp tục thế nào hả anh?

Dũng ghé tai nó nói nhỏ:

- Không sao cả! ... Coi chừng chúng nó gài máy nghe trộm quanh nhà mình!

Maria Huệ ôm chầm lấy anh. Nàng không nói lên lời, vòng tay cảm nhận thấy thân thể vốn cường tráng của Dũng ngót đi tới gần chục cân. Hai con mắt Dũng sâu hoắm vì những đêm mất ngủ., mở trừng trừng, lúc tưởng như vô hồn, lúc bắn ra những tia lửa giận dữ căm hờn.

- Ta về nhà thôi cháu! Mẹ Thuận bảo.

- Không. Bảo taxi đưa đến bệnh viện... Cháu muốn ghé vào thăm mẹ cháu trước.

Trong nhà lạnh, mẹ Dũng nằm trên một chiếc

phản gỗ nhỏ, bên trên có chụp lồng kính trong suốt. Mẹ nằm như ngủ. Hai chân duỗi thẳng, hai tay đặt trước bụng. Nét mặt bình thản. Đôi mắt nhắm hờ. Môi mím chặt hai cổ hơi bạnh ra. Dũng không biết rằng các thầy thuốc đã phải bóp hơn nửa lít rượu mới khiến cho đôi mắt mẹ hết mở trừng trừng. Còn chiếc lưỡi phải phải phẫu thuật rất khéo mới kéo vào trong miệng được (điều này mãi về sau thằng Cường mới kể cho anh biết)

Vừa trông thấy mẹ Dũng đã quỳ xuống, đập đầu vào mặt kính lồng, miệng lắc lên:

- Mẹ ơi! Đứa con bất hiếu mà mẹ đã về đây!... Khi con chín mười tuổi mẹ đã từng nức nở, nghẹn ngào thốt lên... Thế là mẹ đã có người bảo vệ rồi, mẹ cô đơn lắm! Nhưng hỡi ơi! Đất nước, biển đảo con có thể cùng đồng đội bảo vệ được... Còn mẹ thì không! Mẹ ơi!... Ông trời ơi! Mắt ông để đâu... để đâu mà... để mẹ tôi thế này. Mẹ tôi... gia đình tôi đã đắc tội gì với trời mà... ông lại hành như thế! Bất công quá!.. Dũng gào khóc, kể lể. Đôi mắt lúc mở căng, lúc nhắm nghiền, nhưng tuyệt nhiên không đổ ra một giọt nước mắt nào. Người ta bảo khi đau đớn đến cực điểm, nước mắt thường chảy vào trong. Mẹ Thuận, Maria Huệ và thằng Cường để Dũng khóc than một lúc thì đều xúm vào xốc anh dậy.

- Thôi về đi cháu!... Về nhà thắp cho mẹ nén hương. Ra đến cửa phòng Dũng lại nhao lại. Không ai có thể giữ được Dũng. Anh cán bộ y tế trong phòng lạnh khuyên mọi người ra trước, để Dũng ở lại một mình thêm một chút nữa. Mười phút sau mọi người mới dìu được Dũng ra xe tacxi.

Ô tô về đến cửa nhà. Dũng đạp cửa xông ra, nhảy bổ đến cánh cổng dẫn vào ngôi biệt thự "khủng" của bố con lão Đặng. Nhưng hai cánh cửa sắt nặng chịch đã đóng và chốt chặt từ phía trong. Maria Huệ đã nhanh tay giữ được Dũng lại trước khi anh đã lùi xa, đang lấy đà song phi vào hai cánh cửa đó.

Chưa phát tang nên bàn thờ của mẹ Dũng chưa lập riêng. Bát hương vẫn để chung trên nbàn thờ gia tiên. Cô Thuận châm một thẻ hương khói nghi ngút trao cho Dũng. Anh cầm hai tay giơ thẻ hương đang cháy lên qua đầu rồi quỳ thụp xuống trước ban thờ. Anh lạy ba lần, rồi đứng dậy thắp từng cây hương lên từng bát hương theo thứ tự của gia tiên. Nắm còn lại anh cắm cả vào bát hương của mẹ. Rồi anh quỳ xuống khấn: - Thằng Dũng bất hiếu của mẹ đã về đây! Con đã không bảo vệ được mẹ khi sống... thì con nguyện làm theo di huấn của mẹ... Con xin mẹ ngậm cười nơi chín suối... Ông trời có lúc mắt nhắm, mắt mở... Nhưng con nghĩ rồi ông cũng có lúc phải mở cả hai mắt mà nhìn ra... mà phù hộ độ trì cho dòng họ nhà mình. Mẹ ơi! Mẹ sống khôn, chết thiêng... Mẹ hãy phù hộ cho chúng con thực hiện được nguyện ước của mẹ... Mẹ ơi! Con và em Cường chưa báo hiếu được mẹ ngày nào, chưa báo hiếu được mẹ việc gì thì sao mẹ đã... vội vã bỏ lại chúng con... mà ra đi tức tưởi như thế!...

Khi Dũng khấn vái thì cả cô Thuận, Maria Huệ và thằng Cường đều quỳ lạy bên cạnh anh.

Một lát sau, khi tất cả mọi người đã đứng lên Cô Thuận lên tiếng trước:

- Việc phát tang cho mẹ cháu. Cô đã đi xem... Các nhà sư ở chùa Phương Nam tính... phải trưa ngày kia mới.... được ngày... Mọi việc chuẩn bị ma chay cho mẹ cháu Maria Huệ và cô cùng em Cường đã sửa soạn đầy đủ rồi... Việc trước mắt bây giờ, Maria Huệ đã bàn với cô từ mấy hôm nay là... mai cháu với Maria Huệ ra phường... đăng ký rồi lên Sở tư pháp thành phố làm các thủ tục kết hôn.

- Cưới vợ à? Dũng hỏi lại, rồi bật cười sằng sặc. Mẹ chết, đang nằm trong phòng lạnh... Con trai bỏ mặc đấy đi đăng ký kết hôn... Các người điên rồi! Điên hết cả rồi! Thằng Dũng này đầu nó đang muốn vỡ tung ra đây!... Nhưng nó cũng chưa đến nỗi điên... như các người...

Maria Huệ với nhào đến bên Dũng. Nàng đưa tay dịu dàng vuốt lưng anh, miệng thì thào:

- Đấy là ý muốn của mẹ! Anh hãy thật bình tĩnh đọc những dòng nhắn tin... trước lúc quyên sinh của mẹ... Rồi nàng bấm máy Ai phôn. Những dòng chữ nhập nhoè hiện ra trước mắt Dũng.

- Tôi hiểu rồi! Hiểu rồi!... Xin hãy xoá đi. - Dũng rên rỉ. Các người đừng lấy mẹ ra để ép tôi... làm điều bất hiếu... Đừng để cho bạn bè.. thiên hạ cười vào mũi tôi...

- Cháu ơi! Có ai dám làm cái việc lấy mẹ cháu ra ép cháu đâu... Đây là ý nguyện của mẹ cháu... mà chúng ta đều phải thực hiện. Nếu chúng ta không làm e mẹ cháu... không nhắm được mắt dưới suối vàng đâu? Cô Thuận giảng giải.

- Anh còn nhớ chuyện lịch sử anh kể cho em nghe không? Maria Huệ để vào. ấy là chuyện Hưng Đạo Vương - Trần Quốc Tuấn gả con cho dũng tướng Phạm Ngũ Lão ấy. Hồi đó tôn tộc nhà Trần có "phong tục" quái gở là không được gả con gái ra ngoài dòng tộc để đề phòng sự cướp ngôi. Nhưng vì quá yêu mến tài đức của Phạm Ngũ Lão mà Trần Hưng Đạo đã phá lệ. Nhưng có kẻ trong hoàng thân quốc thích quyết phá. Chúng đã dùng độc kế hại chết mẹ Phạm Ngũ Lão ở quê Hưng Yên. Theo thủ tục cưới gả thời phong kiến, Phạm tướng quân phải chịu tang mẹ ba năm mới được lấy vợ. Đến lúc đó công chúa con gái Hưng Đạo Vương đã quá lứa lỡ thì... Bởi thế với quyền uy Quốc Công Tiết Chế Hưng Đạo Vương đã quyết định tổ chức hôn lễ trước, ba ngày sau mới phát tang. Quân lệnh như sơn, tất cả mọi người đều phải phụng mệnh. Cũng trong ba ngày đó, Hưng Đạo Vương đã truy tìm được kẻ sát nhân. Và mặc dù là hoàng thân, quốc thích vẫn bị chém đầu, lấy thủ cấp làm ma cho mẹ Phạm Ngũ Lão. Lễ tang hôm trước thì ngay ngày hôm sau, Hưng Đạo Vương đã cử Phạm tướng quân đem ba vạn quân lên trấn ải Chi Lăng. Việc làm của Hưng Đạo Vương Trần Quốc Tuấn khiến mọi người "tâm phục khẩu phục". Ngay cả hai vua Trần cũng tỏ ý khen ngợi. Tri cái ơn ấy mà Phạm Ngũ Lão đã xả thân cầm chân hai mươi vạn quân Nguyên Mông trước ải Chi Lăng cả tháng trời để vua tôi nhà Trần có thời gian chuẩn bị cho cuộc kháng chiến...

Đấy! Chính anh đã giảng cho em bài học lịch sử ấy... Và chính mẹ, mặc dù không thuộc sự tích anh kể, nhưng mẹ đã sáng suốt dặn dò em, dặn dò cả nhà... Tại sao chỉ có anh là... u mê như vậy? Nếu anh không nghe lời mẹ... em xin đập đầu vào góc bàn thờ... chết theo mẹ trước mặt anh!... Anh ơi! Đời người có thể ví như một dòng sông, phải biết tiếp nhận nước từ các lạch nhỏ, để chở phù sa bồi đắp cho vùng châu thổ. Và dòng sông, đời người ấy còn phải biết vươn ra, hoà nhập vào biển cả. Anh thì lại làm ngược lại, muốn chối từ mọi ngọn nguồn bù đắp cho mình. Dòng sông chối từ. Đó sẽ là dòng sông chết!

Lời nói của Huệ mỗi lúc một đanh thép khiến Dũng phải mềm lòng. Anh bảo:

- Thôi! Các người muốn làm sao thì... tuỳ. Tôi xin chấp thuận...

- Mọi việc Maria Huệ và cô trong lúc chờ cháu về cũng đã chuẩn bị đâu vào đấy rồi! Cô Thuận nói.

- Không có complê váy cưới gì hết... Ngày mai tất cả ăn vận bình thường ra Uỷ ban, lên Sở tư pháp. Cũng không có hoa.... gì cả. Ai trái lời tôi... là tôi bỏ hết đấy. Dũng đáp.

- Thì cũng phải có mâm cơm cúng gia tiên chứ! - Cô Thuận bảo.

- Việc đó thì được!... Trước cúng sau ăn... Được tôi đồng ý việc này. Nói rồi Dũng ngã vật ra phản.

Maria Huệ vỗ về Dũng, hồi sau, anh hồi tỉnh lại dần dần. Đến lúc đó, Huệ mới kể lại câu chuyện có phần "huyền thoại" về linh hồn mẹ Dũng nhập vào con rắn thần cho mọi người nghe. Dũng bật dậy chạy bổ ra bờ sông. Anh vừa khóc vừa gọi "Mẹ ơi! Mẹ ơi!..." vang cả một khúc sông. Rồi cả quần áo, anh ngụp lặn dưới lòng sông. Nhưng tịnh không thấy hình bóng của rắn thần đâu. Có Dũng về, Maria Huệ ngủ với cô Thuận. Còn anh ngủ cùng thằng Cường. Lúc đó nó mới mở đoạn băng đã ghi được cho Dũng nghe, Dũng vừa nghe vừa nghiến răng kèn kẹt...

... Đêm tàn hôm Dũng và Maria Huệ vào buồng cũ của mẹ Huệ. Thằng Cường ở phòng của nó. Còn cô Thuận ngủ trên chiếc ghế ngựa của Dũng. Trước lúc đi ngủ Dũng nói như ra lệnh:

- Có tôi ở nhà, tất cả các cửa cứ mở tung ra! Mọi người răm rắp làm theo.

Dũng vẫn thẳng đuột như một khúc gỗ. Maria Huệ dỗ dành:

- Anh đã nghe lời mẹ thì phải nghe cho chót chứ!

- Em tha lỗi cho anh! Anh không có một tý tâm trạng nào... Chúng mình đã đi đăng ký kết hôn. Về nhà đã lạy trước bàn thờ gia tiên... Chúng mình đã là vợ chồng rồi!... Nhưng mẹ vẫn nằm trong nhà lạnh... lạnh lẽo kia! Em để thư thư cho anh!...

Maria Huệ đành bấm bụng, khẽ thở dài, nằm nghiêng người, tay đặt lên ngực, còn chân gác lên đùi Dũgn. Mỗi người theo đuổi một tâm trạng chờ đến sáng.

Đám tang mẹ Dũng bỗng dưng trở thành đám

tang "nổi đình đám" nhất từ trước tới nay tại thành phố này. Có đại diện của quân chủng Hải quân, đại diện của Thành đội... cũng rất đông bạn bè của Dũng, của thằng Cường... Và rất nhiều kẻ "hiếu kỳ" muốn đến "xem mặt cô dâu Tây" vợ Dũng. Thay vì phường "bát âm" do cô Thuận đã đặt quân nhạc cử bài "hồn tử sĩ" vừa bi ai, vừa hùng tráng. Đặng "tiên sinh" vận đồ trắng, cánh tay trái đeo vòng tang đen cùng cô con gái út Hảo Hảo có mặt ở thời điểm đông người đến viếng. Đôi mắt giảo hoạt của lão Đặng được nguy trang bởi cặp kính lão "đổi mầu" với đôi gọng to bản mạ vàng sáng choé. Sau khi sửa lại dòng chữ cho phải phép trên vòng hoa rất "hoành tráng", lão Đặng với vẻ mặt vừa buồn rầu, vừa nghiêm trang theo sự hướng dẫn của một nhân viên nhà tang lễ đi vòng quanh quan tài mẹ Dũng. Lão dừng lại hồi lâu, lầm nhầm điều gì đó, chỉ có lão biết được trước tấm kính được mở phía đầu quan tài. Tang chủ do cô Thuận đứng đầu, tiếp đến là Dũng được Maria Huệ kèm sát, thằng Cường đứng cuối cùng. Khi lão Đặng đưa tay "chia buồn" cùng tang chủ, lòng Dũng chợt sôi lên. Một ý nghĩ loé lên trong óc anh dự định một tay thoi một cú "thôi sơn" vào bụng hắn, dĩ nhiên là hắn phải cúi gập người xuống ôm bụng, bàn tay còn lại xoè ra dùng cạnh "chặt" một nhát chí tử vào gáy đã lộ ra của hắn. Một là hắn sẽ ngã vật ra chết ngay tại chỗ. Hai là hắn vẫn đổ xuống nhưng cả đời còn lại sẽ "bán thân bất toại", sống không bằng chết. Nhưng dường như Maria Huệ đã lường trước được tình huống này. Nàng hơi xoay người đứng chéo ngang ra, nửa chắn người Dũng, nửa chắn tấm thân vâm váp của lão Đặng. Đồng thời một chân dẫm lên mu giầy Dũng, một tay thọc hắn vào giây lưng phía sau Dũng vừa kéo vừa ghìm người Dũng xuống. Lão Đặng đảo đôi mắt "gian hùng" sau cặp kính đổi mầu nhìn khuôn mặt hốc hác rắn đanh lại như sành và đôi mắt ráo hoảnh mở chừng chừng đang bốc lửa căm hờn thì chột dạ, vờ đưa hai tay ra "chia buồn" vội lỉnh ngay. Chỉ còn Hảo Hảo dừng lại vài giây nắm tay Maria Huệ. Lão Đặng vừa đi khỏi, Huệ giật mình thấy Dũng bỗng "hộc" lên một tiếng từ đáy lồng ngực, anh hơi loạng choạng một lúc, nhưng lại nhanh chóng lấy lại được thăng bằng, đứng ngay ngắn trở lại. Song Huệ đảo mắt nhìn sang, thấy hai bên khoé miệng Dũng rịn ra hai vệt máu đỏ đặc. Nàng vội lấy chiếc khăn mùi xoa trên tay thấm vội vệt máu trên hai bên mép của chồng. Đồng thời tay còn lại liên tục vuốt xuôi lưng Dũng, nhằm tránh cơn "bốc hoả".

Xe tang từ từ chuyển bánh. Dũng có Maria Huệ đi kèm bên cùng thằng Cường chống gậy đi giật lùi theo đúng nghi thức tang lễ "cha đưa - mẹ đón". Thằng Cường, cô Thuận khóc như mưa như gió. Còn Dũng hai mắt ráo hoảnh, mở trừng trừng không hề chớp. Dũng cứ muốn chống gậy đi lùi mãi ra tận nghĩa trang. Mấy ông già, bà cả cùng bạn bè thân thiết của Dũng khuyên giải mãi, họ mới dìu anh lên được xe tang ngồi một phía quan tài của mẹ cùng với Huệ. Phía bên kia là cô Thuần và thằng Cường. Tất cả đều mặc áo đại tang. Cô Thuận luôn nhắc hai người ngồi bên thành xe trải tiền vàng âm phủ và những đồng năm hào dương gian xuống được.

Giây phút hạ huyệt đã điểm. Cô Thuận và thằng Cường khóc rống lên cùng những lời kêu than ai oán. Dũng, Maria Huệ, cô Thuận và thằng Cường ném những nắm đất tượng trưng xuống huyệt. Phần còn lại là của các phu mộ. Khi nấm mồ đã được lèn chặt và đắp cao, rồi những vòng hoa được phủ lên thì mọi người thấy Dũng phủ phục xuống. Anh đập đầu liên tục xuống mộ. Bốn năm thanh niên trai tráng cùng trang lứa với Dũng phải rất vất vả mới xốc được nách anh lên. Lại một tiếng "hộc" nữa phát ra từ ngực Dũng. Nhưng lần này không chỉ là một tý huyết rịn ra hai bên mép, mà là đến cả một bát ô tô lớn huyết từ lồng ngực Dũng thổ ra. Dũng lảo đảo chực ngã. Nhưng rồi anh đã lấy lại thăng bằng. Anh ngửa cổ lên nhìn trời. Trời chiều trong xanh một cách lạ kỳ. Dũng bỗng thét lên:

- Ông trời kia! Thằng Dũng này thề... không báo được thù này thì chết không có chỗ chôn.

Chỉ có thằng Cường hiểu rõ lời thề đó ám chỉ vào ai. Đến cả cô Thuận và Maria Huệ Huệ cũng chỉ cảm nhận được một cách lờ mờ là chắc có chuyện có liên quan đến nhà lão Đặng. Những người xung quanh dường như không hiểu gì... Vất vả lắm mọi người mới đưa được Dũng về nhà. Vốn đang học ngành y nên Maria Huệ biết lúc này thần kinh Dũng đang bị chấn động rất mạnh. Dường như nàng đã tiên liệu được đôi chút về "cú sốc" ắt phải đến với Dũng nên nàng đã chuẩn bị các loại thuốc tiêm, thuốc uống để khi cần là có cái sử dụng. Huệ nhờ mấy người khiêng Dũng vào phòng, đặt tấm thân gầy rốc nhưng khá kềnh càng của Dũng lên phản. Huệ nhờ cô Thuận lấy một tấm khăn ướt đắp lên trán anh. Sau đó nàng mở hộp "cứu thương" ra. Lấy xi lanh nhựa, thuốc cùng bông băng và các dụng cụ khay đĩa khác. Nàng bẻ một ống thuốc ống rất dày mầu nâu sẫm, hút vào xi lanh, rồi trật vai áo Dũng ra, nhẹ nhàng và thành thạo từ từ "chích" vào đấy. Sau mũi tiêm, Dũng đỡ vật vã dần, thở đều đều và bắt đầu đi vào giấc ngủ. Rồi Maria Huệ lấy giấy bút kê một "toa" truyền, nhờ cô Thuận đi xe ôm ra cửa hàng dược trung tâm thành phố mua giúp.

Biến buồng ngủ thành phòng bệnh, Maria Huệ không thể ngờ được rằng kiến thức mình tiếp nhận được ở một bệnh viện danh tiếng nhất châu Âu lại được nàng đưa ra áp dụng đầu tiên để điều trị cho người thân yêu nhất của đời nàng là Dũng. Sau đợt truyền hoa quả, Huệ mạnh dạn cho truyền loại đạm Đức đặc biệt, có sức phục hồi cơ thể nhanh nhưng nếu không theo dõi, giám sát chặt chẽ rất dễ bị gây sốc. Để chống thổ huyết Huệ cũng đưa vào ống truyền một lượng vitamin K tương đối lớn. Suốt cả đêm Huệ thức trắng bên Dũng. Cô Thuận rồi thằng Cường xin vào "thay ca" để Huệ chợp mắt đôi chút nhưng Huệ đều cảm ơn. Đến sáng sắc mặt Dũng đã tươi trở lại với đôi môi đã có chút ánh hồng.

Bây giờ thì Maria Huệ đã là người chủ thật sự của gia đình. Nàng bảo với thằng Cường:

- Em bỏ học đã nhiều ngày. Nay mẹ đã mồ yên, mả đẹp, em phải đi học ngay đi!

Rồi quay qua cô Thuận, Maria Huệ nói tiếp:

- Cô cũng thế! Cô đã nghỉ việc cơ quan nhiều

ngày. Hôm nay cô cũng có thể trở lại với công việc ở công sở được rồi!

- Huệ ơi! Vẫn còn một núi việc đấy cháu ạ! Ngoài việc phụ giúp cháu chăm sóc anh Dũng thì việc lo cơm cúng cho mẹ cháu cũng không đơn giản chút nào! Mấy năm nay cô chưa nghỉ ngày nào. Bây giờ cô cộng dồn phép cả tháng cũng được! Cô Thuận khẩn khoản đáp.

- Nhưng còn việc nhà của cô nữa chứ! Chú và các em ai chăm. Maria Huệ hỏi lại.

- Cô cũng nhờ cô em chồng lo giúp rồi! Nhà cô ấy ở ngay cạnh nhà cô mà!

- Nếu cô bận quá thì thuê cho cháu một bà giúp việc cũng được. Cốt tìm được người cẩn thận và thạo việc. Công xá cao một chút cũng không thành vấn đề.

- Cháu cứ yên tâm. Cô cũng đã lường trước được mọi việc rồi... Anh Dũng có khoẻ lại thì nhà vẫn cần có người làm các công việc nội trợ. Trước mắt cứ để cô lo...

- Được thế thì cháu yên tâm. Bây giờ ngoài việc cơm nước cho mọi người, cô đặt cho cháu một nồi cháo thịt nạc, cho nhiều su hào và cà rốt. Nấu hơi loãng, chín tới thì nghiền ra thành súp như súp cho trẻ con ăn dặm ấy. Trưa nay cháu tin là anh Dũng có thể ngồi dậy ăn được. Cháu vừa bắt mạch cho anh ấy rồi! Chân khí vẫn còn rất tốt. Bệnh chính là chấn động tâm lý và u uất phải kìm nén...

- Nghề của cháu thế mà đắc dụng ra phết! Cô Thuận khen động viên.

Trưa Dũng đã ngồi dậy được, ăn hết một bát súp nhỏ. Huệ để cho Dũng "thư giãn" một chút lại tiếp tục liệu trình truyền đạm hoa quả và tiêm thuốc chống chấn động tinh thần cùng vitamin K để cầm các mạch máu nhỏ trong phổi. Dũng lại tiếp tục ngủ thiếp đi.

- Cháu cũng phải tranh thủ nghỉ ngơi đi. Cô Thuận giục. - Để cô trông cho một lát. Đêm nay cháu còn phải thức trắng nữa cơ mà. Chiều ngày kia, theo phong tục, còn phải ra thăm mộ mẹ cháu nữa đấy!

- Cô yên tâm! Ở bệnh viện Tây Âu cháu cũng đã từng thức trắng ba ngày ba đêm để chăm sóc các bệnh nhân phẫu thuật thay thế nội tạng. Vất vả hơn thế này nhiều.

Sáng hôm sau Dũng đã có vẻ khoẻ hẳn. Đã ăn được cháo đặc hơn. Và thay vì việc tiêm và truyền thì chỉ phải uống thuốc. Gần trưa Dũng yêu cầu Maria Huệ đưa ra bờ sông hóng gió. Huệ hơi ái ngại, nhưng Dũng cứ giục giã nên nàng phải đồng ý. Tuy nhiên Huệ yêu cầu Dũng phải mặc thêm áo dài tay, cổ quàng khăn mỏng và đầu phải đội mũ lưỡi trai của thằng Cường. Huệ không quên thắt chiếc giây lưng "bất ly thân", đồng thời còn dắt thêm khẩu súng xịt hơi cay mà nàng dã "ma mãnh" tháo rời ra làm ba bộ phận để ở va ly và túi xách khác nhau, nên đã dễ dàng qua được máy soi ở các sân bay quốc tế.

Dũng vòng tay qua vai Maria Huệ. Những bước đi còn chập chững. Và đầu óc có "lúc tỉnh, lúc mê". Đứng tựa ở một gốc cây phi lao, mắt nhìn ra bãi cát nắng chang chang, đột nhiên Dũng hỏi:

- Em có thấy đôi rắn thần không?

- Không!

- Anh vừa thấy mà! Anh thấy chúng ở dưới sông bơi lên. Không quấn vào nhau nhẩy múa. Nhưng chúng trườn trên bãi cát... rồi nằm duỗi dài ra tắm nắng. Đấy em nhìn đi... Hình như cái đuôi con đực đang đập đập...

- Không có mà! Chắc nắng loá quá... nên tạo ra ảo ảnh đó thôi! Maria Huệ cố dỗ dành.

- Ừ, cũng có thể là em... đúng.

- Anh muốn xuống sông... tắm một tý có được không?

- Không. Anh còn đang yếu lắm. Lại còn phải giữ sức để chiều ra thăm, thắp hương tại mộ mẹ.

- Ừ, thắp hương... Chiều thắp hương thì, về sớm đi!...

Huệ vừa dìu Dũng quay lại thì đột ngột thấy ba thằng khốn nạn bữa trước đứng chắn đường. Lần này chúng ăn mặc tề chỉnh chứ không trần trùng trục như bữa nọ. Nhưng trên tay hai thằng "đại ca" là hai cây côn nhị khúc, còn thằng "em út" thì vác theo một cây gậy sắt. Một trong hai tên vừa múa chiếc côn nhị khúc vừa nhăn nhở nói:

- Lần này thì con báo cái kia... lẫn thằng người tình của mày không thể thoát khỏi tay chúng ông... Chúng ông sẽ đập chết thằng đàn ông trước... Rồi sẽ "ăn gỏi" mày... Hì hì!...

Một tay Dũng vẫn quàng qua cổ đặt trên một bên vai Huệ khiến nàng hơi lúng túng. Một tay đã đặt vào nút bấm chiếc giây lưng "khảm" thép lụa, nhưng không thể đẩy Dũng ra một bên được. Có lẽ chỉ chờ thời cơ "ngàn vàng" ấy, tên thứ nhất nhảy sấn tới, vung một đầu côn nhằm đầu Dũng vụt tới. Nhưng cũng thật là bất ngờ, tay vẫn bám chặt lấy vai Huệ làm điểm tựa, Dũng cùng Huệ chúi về phía trước. Khi chiếc đầu côn vụt mạnh vào thân cây thì cũng là lúc Dũng phóng ra một cú đá thẳng đúng vào giữa phần ngực và bụng thằng khốn nạn. Nó "ối" lên một tiếng, ngã bật ra phía sau đến hai mét. Tên thứ hai thủ thế, hai tay cầm hai đoạn côn, giây xích nối hai đoạn căng ra trước mặt. Dũng vẫn bám vào vai Huệ cùng xoay tròn, tiệm cận tới tên thứ hai. Tên này vụt đầu côn xuống rồi bất ngờ đánh thốc lên nhằm vào hàm Dũng. Anh đẩy Huệ cùng ngả người ra phía sau. Một chân móc vào chân đối phương, chân kia đạp cực mạnh vào háng hắn. Thằng này lập tức chúi xuống, hai tay thõng ra, không kêu một tiếng nào, đổ vật người xuống. Thằng thứ ba, đã dơ cây gậy sắt lên, không hiểu nghĩ thế nào vội quăng xuống, co cẳng chạy...

Dũng như chợt hoàn toàn tỉnh hẳn lại. Anh nói với Huệ:

- Lũ này đáng sợ nhất... là bệnh SIDA. Mình đánh nó nhưng không được để chân tay bị xây sướt... Máu nó có dính vào là tiêu đời luôn.

Maria Huệ còn chưa hết bàng hoàng trước sự kiện diễn ra quá chớp nhoáng, chưa đầy một phút. Nàng bảo:

- Anh thật tuyệt vời!... Người đang như vậy mà... phản xạ như... không có chuyện gì xảy ra. Quả là ông nội em đánh giá anh không nhầm!

- Phản xạ của anh vừa rồi... vừa có ý thức... nửa vô thức. Nó như một giác quan thứ sáu mà chỉ... có người luyện võ thuật gần đến tuyệt đỉnh mới có được.

- À, em quên... chưa nói với anh... nếu chẳng may có dính máu của bọn chúng... vẫn còn bảy mươi hai giờ để "chích" vắc xin... chống phơi nhiễm. Trong đó tám giờ đầu được coi là tám giờ vàng. Thuốc đó em có đem theo...

Rồi mặc hai "cái xác" nửa sống nửa chết, Maria Huệ dìu Dũng trở về nhà. Cô Thuận bảo:

- Hai cháu ăn uống rồi nghỉ trưa. Cô đã báo taxi... đúng hai giờ chiều xe sẽ đến đón... Mà sao thằng Cường giờ này đi học vẫn chưa về nhỉ?...

- Đây! đây! Thằng Cường đây! Những giờ phút... quan trọng thế này thì... làm sao về muộn được. Thằng Cường vừa đẩy chiếc xe mini Nhật vào sân vừa trả lời mẹ nó, đồng thời cũng là lời tuyên bố với cả nhà...

Nhìn những vòng hoa đặt trên mộ mẹ đã bắt đầu héo rũ, lòng Dũng đau như cắt. Cô Thuận cùng ông quản trang dọn sạch một khoảng đất trống phía đầu mộ, thắp một nắm hương rồi bảo Dũng cắm xuống. Cô nhanh nhẹn bầy mâm cỗ cúng gồm một con gà luộc, xôi gấc đỏ, rượu trắng, nước trà cùng rất nhiều loại hoa quả, xong cô bảo mọi người đứng xuống phía dưới chắp tay vái mẹ Dũng ba vái. Riêng Dũng quỳ xuống, đầu gục vào nền đất vừa được đắp cao ba hôm trước. Cô Thuận vừa rơm rớm nước mắt vừa khấn:

- Chị ơi! Em cùng cháu Dũng, cháu Maria Huệ và cháu Cường hôm nay... là giỗ ba ngày của chị, mọi người đã có mặt ở đây. Chị sống khôn chết thiêng, phù hộ cho vợ chồng cháu Dũng sớm có con bồng, con bế. Cho cháu Cường khoẻ mạnh, học giỏi. Cho em được bình an để chăm sóc... cho chị mồ yên mả đẹp.

Hết ba tuần hương, cô Thuận mới "tuyên bố" để mọi người cùng ra về. Cô gọi người quản trang đến bảo ông thu dọn mâm cổ để anh em cùng "thụ hưởng lộc" của mẹ Dũng, đồng thời đưa cho ông một túi mấy chục thẻ hương và dặn hàng ngày nhớ thắp lên mộ hộ cô ba nén. Maria Huệ rút trong túi ra ba tờ năm trăm ngàn Việt Nam đồng dúi vào tay ông và bảo, ông thu dọn những vòng hoa héo lên xe rác và nhớ trông nom đừng để cho chuột đào hang, mộ sạt lở chỗ nào nhớ đắp lại ngay. Ông quản trang cầm tiền và bảo:

- Cô cho nhiều quá! Không cho bọn tôi vẫn có phận sự phải làm như cô dặn.

Dũng đã bớt u uất hơn ba hôm trước, nhưng Huệ vẫn phải dìu anh. Cô Thuận nói:

- Cô đã gọi điện lên thành đội, báo cáo tình hình sức khoẻ của cháu và cả việc... cháu đã lấy vợ. Một cán bộ thành đội bảo đã điện ra Trường Sa báo cáo với đơn vị của cháu. Theo tiêu chuẩn phép năm cháu được nghỉ một tháng, cộng với việc lo ma chay cho mẹ... đơn vị cho cháu nghỉ đến sau ngày giỗ 49 ngày của mẹ, cháu mới phải trả phép. Dũng không nói gì. Còn Maria Huệ thì vui ra mặt.

Cô nói:

- Mẹ thiêng thật! Phù hộ độ trì nên anh Dũng mới được nghỉ ở nhà lâu đến thế.

Dũng nói xen vào:

- Đất nước bảo là đang xây dựng hoà bình cũng đúng. Mà nói là đang rất căng thẳng cũng chẳng sai. Là lính bảo vệ đảo mà nghỉ lâu như vậy... e là hơi quá!

Cô Thuận phải động viên:

- Cấp trên người ta cũng cân nhắc nhiều. Hoàn cảnh của cháu đặc biệt hơn mọi người... Thôi đừng áy náy gì nữa.

Maria Huệ chuyển qua đề tài khác:

- Cô Thuận ạ! Việc cháu nhờ cô tìm hộ cho một bà giúp việc. Cô đã lo được chưa ạ!

- Cô đã ướm nhiều đám! Việc tưởng bé... thế mà cũng khó ra phết. Nhưng cuối cùng cũng có rồi. Một cô làm cùng xí nghiệp với mẹ cháu. Xí nghiệp phá sản. Cô ấy ra buôn bán hoa quả ở gần chợ. Cô đã thương lượng rồi. Nhà cô ấy cũng neo người lắm! Chỉ giúp được từ tám giờ sáng đến sáu giờ chiều thôi. Cơm ăn hai bữa. Công tháng là hai triệu.

- Cô ấy có sạch sẽ và gọng gàng ngăn nắp không ạ!

- Việc ấy cháu khỏi lo.

- Cô ấy giúp nhà cháu tháng rưỡi cháu xin biếu cô ấy năm triệu. Nếu làm tốt... và hoàn cảnh khó khăn cháu xin biếu cô ấy năm triệu nữa.... để làm vốn.

- Cháu đừng vung tay quá trán! Và cũng đừng nói trước với cô ấy vội... Cũng phải chờ xem cô ấy làm ăn thế nào?

- Cô ơi! Mình khó khăn, người ta đến giúp là quý rồi! Đồng tiền đi trước là đồng tiền khôn mà cô.

Chiều cô Thuận lao vào chuẩn bị bữa tối không quên có "bát cơm quả trứng" cùng các món ăn khác đặt trên bàn thờ mẹ Dũng.

Riêng Maria Huệ thì bảo:

- Anh Dũng mấy ngày nay chưa tắm rồi! Người bẩn và chua như... quỷ ấy. Để em làm "bảo mẫu" tắm cho anh mới được.

Dũng đồng ý để Huệ lôi xuống nhà tắm. Nàng trút bỏ tất cả quần áo của Dũng ra, nghẹn ngào và đau sót khi thấy toàn bộ "hai mươi bốn chiếc xương sườn" chìa ra. Bộ ngực vốn vồng lên giờ cũng chỉ thấy "toàn xương với xẩu". Nàng bắt Dũng cúi đầu xuống, gội mớ tóc rối bù, dày và dài của anh như gội cho một đúa trẻ ba tuổi. Rồi nàng kỳ lưng, kỳ từng cánh tay và cặp chân dài của anh. Riêng "bộ phận quý" Dũng không cho nàng chạm vào, anh bảo để anh "tự xử lý". Nàng cười và bảo:

- Được rồi! Không biết có giữ được mãi không?

Cơm tối xong, Dũng đã cố ăn được một lưng khá

đầy, cô Thuận bảo phải tạt về qua nhà một chút, sáng mai đến cô sẽ đem theo cô "ô sin" và hướng dẫn công việc cho cô ấy. Có anh Dũng và chị Huệ, thằng Cường không "thấy sợ" yên tâm ở căn buồng của nó. Dũng vẫn phải trị liệu bằng thuốc bổ và thuốc an thần. Đến nay anh ngủ đã khá ngon giấc không bắt chợt choàng dậy, kêu ú ớ như những đêm trước. Maria Huệ bắt mạch, đo huyết cho anh. Các chỉ số đều báo ở mức bình thường. Huệ đặt tay lên ngực Dũng, nơi có trái tim đang đập. Nàng nằm xuống, áp má vào má anh, một đùi gác lên người anh. Đêm hoàn toàn yên tĩnh. Tiếng thở của anh đều và nhẹ. Liều thuốc an thần Huệ cho Dũng uống trước lúc đi ngủ không quá nặng, nhưng cũng "đủ" để anh có thể "ngủ sâu". Nàng nghĩ "Phải tranh thủ thôi! Không thể lần lữa mãi được. Sợ không có gì là nguy hiểm vì anh ấy là người có nội lực rất mạnh mẽ." Nàng bắt mạch cả hai bên tay anh lần nữa. Mạch rất ổn định, không nhanh mà cũng chẳng chậm. Sợ nhất là loạn nhịp thì điều này dã không xẩy ra.

Thế là nàng quyết định, có phần vội vàng và gấp gáp. Đầu tiên nàng cởi chiếc quần đùi của Dũng. Tiếp đó kéo người chiếc váy ngắn liền áo của mình qua đầu, quẳng xuống một góc phản. Nàng bắt đầu mát xa nhè nhẹ chiếc "cần số" của anh. Nàng thật vui và mừng vì chiếc "cần số" có sự "thay đổi" về thích thước. Từ từ... căng dần... và dài ra. Đột nhiên nàng nhớ đến một đoạn nhật ký của một cô gái Tây được đăng tải tên mạng "đầu đời". Trong đó có một đoạn cô ta đã tâm sự lần đầu được "trông thấy" và "vuốt ve" cái "của quý" của một người bạn trai. "Ôi! Trông nó thật xấu xí, nhưng mà cảm động làm sao!... Cảm động đến run người và đến... chảy nước mắt vì sung sướng." Trong bàn tay của nàng, cái "cần số" của Dũng nàng đâu có cảm thấy xấu xí như cô gái kia đã viết. Nhưng quả thật là cảm động, cảm động đến mãnh liệt khiến nàng không thể kìm nổi lòng mình. Nàng nhớ đến một đoạn vidio clip cũng tải trên mạng "đầu đời"... thế là nàng "chế ngự" trên người Dũng. Nắm lấy chiếc "cần số" đã căng cứng của chàng nhét mạnh vào bụng dưới của mình. Nàng khẽ kêu "ối" lên một tiếng.

Gần sáng Dũng tỉnh dậy, thấy người nhẹ bỗng. Toàn thân trần như nhộng. Phía dưới háng nhớp nháp. Dũng nhỏm người lên, qua ánh đèn ngủ mờ mờ trắng, thấy một vệt máu quệt một vệt dọc theo chiếc "cần số" đã "ngất sỉu" của mình. Maria Huệ nằm nghiêng trên người cũng không còn "váy với vóc" đặt tay bàn tay mềm mại lên xoa bộ ngực còn toàn xương với xẩu của Dũng. Maria Huệ giọng mãn nguyện bảo:

- Em phải làm theo lời mẹ dặn!... Bởi thế em đã "cưỡng đoạt" anh. Anh không giận em chứ?

- Cô đã "cưỡng đoạt" tôi.. Giọng Dũng giả vờ sửng sốt. Tôi sẽ đưa cô ra toà.

- Đừng! Đừng anh!... Maria Huệ bỗng oà lên khóc nức nở. Em đâu có vì... nhục dục. Em chỉ làm theo lời mẹ dặn... Và em cũng đã hứa với mẹ. Anh đưa em ra toà... là em phải ngồi tù đấy!

- Tù! Tù à! Dũng hơi mỉm cười. Chúng ta cưới nhau đã có hôn thú. Vợ chồng quan hệ với nhau là...

chuyện bình thường.... là "chuyện thường ngày ở huyện" như một cuốn tiểu thuyết thời Xô viết đã viết...

- Đó là ở Việt Nam. Chứ ở các nước phương Tây, chuyện vợ chồng thì vợ chồng. Muốn quan hệ tình dục với nhau nếu không được sự đồng ý của phía bên kia là vẫn bị tù đấy! Nếu bên kia khởi kiện... Anh nói làm em sợ quá!...

- Bây giờ anh đã là của em. Dũng nói như an ủi. Em có thể "mổ thịt" anh cũng được. Đời nào chồng lại đi kiện vợ vì bị vợ... hiếp dâm. Ở ta ra toà vì chuyện ấy chỉ làm trò cười cho thiên hạ... Làm việc kiếm tiền cho không ít tờ báo "lá su hào"...

Dũng pha trò tới đấy khiến cả hai cùng cười...

Bỗng lúc ấy một tiếng nổ phát ra từ ngôi biệt thự "khủng" nhà lão Đặng. Maria Huệ cùng Dũng choàng vội quần áo chạy ra sân. Lửa và khói phía bên đó bốc cháy dữ dội và nghi ngút. Dũng bảo thằng Cường bấm số máy báo cháy của thành phố... Chừng gần mười phút sau năm sáu chiếc xe cứu hoả hồng hộc chạy đến. Vòi rồng, bột bọt chống cháy được phun ra. Đám cháy chủ yếu xảy ra ở tầng hầm và tầng hai. Ngọn lửa đang bén lên tầng ba thì được đội cứu hoả đến dập tắt kịp thời. Ngọn lửa đang được khống chế thì chiếc xe Mẹc của Đặng "tiên sinh" hớt hải lao về. Đêm ấy lão ra khách sạn ngủ với một em "chân dài" nên thoát nạn. Tiếp đó là tiếng xe cứu thương bấm còi inh ỏi.

Sau khi ngọn lửa được dập tắt, ba cái xác ở tầng hầm đã gần như bị cháy thui được băng ca chuyển ra.

Cùng với đó, trên tầng hai người ta cũng cáng xuống một nạn nhân bị bỏng nặng là con cả của lão Đặng...

Dũng, Maria Huệ cùng Cường vừa vào phòng chuẩn bị nằm rốn thêm một chút thì lại thấy tiếng còi xe cảnh sát hú vang ngay ở đầu hồi. Chưa kịp hiểu ra chuyện gì thì cả ba cùng bị mời lên xe 113 về Sở cảnh sát lấy lời khai. Ba người được mời "làm việc" riêng tại ba phòng.

Dũng nói với viên đại uý đang định lấy khẩu cung anh:

- Tôi là quân nhân! Chỉ có bên quân pháp mới có quyền lấy khẩu cung của tôi... Nhưng không sao, nếu các anh có yêu cầu... Với tư cách là công dân, tôi sẽ nói với anh điều tôi chứng kiến... mặc dù rất ít ỏi.

- Vâng, chúng tôi cũng biết... luật pháp như anh nói. Nhưng mời anh cộng tác với chúng tôi... chúng tôi rất cám ơn.

Viên đại uý tỏ ra nhã nhặn hơn.

Dũng đã kể ra tất cả những điều đã diễn ra.

- Ai là người "chủ động" gọi cho số phòng cháy - chữa cháy?

- Theo phản xạ tự nhiên! Tôi đã bảo em tôi là thằng Cường gọi tới số 114.... Va báo địa điểm vừa xẩy ra hoả hoạn.

Phòng "hỏi cung" Maria Huệ có hai sĩ quan Công an, một nam, một nữ. Tay nam có phần mềm mỏng hơn. Còn nữ sỹ quan mặt khó như đang "đâm lễ".

- Chị là người nước nào? Tại sao lại có mặt ở nhà anh Dũng đêm qua? Viên nữ sĩ quan cảnh sát hỏi.

- Tôi có quốc tịch Việt Nam. Tôi là vợ anh Dũng. Tất nhiên là vợ phải ngủ ở nhà chồng rồi! Cả hai viên sĩ quan cảnh sát đều không ngờ Maria Huệ lại nói sõi tiếng Việt và đáp một cách cứng cỏi như vậy.

- Chị có gì để chứng minh cho lời nói của mình?

Viên nữ sĩ quan tiếp tục lục vấn.

Huệ cười, lôi ra từ chiếc xắc cá sấu đeo bên sườn ra tấm hộ chiếu xanh ghi hàng chữ vàng "Hộ chiếu Cộng hoà xã hội chủ nghĩa Việt Nam" và tấm giấy Hôn thú" gấp đôi, có dấu công chứng "nhân bản" của chính sở tư pháp thành phố.

- Chị sang Việt Nam lần này là lần thứ mấy? Đến lượt viên sĩ quan nam hỏi.

- Lần thứ hai... à quên, lần ba.

- Thời gian của mỗi lần.

- Lần thứ nhất ba ngày. Theo đoàn thi đấu Việt võ đạo cùng ông nội tôi làm trưởng đoàn. Lần thứ hai năm ngày, tiễn anh Dũng đi tập huấn quân sự ở nước ngoài. Và lần thứ ba... sang cưới anh Dũng... Thời gian chưa xác định.

- Chị biết xảy ra vụ hoả hoạn nhà giáo sư Đặng vào thời điểm nào?

Huệ cười và kể "toẹt" chuyện mình "quan hệ" xong đang nằm "tồng ngồng" tán chuyện thì nghe thấy một tiếng nổ lớn, hai người vội vơ quần áo choàng lên người và chạy ra sân. Đồng thời chồng tôi bảo chú em gọi di động đến Sở phòng cháy chữa cháy.

Tay nam sĩ quan thì mỉm cười, còn cô nữ sĩ quan thì cau mày hỏi lại:

- Chị không đùa với chúng tôi... đấy chứ!

- Đùa! Ngay cả ở phương tây, cũng không ai dám đùa với nhà chức trách... kể cả tổng thống lẫn thủ tướng. Maria Huệ cứng cỏi đáp.

Bên phòng "hỏi cung" thằng Cường, lúc đầu nó có phần run sợ, chẳng hiểu là run sợ cái gì, nhút nhát là bản chất của nó từ thuở nhỏ. Sau khi "khớp" ba lời khai không có điều nghi vấn gì, ba người được dời khỏi Sở cảnh sát với lời dặn khi nào có việc cần, chúng tôi mong các vị sớm có mặt. Và tạm thời trong vòng 72 tiếng đồng hồ không được rời khỏi thành phố, nếu không được sự đồng ý của Sở cảnh sát"

Dũng đập bàn quát:

- Các anh mời tôi cộng tác thì tôi tự nguyện hợp tác. Với tôi các anh không có quyền... có những lời như vừa rồi. Tôi nhắc lại, tôi đang là quân nhân tại ngũ. Chỉ có bên quân pháp mới có quyền như các anh vừa nói.

Đại diện Sở cảnh sát đấu dịu.

- Vâng! Đấy là chúng tôi nói với hai người kia. Còn trường hợp của anh.... nếu có gì hiểu lầm, mong anh thông cảm.

Ba người đang chờ xe tacxi ở ngoài cổng thì

"con mec" của Đặng "tiên sinh" đỗ xịch trước mặt. Lão đẩy cửa xe, hầm hầm nhảy xuống. Vừa xông vào sở cảnh sát lão vừa quát to:

- Cái thằng Dũng! Chính nó đã gây ra vụ cháy nổ! Các anh hãy gô cổ nó lại! Đừng để nó chạy trốn! Thằng này có tài "xuất quỷ nhập thần"... để làm những chuyện "long trời lở đất" đấy!

Mới hơn nửa tháng mà tại "địa bàn" đã liên tiếp xảy ra hai "vụ án" nghiêm trọng khiến Sở cảnh sát thành phố phải thành lập "Ban chuyên án" với nhiều cán bộ điều tra trinh sát hình sự có thâm niên, có kinh nghiệm cùng tham gia. Các sắc phục cảnh sát có, thường phục có ngày đêm "lai vãng" quanh ngôi biệt thự "khủng" nhà Đặng "tiên sinh" cũng như khu nhà gỗ cổ của gia đình Dũng.

Một buổi trưa, sau khi xẩy ra vụ "cháy nổ" nhà lão Đặng ba ngày có một tốp ba người mặc thường phục vào nhà Dũng. Một trong ba người đó là Đại uý Tùng ở đội "săn bắt cướp" vốn có quen biết với Dũng từ "thời" anh còn làm "hiệp sĩ đường phố". Đại uý Tùng giới thiệu hai người còn lại:

- Đây là trung tá Trọng - phó ban chuyên án. Tùng giới thiệu một người đã đứng tuổi, dáng nhỏ bé nhưng chắc chắn và nghiêm nghị - Còn đây là trung tá Mai, chuyên viên điều tra cấp cao của Sở. Rồi Tùng quay ra nói với cán bộ cảnh sát:

- Đây là anh Dũng chủ nhà, trước đây từng tham gia tổ "Hiệp sĩ đường phố", đã lập được thành tích được Sở cũng như Uỷ ban nhân dân thành phố tặng bằng khen... Cũng xin nói thật với anh Dũng là từ ngày cậu - Tùng đổi cách xưng hô vì Dũng ít tuổi nhất trong số người có mặt để không khí cuộc "trò chuyện" thân mật và cởi mở hơn, - không có mặt ở "đường phố" tụi cướp tỏ ra lộng hành hơn. Nhất là một số tên ở nơi khác đến. Chúng thường dùng gậy gỗ, gậy sắt tấn công người đi xe máy ở các quãng đường tối, đường vắng khu vực ven đô, trước khi cướp xe.

Trung tá Mai đế vào:

- Nói chung là tình hình tội phạm trong cả nước gần đây có chiều hướng không giảm. Hành vi và thủ đoạn ngày càng tinh vi và táo tợn hơn. Nhất là các vụ cướp tiệm vàng ở các thành phố, thị trấn lớn. Có vụ chúng hành động rất bột phát, ngẫu hứng, nên hướng điều tra gặp không ít trở ngại.

- Chả mấy khi các anh có "việc" nên mới tới thăm gia đình bọn em. Dũng vui vẻ mời - Chả dấu gì nhà có "khách" ngoại quốc nên có sẵn thức ăn và đồ uống. Các anh dùng bia Ken với mực ống nướng nhé!

Trung tá Trọng gạt đi:

- Chúng tôi đến đây để thực thi công vụ, tuyệt đối không được "bia bọt" gì! Có gì cứ pha cho ấm trà to, chúng ta vừa uống trà vừa làm việc.

Maria Huệ nhanh nhẹn tráng ấm chén, đặt ấm siêu tốc. Chỉ ba phút sau đã có những chén trà Thái Nguyên bốc khói nghi ngút trước mặt mọi người. Cả ba sĩ quan công an đều "đánh mắt" nhìn Huệ, với bản lĩnh nghề nghiệp, cái nhìn rất nhanh nhưng cũng đã nắm bắt "đối tượng" là người thế nào.

- Cậu ra đảo mà... may mắn thế nào lại vớ được... nàng tiên cá thế này! Đại uý Tùng nói vui.

- Cũng là cái duyên cái số. Mẹ em bảo "Cái duyên ông trời se, cái que ông trời buộc" ấy mà. Maria Huệ nhanh nhảu đáp.

- Tổ chức lúc nào mà kín tiếng thế? Chẳng cho anh em cùng đội "săn bắt cướp" ăn một cái kẹo mừng nào?

Tùng vẫn có vẻ ham chuyện.

- Cũng vì "hoàn cảnh" - Dũng buồn rầu đáp. - Cưới chạy tang mà anh.

Trung tá Trọng đi thẳng vào công việc:

- Vụ cháy nổ nhà ông Đặng chúng ta đều rõ rồi. Ông Đặng và mấy đứa con trai cứ khăng khăng, quả quyết rằng anh Dũng và chị Maria Huệ là thủ phạm. Ông dẫn chứng là anh có tài "xuất quỷ nhập thần" đến chó nghiệp vụ nhập từ Mỹ về, giá bằng cả chiếc xe ô tô mà anh vẫn "bẻ hết nanh" được. Còn chị Maria Huệ vài tháng trước đây cũng đã gây gổ, một lúc đánh trọng thương tới ba thanh niên to khoẻ tại nhà nổi "Gió biển - Tình đời". Nhưng qua thu thập chứng cứ, chúng tôi thấy khả năng "ngoại phạm" của anh chị là rất cao. Về nhân thân tất nhiên là quá tốt rồi, chưa có tiền án tiền sự gì. Đặc biệt anh Dũng có thời kỳ là "đặc tình" của công an, phá được một vụ án lớn. Về phía gia đình ông Đặng không đưa ra được "bằng chứng " xác đáng nào. Công tác hình sự chỉ "trọng chứng chứ không trọng cung". Mà chứng thì rất bất lợi cho gia đình ông Đặng. Cụ thể là qua camêra giám sát đặt trước cổng ra vào ngôi biệt thự còn lưu lại rất rõ. Vào lúc 2 giờ 30 thấy một người vác một quả ga 13,5kg vào. Chúng tôi đã xác nhận qua cửa hàng bán ga, hoá đơn và giờ giấc khớp vào camera quan sát đã ghi được. Giả thiết ở đây được đặt ra là vào cái thời điểm đó thì người đến thay quả ga có thể đang ngái ngủ "mắt nhắm mắt mở" nên nối giây dẫn từ quả ga đến bếp không được chính xác, gây rò rỉ khí ga. Cô con gái út Hảo Hảo nhà ông Đặng cũng cung cấp cho chúng tôi một thông tin khá quan trọng, là khoảng hai mươi ngày nay trong nhà có ba người khách đến ăn ngủ tại tầng hầm. Họ thường thức "thâu đêm suốt sáng" để đánh bài và ăn nhậu. Do đường ống dẫn ga bị hở, nên gần sáng họ tắt đèn đi ngủ đã gây ra vụ cháy nổ đó. Ba người đó đã chết. Nhưng khi pháp y xét nghiệm ADN thì hai trong số ba người đó đang có lệnh truy nã đặc biệt vì tội cướp của và hiếp dâm ở một thành phố lớn phía đông bắc. Hỏi ông Đặng thì ông cho hay không biết gì về việc này. Đấy là "bạn" của con cả ông ta. Nhưng cậu này hiện cũng đang ở cơn "thập tử nhất sinh." Các chuyên gia hàng đầu ở Viện bỏng quốc gia được tức tốc điều về chữa trị, nhưng họ đều lắc đầu tuyệt vọng. Trinh sát có ghi được lời nói của cậu ta với ông Đặng thế này: "Con không muốn chết! Tất cả tại ba. Ba cứ muốn bành trướng lãnh thổ mà mới gây ra thảm kịch này. Đầu tiên là cho nhà láng giềng. Bây giờ là cho chính nhà mình". Ông Đặng nghe xong đã bỏ ra ngoài, không nói lại lời nào. Qua những chứng cứ rất quan trọng tôi vừa nói, Ban chuyên án đã nhận định bước đầu là "cái chết của mẹ cậu và vụ nổ bình ga nhà giáo sư Đặng" có liên quan đến nhau. Một chi tiết cũng rất quan trọng khác là quanh nhà cậu có gắn đến sáu chiếc máy nghe trộm. Nhưng qua kiểm tra không thấy có dấu hiệu nghi vấn nào, ngoài chuyện sinh hoạt gia đình thông thường, kể cả cái đêm vợ cậu... cưỡng bức cậu cũng được ghi lại khá rõ nét. Vấn đề ở đây là thế nào? Chúng tôi rất muốn làm rõ mà không tài nào lần ra được đầu mối.

Nghe đến cái chết của mẹ mặt Dũng tái lại. Đôi mắt lại trợn ngược lên. Anh muốn vung tay đấm mạnh xuống mặt bàn và thét lên "Chính chúng nó. Chính gia đình lão Đặng - người láng giềng tốt là thủ phạm." Nhưng Maria Huệ ngồi gần anh đã kịp lấy tay xoa xoa vào tấm lưng dài của anh, chân dậm lên bàn chân của anh để kiềm chế sự xúc động của anh lại.

Trung tá Trọng rất tinh ý, anh tiếp tục nói:

- Nhận định mà Ban chuyên án là chính xác. Vấn đề còn lại là sự cộng tác của gia đình ta.

- Tôi thì ngoài đảo xa... Mẹ mất hơn mười ngày mới có mặt! Về đến nhà... như các anh thấy toàn tâm rối bời... Không thể để ý tới việc gì một cách thấu đáo được. May có cô Thuận và Maria Huệ đứng ra lo chạy mọi việc thì... mẹ tôi mới được "mồ yên mả đẹp" như bây giờ... Tôi có hỏi thằng Cường, nó cũng bảo là em ngủ say.... đến sáng sang đánh thức mẹ thì... thấy như vậy... vội gọi điện cho cô Thuận, cho Maria Huệ, cho thành đội và cho tôi.... Mọi việc gia đình đều nhờ vào nghiệp vụ của các đồng chí để làm cho sáng tỏ.

Trung tá Trọng vẫn ôn tồn:

- Các đầu mối quan trọng là ba tên đang có lệnh truy nã thì đã chết. Người thứ tư có liên quan thì cũng đang hấp hối. Bởi thế mọi việc... chỉ còn hy vọng vào sự cung cấp thông tin... dù là nhỏ nhất, dù tưởng là rất vu vơ... của gia đình ta.

- Chúng tôi xin ghi nhận ý kiến của đồng chí. Dũng đổi cách xưng hô. Có gì chúng tôi... sẽ điện, hoặc là trực tiếp đến sở cảnh sát... báo cáo với các đồng chí ngay.

Maria Huệ nhanh nhảu:

- Giờ này đã quá mười hai giờ trưa! Đã quá giờ làm việc rồi... chúng em mời các anh ở lại dùng bữa trưa. Nhân tiện có gì trao đổi thêm... cũng tốt cho công việc.

Trung tác Trọng và trung tá Mai có vẻ ngần ngừ, riêng đại uý Tùng tỏ ra sốt sắng:

- Hai thủ trưởng ạ! Công việc thì chúng ta đã làm... rồi. Chỗ gia đình cậu Dũng đây... cũng không phải là chỗ xa lạ. Chúng ta nán lại một chút... vừa ăn nhẹ vừa nghe Dũng kể chuyện thời sự về biển đảo cũng là một chuyện hay và bổ ích cho... chúng ta.

Bữa cơm Maria Huệ dọn ra cho bốn người đàn ông chỉ có món cá thu kho và rau muống luộc hái từ vườn nhà. Mấy lon Ken, vài con mực ống nướng làm mồi nhậu.

Cô giúp việc do mẹ Thuận đưa đến, Maria Huệ và thằng Cường ngồi ăn ở dưới bếp.

Sau khi nâng cốc, nhấp một ngụm nhỏ, Dũng bắt đầu kể:

- Tình hình ở đảo dạo này tốt hơn rất nhiều. Điện mặt trời và điện máy nổ có khi còn tốt hơn ở đất liền. Nước ngọt đã đủ dùng cho sinh hoạt, dĩ nhiên là không bằng thành phố ta. Còn thực phẩm, rau xanh, rất dồi dào. Đảo Trường Sa lớn còn sầm uất hơn phố huyện. Có đủ trường học, nhà trẻ, bệnh viện quân dân y kết hợp. Mới đây đã có bốn chùa được xây dựng, có bốn nhà sư được giáo hội Phật giáo Việt Nam cử ra trụ trì. Ở Trường Sa hiện chỉ còn thiếu một thứ là... nhà tù. Dũng nói đây thì ba sĩ quan công an cười vang. Còn cái món "mộc tồn" Dũng nói tiếp ở Trường Sa lớn có tới vài trăm con. Khách từ đất liền ra muốn nhậu "cầy tơ bẩy món" chỉ sau một tiếng là có liền. Một lần có bốn thủ trưởng ra thăm đảo, chỉ huy nháy mắt bảo em đi làm một chú. Nhưng cái khoản ấy thì em "dốt đặc cán mai dài cán thuổng", đành nhờ mấy cậu ở nông thôn "làm" giúp với điều kiện là phải cho bọn nó "đụng" một đùi. Đến khi nâng ly, bốn thủ trưởng chỉ còn có "ba cái chân" chỉ huy trưởng hỏi em? Em đáp các thủ trưởng đã biết có chuyện cọp ba móng rất ly kỳ rồi còn gì. Cái con "mộc tồn" này cha sinh mẹ đẻ ra cũng giống như con cọp ba móng ấy. Thế là tất cả cười vang. Chỉ huy em giới thiệu.

- Đây là Dũng con anh Hùng... Hy sinh ở khu vực Cô Lin Gác Ma năm 1988...

Vừa nghe tới đó một vị mập lùn bỏ chén rượu xuống đứng bật dậy, cởi phanh áo ngực ra. Trên vai trên ngực, bên sườn thủ trưởng nhằng nhịt các vết sẹo. Rồi thủ trưởng đó, tụt cả quần dài, hai bên đùi cũng lỗ chỗ các vết thương. Sau đó ông ôm choàng lấy em, nghẹn ngào nói:

- Năm ấy không có sự hy sinh của bố cháu thì chú cũng chẳng có mặt được ở đây... mà đảo cũng chưa chắc giữ được... Thế mẹ ở nhà có khoẻ không? Mẹ cũng đồng ý cho con "độc đinh" đi nối nghiệp bố à?

- Thưa thủ trưởng - Em đáp - Mẹ cháu khoẻ ạ! Còn chuyện "độc đinh" mẹ cháu bảo "giữ dược chân" chứ giữ thế nào được " tâm với chí". Cái dòng họ này, khi người đàn ông đã quyết thì chỉ có mà việc "tuân chỉ" thôi.

Tất cả mọi người cười ầm lên. Vị thủ trưởng đồng ngũ với thời cha em nâng ly rượu lên bắt em phải uống. Em từ chối. Từ bé đến giờ cháu chưa đụng đến thứ này lần nào.

- Hôm nay phá lệ... Không nâng ly chú "kỷ luật" đấy.

Chỉ huy trưởng của em cũng bảo:

- Cứ nâng lên! Nhắp trên môi một tý cũng được.

- Thế chuyện vợ con thế nào? Ở nhà mẹ đã nhắm cho đám nào chưa? Vẫn vị chỉ huy kia hỏi.

- Dạ thưa chú! À quên dạ thưa thủ trưởng chuyện

của cháu "oái ăm" lắm ạ! Cháu sắp lấy một cô đầm lai, ông nội là người Việt chính gốc, nhưng lai đến hai đời rồi, có nghĩa là F3 đấy ạ! Không biết các thủ trưởng có duyệt cho cưới hay không?

- Thời của bố cháu với chú thì khắt khe cái khoản ấy lắm! Còn bây giờ thì... thoáng nhiều rồi. Miễn cô ấy không chống cộng là được.... Nhưng mà liệu có chịu được cái cảnh cô đơn như mẹ cháu không? Hay hứng lên một chút vài năm sau lại "cắp" con về Tây thì... chán chết.

- Thưa thủ trưởng không ạ! Cô ấy còn hứa sẽ ra đảo cùng với cháu. Cô ấy đang theo học một lớp y sĩ thực hành ạ!

- Tốt! được thế thì tốt... Nào chúng ta cùng cạn ly.

Đúng 1 giờ 30 chiều mọi người đứng dậy ra về. Trung tá Trọng vỗ vai Dũng nói:

- Hình như em còn dấu điều gì! Cứ suy nghĩ kỹ đi. Có gì nhớ báo với bọn anh... hay chỉ với riêng anh cũng được.

Dũng cũng đã đắn đo rất nhiều. Pháp luật chỉ "trọng chứng chứ không trọng cung". Lời mà tên lưu manh có gợi Đặng "Tiên sinh" thành thật trong cuốn băng ghi mà thằng Cường đã ghi được chắc chắn chả có giá trị pháp lý nào ngoài giá trị tham khảo. Và lại bây giờ hắn đã trở thành thây ma cùng với đồng bọn rồi.... Và điều quan trọng nhất vì sao mẹ phải quyên sinh. Thứ nhất như mẹ từng quát vào mặt lũ khốn nạn là chúng mày đừng hòng chiếm được một ly, một lai đất đai nào của tổ tiên chúng tao để lại. Mẹ chết đi để bọn chúng không thể lấy mẹ ra làm áp lực nhằm thực hiện ý đồ "bành trướng" đó. Thứ hai mẹ muốn xoá đi nỗi "ô nhục" mà bọn chúng đã gây ra với mẹ. Thế mà bây giờ mình lại đem phơi bầy ra, lợi ích thì chẳng thấy đâu... mà khác gì lại để mẹ phải chịu "ô nhục" một lần nữa.

Đúng như thông báo của các sĩ quan công an, hai ngày sau thằng con cả lão Đặng từ giã cõi đời trong đau đớn đến vô cùng tận. Đám ma được tổ chức có lẽ là "hoành tráng" nhất từ trước tới nay và cũng có thể là từ nay về sau ở thành phố biển này. Khách trong tỉnh tất nhiên là phải có, ngoài ra còn ở trung ương, ở tỉnh thành ngành mà ông Đặng có mối "quan hệ" làm ăn. Đặc biệt hơn nữa còn có khách từ Trung quốc đại lục, Hồng Kông và Đài Loan cũng sang viếng tang. Dũng đã không chịu đi. Nhưng cô Thuận bảo:

- Là láng giềng! Lần trước ông có đến viếng mẹ cháu. Thì lần này cháu với Maria Huệ cũng nên đi cho ... phải phép.

- Ở phương Tây người ta gọi thế là "ngoại giao" đấy! Maria Huệ đế thêm vào.

Thế là Dũng ra góc hiên nhà lấy xe máy. Nhưng chìa khoá thường cắm liền vào ổ không cánh mà bay. Đang cằn nhằn thì Maria Huệ bảo:

- Em nói với thằng Cường khoá vào rồi! Chìa thì nó đem gửi ở nhà bạn... Bây giờ anh cưõii Honda thế nào được. Đi đâu gọi tacxi...

Hai người đến nhà tang lễ. Những đứa trẻ bán hoa tíu tít đến chèo kéo. Dũng chọn một con bé gày yếu nhất bảo nó dẫn vào trong quầy, chủ quầy đon đả:

- Anh chị cần vòng hoa loại nào ạ! Ba trăm... hay năm trăm?

- Cho vòng hoa một triệu - Dũng nói sẵng như ra lệnh.

- Vâng! Vâng! Có ngay ạ! ... Thế còn giấy cài vào vòng hoa ghi thế nào ạ?

- Ghi Dũng hàng xóm viếng! Chấm hết không có vô cùng chẳng có thương tiếc gì hết.

Dũng nhắc ba chân kiềng vòng hoa lên cao quá đầu gạt đám đông, lách vào thẳng phòng lễ tang. Maria Huệ phải vất vả lắm mới bám theo được. Lão Đặng vẫn đeo cặp kính đổi mầu to bản, để che cặp mát biểu lộ rất nhiều tình cảm phức tạp. Dũng và Maria Huệ đi vòng quanh quan tài, nắp đóng kín, không có cửa kính để ngó cho mọi người "ghi nhớ" khuôn mặt người quá cố lần cuối cùng, bởi các vết bỏng đã làm biến dạng khuôn mặt giống lão Đặng như tạc. Lão Đặng mặc đồ trắng, tay trái đeo vòng tang rất to, đứng trước làm chủ tang. Dũng kéo Maria Huệ đi lướt qua. Lão Đặng cố để ý xem có thấy khoé miệng Dũng có nhếch lên một nét cười mỉa nào không? Nhưng tịch nhiên là không có, vẫn vẻ mặt lầm lì như "đâm lê" khiến lão có phần hoài nghi. Maria Huệ bắt tay Hảo Hảo đứng ở hàng cuối, cùng lời chia buồn ngắn gọn.

Dũng bước ra bậc tam cấp. Bỗng nhiên anh ngẩng mặt lên nhìn trời và than một câu thật to, khiến mọi người xung quanh đều sửng sốt, ngạc nhiên:

- Ới ông trời kia! ông thật không có mắt! Kẻ đầu xỏ, chủ mưu đáng chết thì vẫn sống nhăn răng ra... để tiếp tục làm điều ác. Còn đứa chỉ đáng tội tù thì lại phải chui vào quan tài!

Maria Huệ đứng bên cũng phát run lên. Cô vội kéo Dũng bước nhanh ra cổng.

Xe taxi vừa cho Dũng và Maria Huệ về đến nhà thì đã thấy trung tá Trọng đã chờ từ lúc nào. Bằng giọng hết sức tình cảm, Trung tá Trọng hỏi anh:

- Chú có gì bức xúc với giáo sư Đặng lắm phải không?

- Cũng có vài chuyện lặt vặt thôi mà - Dũng đáp.

- Mình thấy vấn đề có vẻ nghiêm trọng hơn nhiều. Bây giờ chỉ ba chúng ta, Dũng có thể hé mở một chút được không?

- Em đã nói là không có gì ghê gớm mà!

- Sao lúc nãy ở bậc tam cấp nhà tang lễ cậu trách trời có vẻ uất hận lắm!

- Nhà em bị chấn động thần kinh rất nặng sau cái chết tức tưởi của mẹ chúng em. Bởi thế tính khí anh ấy thất thường. Hay nổi cáu vô lý với nhiều người... Maria Huệ vội nói xem vào. Em vẫn phải điều trị bằng thuốc an thần khá mạnh cho anh ấy đấy! Nói rồi Maria Huệ vào buồng lấy các loại thuốc tiêm và uống ra, đưa cho trung tá Trọng xem.

- Em làm ở ngành y à? Trung tá Trọng hỏi.

- Vâng em đang theo học tại một bệnh viện đa khoa có tiếng nhất châu Âu.

- Liệu bệnh tình của Dũng có nghiêm trọng lắm không?

- Theo em là vừa có vừa không? Vấn đề chính là không có tác nhân gây kích động tới thần kinh anh ấy. Còn nếu giữ hoàn cảnh ôn hoà, vừa dùng thuốc kết hợp với biện pháp tâm lý... chắc trong khoảng vài chục ngày bệnh tình của anh ấy sẽ thuyên giảm dần.

Trước sự giải thích có tính chất chuyên môn khá thuyết phục của Maria Huệ khiến trung tá Trọng không còn cách nào khác là ra về với lời dặn:

- Nếu Dũng có muốn trình bày, bộc lộ vấn đề gì em nhớ gọi điện cho các anh nhé!

- Vâng, chúng em cũng muốn cộng tác với các anh để làm sáng tỏ nhiều việc mà chính em cũng nghi ngờ về cái chết của mẹ em... Và vì sao có ai đó lại gắn máy nghe trộm quanh nhà em.

- Như vậy là em cũng cùng quan điểm với Ban chuyên án đấy!

Nhưng rồi mọi câu hỏi của Ban chuyên án vẫn chỉ là nghi ngờ. Bởi ba nhân chứng có thể khai thác, tìm hiểu được là Dũng, thằng Cường và cả ông Đặng đều chỉ đồng một câu là... không biết.

Sau đêm bị Maria Huệ "cưỡng bức" Dũng đã dần dần làm quen với nghĩa vụ làm chồng của mình.

Có lúc anh còn tỏ ra "tham lam", đã gần sáng rồi còn muốn "nhảy lên" khiến Maria Huệ phải can; đàn bà có vẻ thính hơn trước và trong lúc đang "hành lạc"

- Thằng cường nó dậy rồi đấy! Để nó biết thì ngượng chết.

- Ồ, có sao? Vài năm nữa thì nó cũng như thế mà!

- Thôi! Chịu khó chờ một lát... Nó đi học đã...

- Tý nữa mất hứng... có khi anh chả làm nữa!

- Thế cũng tốt... Anh cũng cần phải giữ sức khoẻ. Thứ hai nữa cũng phải... hoạt động nhẹ nhàng thôi! Nhỡ đang thụ thai mà... làm mạnh quá... tuột ra là gay đấy. Sách đã dạy như thế mà. Nếu đã tuột lần đầu là lần sau... quen dạ, càng khó đậu hơn.

Dũng ậm ừ nửa nghe nữa không. Nhưng đến khi thằng Cường dắt chiếc xe mi ni Nhật ra khỏi ngõ là Dũng lại nhảy lên ... Maria Huệ cũng hưởng ứng nhiệt nhiệt bấu cả vuột lưng anh, đồng thời khẽ rên lên vì khoái cảm, sung sướng. Sau nửa tiếng trên bụng Huệ, Dũng lăn xuống, nằm duỗi thẳng hai chân hai tay vận khí đều đều lấy lại sức. Bây giờ thì đến lượt Maria Huệ nằm đè lên anh, đưa cả hai tay vò đầu, béo tai, béo cằm anh và nựng nịu:

- Trước đây cứ tưởng là dân đồng tính... hay bất lực. Bây giờ quen mui rồi. Cũng gớm ra trò.

- Đấy là anh "truy lĩnh" cho em đấy chứ? Còn em không thích thì... từ này "nghỉ " cho khoẻ.

- Em chỉ lo... thời gian nữa anh trở lại đảo... thì làm thế nào?

- Anh còn lo hơn ấy! Không có anh... biết đâu em chả tìm đến tay đặc nhiệm Tây ấy.

- Bôi vôi vào miệng anh! Cái thằng đó còn đang bóc lịch trong tù. Phải hai năm nữa nới ra.

- Ấy là anh ví dụ thế! Chứ em cho "ra lò" một thằng mắt xanh, mũi lõ, da trắng tóc vàng... hoặc là oẳn tà vằn... những đứa không biết chống gậy là anh từ luôn đấy!

- Được, nhất trí. Xem ai phụ ai?... À mà này có lần em đã kể với anh về "biển một bên và em một bên" anh còn nhớ chứ?

- Nhớ! Câu nói em nói anh cũng nhớ hết! Được chưa?

- Sau lần ấy em trở về Tây Âu. có một lần đi giữa vỉa hè của một con phố rộng, đẹp vào loại bậc nhất châu Âu, rất đông người đi lại, chợt bắt gặp một tốp "Việt cộng" toàn là "đực rựa". Chả hiểu các "bố" được cử sang đây, hoàn toàn được tự do, hoàn toàn được "cởi trói" mà nói một câu là văng tục ra một câu "mút cái nọ bú cái kia". Một chàng còn nghêu ngao hát "Nữ dân quân cởi truồng đan lưới/ Cười với anh hãi quân trên tầu." Vừa tức, vừa buồn cười, em mới nhảy xổ vào giữa bọn họ hỏi:

- Thế ở Việt Nam các anh cũng nói tục thế à?

Cả bọn ngớ ra, nhìn em chả hiểu là "tây" hay là

"ta" nói tiếng Việt chuẩn thế, một chàng hơi đỏ mặt chống chế:

- Tưởng ở đây không ai biết tiếng mình nên mới "tự do" "xả láng" một chút. Bị bí bách quá nên mới "phát tiết" ra mồm ấy mà! Thế chị... à cô là người Tây gốc Việt à?

- Đúng! Tôi là người lai... Nhưng tiếng Việt không kém gì các anh. Và lại người yêu sắp cưới của tôi là lính đảo bảo vệ Trường Sa. Anh hát cái câu ấy... làm tôi ớn quá!...

- À, hát vui tếu táo ấy mà... Làm gì có chuyện ấy. - Anh chàng ấy đáp lại. Không biết ở ngoài đảo, những lúc toàn "đực rựa" các anh có tán nhảm thế không? Huệ hỏi Dũng.

- Cũng có lúc thì nói nổ trời, nổ đất. Cũng có lúc thì cả bọn nhìn nhau câm lặng, chả ai nói với ai câu nào.

Dũng thật thà đáp lại

- Ừ, em hỏi cho biết thế thôi! Chứ anh có làm gì em cũng chả trách đâu?

- Không trách sao được! Em biết là quả trứng luộc mà còn ngót một đầu đấy.

- À, đấy là quả trứng không có "trống". Nếu quả trứng có đã "âm dương" rồi, thì ngót làm sao được.

Hai người cười vui đàu, trò chuyện tới đó thì cô giúp việc đến. Maria Huệ nhanh nhẹn nhẩy xuống phản ra tiếp chuyện và phân công công việc hôm đó cho cô.

Dũng dần dần đã trở lại bình thường. Chỉ đôi lúc mặt anh mới thoáng buồn, đanh lại, đôi mắt như vô hồn, mở ra trừng trừng. Ba mươi ngày sau, vào một buổi sáng như sáng vừa rồi, Maria Huệ cầm tay Dũng đặt lên bụng mình và thì thầm hồi hộp nói với Dũng:

- Em đã chậm ba ngày rồi! Chắc chắn là đã có thai. Vì hàng tháng của em "chuẩn" lắm! Có xáo động đến mấy cũng không sai một ngày...

Dũng xoa xoa bàn tay với những ngón dài và cứng lên chiếc bụng trắng hồng của vợ bảo:

- Anh có thấy gì đâu?

- Đã thấy được thì có mà... chửa trước mấy tháng à? Bây giờ nó mới bé... bằng hạt ngô thôi! Ôi! Mẹ thiêng thật! Mẹ phù hộ độ trì cho chúng con có con trai mẹ nhé!

- Con trai hay con gái đều tốt như nhau cả. Miễn là phải ngoan. Lớn lên có ích cho xã hội...

- Nhưng em đã hứa với mẹ là phải có cháu nội trai để còn nối dõi tông đường... Em đã hứa phải sinh ba đứa cơ mà. Mẹ bảo "độc đinh" là "độc" lắm!

- Bố mẹ anh có mỗi mình anh có sao đâu? Không nghiện hút trộm cướp, hiếp dâm... Thà có một mà tốt còn hơn có mười mà xấu. Như bốn thằng "tướng cướp" nhà lão Đặng đấy!...

- Giòng nào giống ấy mà anh! Có ba mà tốt thì vẫn hơn có một mà tốt chứ sao?

- Nhưng anh chỉ lo em vất vả thôi!

- Anh yên tâm đi! Em sẽ sinh cho anh không chỉ ba mà năm cho mà xem... Thành "ngũ hổ tướng".

- Nhưng không được thêm cái đuôi "cướp" đấy nhé!

- Tất nhiên rồi! "Giỏ nhà ai quai nhà ấy" mà.

Cái thai trong bụng Huệ mỗi ngày một lớn dần. Dũng đưa vợ đến phòng phụ sản của bệnh viện đa khoa thành phố, cái bác sĩ thăm khám báo tin vui, "cái kén đã vào tổ" rồi. Nhưng sinh hoạt vợ chồng cần gượng nhẹ và thưa thưa thôi. Dũng thật thà nói luôn:

- Bọn em sắp mỗi đứa một phương rồi! Có đâu được như vợ chồng người ta... mà phải giữ gìn. Câu nói ấy của Dũng khiến Maria Huệ chạnh lòng rớt vài giọt nước mắt. Dũng thấy vậy không an ủi, dỗ dành mà lại gần như gắt:

- Ngay từ lúc đầu, từ khi mới quen, anh đã bảo rồi. Rồi em sẽ phải cô đơn nuôi con một mình... Bây giờ chưa chi... đã hối hận phải không.

Maria Huệ nắm chặt lấy cánh tay Dũng:

- Anh trách sai em rồi! Em chỉ thương anh và con thôi. Chứ với em gian khổ mấy, cô đơn mấy em cũng chịu đựng và vượt qua được.

- Anh xin lỗi! Dũng thật lòng. Tính tình anh chưa thật ổn định. Chuyện đang vui vẻ, tốt đẹp mà lại làm em tủi thân. Hãy tha thứ cho anh đi!

- Em hiểu anh mà! Anh đâu có lỗi gì - Huệ cười cười để động viên Dũng, nhưng những giọt nước mắt cứ tự nhiên rơi xuống, những hạt to và tròn và trong như những giọt thuỷ tinh pha lê.

Bà bác sĩ phụ sản già vừa vui mừng, vừa ái ngại nhìn đôi vợ chồng trẻ. Bà không biết được những biến cố vừa xảy ra với gia đình họ, cũng như tương lai phía trước còn chưa biết thế nào...

Ngay sau giỗ bốn chín ngày của mẹ, có ba nhà sư ở chùa Tây Nam đến tụng kinh niệm phật xuống cả ngày. Dũng ra quỳ trước mộ mẹ, thấy cỏ đã mọc lún phún xanh khiến lòng anh có phần dịu lại đôi chút. Bây giờ những dòng nước mắt mới chan hoà chảy xuống má anh, nhỏ từng giọt xuống nấm mồ mẹ anh đang yên nghỉ. Dũng thì thầm với mẹ:

- Con thật là hạnh phúc vì có được người mẹ như mẹ. Tần tảo chịu thương chịu khó mà biết nhìn xa trông rộng... Con cũng báo tin mừng cho mẹ là Maria Huệ nhà con đã mang thai được hơn bốn chục ngày rồi. Chúng con hứa với mẹ là sẽ nghe lời mẹ... Trước hết là bảo toàn được sinh mạng của mình, chưa vội gì phải thí thân với "chúng nó". Có tồn tại mới sinh con, đẻ cái để nối dõi tông đường, để có tráng đinh giữ nước, giữ nhà... Mẹ ơi, mẹ sống khôn, chết thiêng... hãy phù hộ cho vợ con là Maria Huệ chín tháng mười ngày sinh được mẹ tròng con vuông. Được thằng bé "chống gậy" thì càng hay. Còn được bé gái, kháu khỉnh, ngoan ngoãn như mẹ nó thì cũng rất tốt. Thôi mẹ ơi! Ngày mai con phải lên đường ra đảo trả phép rồi. Sang năm được nghỉ phép, con sẽ lại trở về đây, quỳ trước mộ mẹ và báo nhiều tin vui. Maria Huệ luôn tay lấy mùi xoa lau nước mắt chảy tràn trên má cho chồng. Nhưng chiếc khăn nhỏ bé mỏng manh không thể thấm hết nỗi khổ đau thương mẹ của đứa con hiếu thảo. Về mặt tâm lý Maria Huệ hiểu được rằng Dũng đã khóc được như vậy là điều tốt. Nỗi u uất trong lòng sẽ được vơi đi: Bởi trước mặt anh, nhiệm vụ ở đảo là rất nặng nề. Dũng muốn đưa Maria Huệ về Tây Âu trước, nhưng Huệ lại muốn được tiễn Dũng ra đảo rồi mới lên máy bay. Biện pháp dung hoà là cả hai cùng ra sân bay. Dũng bay vào sân bay Cam Ranh trước hai tiếng, rồi từ đó xuống tầu ra Trường Sa. Còn Huệ sẽ bay thẳng về Tây Âu. Bây giờ họ đã là vợ chồng rồi, việc tin tức cho nhau ít phải qua thằng Cường làm trung gian nữa. Song là một việc hết sức nan giải là khi vợ chồng anh Dũng và chị Maria Huệ đi rồi, thằng Cường sợ không dám ở lại căn nhà gỗ cổ một mình. Điều này cũng là hợp lý thôi. Cô Thuận có gia đình cô ấy không thể về ở với thằng Cường được. Còn thằng Cường cũng không muốn về ở hẳn với mẹ và dượng, mặc dù ông là người hết sức cởi mở, tốt tính. Giải pháp cuối cùng đã được đưa ra là cho một số sinh viên ở quê xa đến "trọ miễn phí" dưới sự giám sát của cô Thuận. Còn việc khói hương ngày rằm mồng một và thờ cúng gia tiên cô Thuận xin được "gánh vác" bởi cô rất "thuần thục" và "mê tín" công việc này. Giờ phút chia tay tại nhà ga quốc tế thành phố thật là buồn và cảm động. Dũng lần lượt ôm thằng Cường, cô Thuận rồi đến Maria Huệ. Tất cả không ai cầm được nước mắt. Có lẽ đây là lần đầu tiên Dũng nhỏ những giọt lệ nóng hổi trước cuộc chia ly, dù là tạm thời, rất tạm thời.

- Em nhớ giữ gìn sức khoẻ - Dũng ôm chặt vợ trong vòng tay rộng thì thầm dặn.

- Anh cũng thế! Xông pha vừa sức thôi!... Phần em anh không lo lắng gì. Hàng ngày em sẽ nhắn tin cho anh. Huệ ràn rụa nước mắt đáp lại lời chồng - Và em sẽ cố gắng thu xếp... để sớm được ra đảo chăm sóc anh.

- Anh thì việc gì em phải lo. Cái chính của em bây giờ là lo cho con. Nếu là con trai thì nó là cháu đích tôn của dòng họ anh đấy.

- Em đã nói là... anh yên tâm đi! Ông nội em cũng như bố mẹ em cũng rất quan tâm đến cháu mà.

- Giữ gìn...

- Giữ gìn nhé...

Đó là những lời cuối trước khi tạm biệt.

Dũng ra trả phép đúng hạn. Mọi người thấy anh gầy và xanh một cách đáng ngại. Ban chỉ huy quyết định giữ anh ở trên bờ làm các việc "lặt vặt". Nhưng Dũng đã cương quyết xin:

- Thưa các thủ trưởng! Nếu các thủ trưởng thương cháu... à thương tôi. Thì hãy cho tôi xuống tàu, trở lại vị trí cũ. Ở trên bờ... công việc nhàn nhã, có thể tôi sẽ... phát điên thực sự đấy! Lúc đó có đi quân y... cũng khó chẩn trị được. Nhàn rỗi, tôi chỉ suy nghĩ một chút là điên ngay.

Trước lời đề nghị thiết tha và có phần đúng đắn của Dũng nên Ban chỉ huy đã thống nhất trả Dũng về vị trí cũ. Như trên đã nói, do lực lượng của ta còn rất mỏng nên tần xuất hoạt động của con tầu rất cao. Hết tuần tra lại đi cứu hộ, cứu nạn. Thời tiết ở Trường Sa lại rất thất thường nhất là vào mùa mưa bão. Sau mỗi chuyến đi làm nhiệm vụ về, Dũng thường là người cuối cùng dời con tầu. Khi thì anh cọ rửa trên bong, lúc lau chùi dưới buồng máy. Đặc biệt là bao giờ anh cũng kiểm tra lượng xăng dầu nhiên liệu phải bổ sung. Việc này hết sức quan trọng bởi bất kỳ thời điểm nào, tầu cũng có thể được lệnh phải đi làm nhiệm vụ này khác. Lúc đó mới bổ sung xăng dầu thì có thể là quá muộn.

Còn về sự dũng cảm quên mình thì anh luôn là tấm gương được đơn vị nêu lên để mọi người học tập. Đêm đó biển có bão. Đơn vị nhận được tin cấp báo có một con tầu chở hàng bị chết máy đang trôi dạt tại toạ độ X-Y quanh quần đảo. Mặc dù suốt ngày đã mệt rũ vì tham gia phòng chống bão, nhưng được lệnh là Dũng xuống tầu ngay. Song dến toạ độ con tầu đang bị trôi dạt, do sóng to, gió lớn hai tầu không thể tiếp cận nhau được để móc cáp kéo con tầu hàng kia về nơi trú ẩn an toàn. Dũng đã bỏ áo phao cứu sinh cho đỡ kềnh càng. Ôm cuộn cáp nặng chịch lao xuống mặt biển đang cuộn trào sóng dữ. Nếu bơi trên mặt sóng thì rất khó tiếp cận tầu hàng. Dũng đã ước lượng kỹ cự ly, lặn sâu dưới lớp sóng. Sau ba lần nhô lên lấy hơi, Dũng đã tiếp cận được con tầu cần cứu hộ. Anh ngụp xuống lần thứ tư và khi nhô lên thì cũng là đúng lúc con sóng dâng cao ngang với mạn tầu. Thế là Dũng nhoài sang, lăn được lên boong. Các thuỷ thủ của tầu hàng vô cùng cảm kích. Họ xúm vào đỡ Dũng lên. Công việc còn lại là quá đơn giản, móc cặp nối hai con tầu lại với nhau...

Nhưng cũng phải nói thật là sức lực của Dũng cũng đã suy giảm khá nhiều sau cái chết quá đỗi thương tâm của mẹ. Sau việc đó, Dũng ốm liệt giường đến ba ngày... Những lúc rỗi rãi Dũng thường mở máy nhắn tin. Có lúc anh nhận được ba bốn "cú" của Maria Huệ với cùng nội dung "Em khoẻ, thai nhi phát triển bình thường.... Còn anh?" Dũng nhắc lại "Anh cũng thế! Khoẻ vì được bận rộn."

Ba tháng sau, vào một ngày đẹp trời, biển chỉ lăn tăn sóng như mặt nước Hồ Tây tại thủ đô Hà Nội những ngày thu sang, có một con tầu chở hàng sơn trắng cặp bến của đảo. Đang cọ rửa sàn tầu từ xa Dũng đã nhìn thấy con tầu đó, nhưng anh nghĩ đó là những chuyến tiếp tế bình thường cho đảo. Song khoảng gần nửa tiếng sau, có tiếng gọi của mấy thuỷ thủ bạn:

- Dũng ơi! Chỉ huy có lệnh... ra chở tầu hàng ngay! Có người nhà trong đất liền ra thăm...

Vừa tới cầu tầu Dũng đã nhận ra Maria Huệ. Nàng đội trên đầu chiếc mũ rộng vành. Chân đi Adidat đế bằng. Mặc áo sơ mi trắng cũng chiếc váy dời hơi thụng ở vùng bụng. Chiếc thắt lưng da "bất ly thân" không có ở eo nàng. Hai người nhảy bổ vào nhau, nàng ghì chặt lấy cổ Dũng kiễng chân hôn anh đến nghẹt thở thì trước sự ngạc nhiên của mọi người. Dũng trách:

- Sao em không báo cho anh! Hôm qua nhận được tin nhắn "Em khoẻ, thai nhi phát triển bình thường."

Huệ cười ra nước mắt:

- Em muốn dành cho anh... món quà bất ngờ.

- Em ra thăm anh nửa tháng... hay một tháng. Dũng hỏi.

- Ra ở luôn ngoài này với anh! Huệ đáp quả quyết.

- Nhưng em... sắp sinh rồi! Ông nội và bố mẹ em sao chấp nhận... được việc này.

- Mẹ thì khóc! Bố không nói gì!... Riêng ông nội bảo để chắt ngoại của cụ được tiếp xúc với thiên nhiên từ lúc mời chào đời là... cực kỳ tốt.

Hành trang Maria Huệ mang theo cũng là sự sửng sốt cho Dũng và tất cả mọi người. Tư trang cá nhân gồm có bốn va ly da cỡ đại gồm quần áo, váy vóc, giầy mũ cho bản thân cùng tã lót, đồ dùng cho trẻ sơ sinh. Còn thiết bị y tế đựng trong ba hòm gỗ thông lớn, có mũi tên chỉ ngược (ký hiệu để thùng đúng vị trí trên dưới) và đồ dễ vỡ bằng tiếng nước ngoài. Trong số các dụng cụ y tế đó có máy siêu âm mầu bốn chiều, máy thở, máy lọc nước biển thành nước ngọt, máy nổ mi ni dự phòng khi mất điện lúc đang cấp cứu... Các thứ đó ở đảo cũng có, nhưng Maria Huệ chở ra cũng "không thừa"

- Em làm thế nào mà đem các thứ... lỉnh kỉnh này theo người được. - Dũng hỏi.

- Sân Cam Ranh đã là sân bay quốc tế lớn của ta rồi. Huệ đáp - Em gửi hàng nhanh bay thắng qua đó.

Rồi xuống tầu từ quân cảng ra đấy! Mọi việc đơn giản thôi mà! Giấy phép em đã nhờ sứ quán Việt Nam lo cho tất cả...

- Nhưng anh không muốn em... ở lại lâu dài thì sao? Dũng nghiêm túc hỏi.

- Thì anh cứ ở trên tầu và doanh trại... Còn em sẽ ở bệnh viện dân quân y kết hợp. Huệ cũng nghiêm túc không kém. Nhưng mà thôi... em báo cho anh một tin... rất mừng thế này! Em đã siêu âm ba lần rồi. Điều khẳng định là... thai đôi. Mà là hai "ông tướng" mới sướng chứ! Mẹ thiêng thật anh ạ! Mẹ đã và đang phù hộ cho chúng mình đấy!

Dũng nghe đến đây thì ngớ người ra hỏi lại:

- Thai đôi à? Thế là thế nào?

- Là em sẽ đẻ sinh đôi. Hai đứa con trai một... lứa. Vượt mức... yêu cầu... Anh rõ chưa? Vừa trả lời Huệ vừa lấy ngón tay chỏ ấn vào trán Dũng.

- Hai đứa một lúc! Anh có đang nằm mơ không đấy! Dũng như tự hỏi mình - Nhưng mà sao... bụng em không thấy... sồ sề như bụng ... lợn nái.

- Chửa con so... em vào loại thai gọn... vì hàng ngày vẫn luyện tập và học tập, làm việc bình thường - Huệ lý giải.

Hàng chục đôi mắt chia vui với Dũng. Cũng có những đôi mắt nhìn Maria Huệ thèm thuồng và ghen tỵ. Thói đời mà, ở đâu thì cũng là "xã hội loài người" cả thôi.

Đơn vị cho Dũng nghỉ phép bẩy ngày để "ổn định" gia đình. Đêm "tái hợp" hai vợ chồng nằm trên hai chiếc phản cá nhân được ghép lại ở đầu hồi. Bệnh viện quân và dân y kết hợp. Maria Huệ đặt bàn tay to với những ngón tay dài cứng cáp của Dũng lên chiếc bụng đang căng mẩy của nàng.

- Anh xoa đi! Nựng chúng nó đi! Mới tý tuổi mà đã nghịch lắm! Nhiều lúc chúng lục đục và đạp em đến đau điếng. Huệ nũng nịu.

Dũng vụng về xoa xoa hết vòm trên, lại rụt rè đặt tay xuống phía dưới. Huệ quờ tay sang, thấy "chiếc cần số" của Dũng đã duỗi ra thẳng đứng. Nàng cười bảo:

- Nhịn đói mấy tháng rồi! Có "thèm" không?

- Cũng muốn lắm, nhưng sợ... Dũng đáp.

- Sợ cái gì?

- Sợ các con nó "cười" cho... Nó bảo "bố lớn rồi mà còn hư".

- Không sao đâu? Huệ cười tủm tỉm và bảo - Em có mang theo sách đây! Mới được năm tháng. Vẫn quan hệ được. Nhưng "tần suất" nên ít thôi... Và đặc biệt là phải "có cách". Không được chèn ép lên bụng "mẹ chúng"...

- Thế làm cách nào? Dũng hổn hển hỏi lại.

- Anh cứ nhẩy lên đi! Nhưng hai tay phải chống thẳng lên... chỉ để cho "phần dưới" chúng "tiếp xúc" với nhau thôi. "Mạ già, ruộng ngấu" các cụ nói cấm có sai câu nào. Khi chiếc "pít tông" của Dũng vừa chạy lên chạy xuống nhịp nhàng trong "si lanh" của Huệ thì nàng đã rên lên, ôm chặt lấy lưng Dũng kéo ghì xuống, khiến anh phải "gồng " hết các cơ bắp của hai cánh tay mới không để "lũ trẻ mắng là bố hư".

Mười phút trôi qua nhanh chóng. Khi cả hai đã thoả mãn, Maria Huệ hỏi:

- Hai tay anh có mỏi quá không?

- Ăn thua gì! Thi chống tay toàn đơn vị, anh làm một lèo năm trăm chiếc... khiến mọi người lác mắt. - Dũng vừa cười vừa đáp.

Sáng sớm hôm sau Dũng đưa Huệ lên "ra mắt" Ban chỉ huy đảo. Nhưng bố trí công việc cho Huệ lại do Chủ tịch uỷ ban nhân dân huyện đảo Trường Sa ra quyết định. Nàng được bổ nhiệm là một trong các phẫu thuật viên chính của Bệnh viện dân quân y kết hợp. Một căn phòng nhỏ chừng $12m^2$ của khu tập thể Bệnh viện được gấp rút sửa sang để làm chỗ ở cho Huệ. Đấy cũng là một đặc ân lớn, bởi "đất rất chật" mà người thì rất đông. Ngày thứ ba Dũng đưa Huệ đi thăm toàn cảnh của đảo. Đi tới đâu cũng thấy đông đặc những người, ai vào việc đấy. Nhà trẻ các cháu vừa chơi đùa, vừa bi bô học. Dũng đùa với Huệ:

- Các bố nhà văn, nhà thơ cứ thi vị hoá. Em thấy đấy! Đố em tìm ra được cảnh "biển một bên và em một bên"

Còn ở chỗ âu thuyền, nơi tiếp nhiên liệu, nước ngọt và thức ăn cho các thuyền đánh bắt hải sản xa bờ, cảnh tượng còn tấp nập hơn. Các nữ dân quân để bảo vệ làn da của mình, che kín cả chân tay mặt mũi, chỉ để ra hai đôi mắt, chăm chú vào vá lưới hay khuân vác các ngư cụ, từ thuyền lên biển và ngược lại. Cũng chẳng có cảnh hát vui mà Huệ được nghe từ miệng mấy chàng thực tập sinh qua Tây Âu hứng chí xuyên tạc hát: "Nữ dân quân cởi truồng đan lưới/ Cười với anh hải quân trên tầu". Nhưng có lẽ ở đâu cũng vậy. Chùa chiền vẫn là nơi tôn nghiêm và yên tĩnh nhất. Chiều, Dũng dã đưa Huệ đến thắp hương. Vị sư trụ trì còn khá trẻ, từng tốt nghiệp đại học phật giáo tại Ấn Độ và Nêpan nơi có cây bồ đề, nghe nói có từ thời Thích Ca Mầu Ni đến tu luyện. Thấy Maria Huệ là người ngoại quốc, vị trụ trì chào hỏi bằng tiếng Anh:

- Thí chủ đến thăm đảo có lâu không?

- Tôi và chồng tôi đã và sẽ định cư lâu dài ở đây! Maria Huệ đáp bằng tiếng Việt chuẩn khiến vị sư trụ trì hết sức ngạc nhiên.

- Vậy xin mời thí chủ vào thắp hương lễ phật rồi đi vãn cảnh chùa.

Maria Huệ dẫn Dũng lại ban thờ thờ Phật Tổ Như Lai cùng các vị Quan Thế Âm bồ tát. Nàng đặt lên đĩa một xấp tiền Việt Nam loại mệnh giá năm trăm ngàn đồng. Rồi cùng Dũng quỳ xuống thành kính cầu nguyện. Trước tiên Huệ cầu cho quốc thái dân an, cầu cho quần đảo Trường Sa trường tồn với đất Việt. Cầu cho mọi người sinh sống trên đảo khoẻ mạnh, no ấm và hạnh phúc. Tiếp đó nàng mới xin cho mình được "mẹ tròn con vuông". Xin cho Dũng được mạnh khoẻ, tâm hồn thư thái và luôn hoàn thành xuất sắc nhiệm vụ.

Gần xế chiều hai người mới tới đặt hoa tại tượng đài Đức Thánh Trần mới được xây dựng. Tại đây Maria Huệ khấn:

- Nhờ có công đức của người, con dân Đại Việt mới thoát được vó ngựa dày xéo của lũ giặc Nguyên Mông. Cũng nhờ có ngài quyết tổ chức đám cưới cho tướng quân Phạm Ngũ Lão với công chúa trước rồi mới phát tang mẹ Phạm tướng quân sau mà chúng con mới noi theo mà có được hôm nay, trong bụng con đã có hai "tráng đinh" để sau này phụng sự đất nước.

Sau bảy ngày nghỉ, Dũng lại quay lại hạm tầu, làm nhiệm vụ tuần tra, cứu hộ liên miên... như các ngày trước. Dăm bữa nửa tháng, sau những đợt công tác dài trên biển, Dũng mới được phép tạt về thăm Huệ một vài tiếng. Có lúc vừa đặt tay xoa xao trên bụng vợ thì đã có lệnh phải thực thi công vụ ngay. Nhưng đối với tất cả các sĩ quan, chiến sĩ trên đảo đó cũng là một "diễm phúc" lớn lao mà chỉ mình anh mới có được. Hiểu rất rõ điều này mà Dũng luôn tỏ ra gương mẫu, tận tuỵ không nề hà bất cứ công việc gì.

Còn Maria Huệ bắt tay vào các công việc rất nhanh. Những ca chấn thương cấp cứu thông thường thì không nói làm gì. Cái có ích nhất của Huệ ở Bệnh viện dân quân y kết hợp là việc xử lý các ca khó khăn, hiểm nghèo. Trước đây gặp phải các trường hợp như thế một là phải đưa bệnh nhân hoặc nạn nhân vào đất liền, hoặc chờ thầy thuốc có kinh nghiệm chuyên sâu từ đất liền ra. Bởi thế cũng đã có những trường hợp… quá muộn khiến nạn nhân hoặc bệnh nhân tử vong một cách đáng tiếc. Điều đó ai cũng hiểu và phải chấp nhận vì đó là "Bất khả kháng". Nhưng từ ngày có Maria Huệ một phương thức mới đã được mở ra. Nàng vốn vẫn tiếp tục theo học phẫu thuật nâng cao, nhưng theo phương pháp "Hướng dẫn từ xa" qua mạng Intenét. Có điều thuận lợi là tại Trường Sa đã có Intenét không giây băng rộng được chuyển tài qua vệ tinh rồi. Gặp những ca khó, Maria Huệ cho ghi hình rồi truyền qua Intenét về Bệnh viện y khoa nổi tiếng nhất châu Âu mà cô đang theo học. Nhận được hình ảnh, hồ sơ bệnh án, phía bên kia các giáo sư sẽ truyền bảo các cách hoặc kinh nghiệm xử lý từng trường hợp cụ thể. Maria Huệ cứ thế mà thực hiện. Nhiều ca đã thành công ngoài sự mong đợi của mọi người. Maria Huệ còn là "bà đỡ mát tay" cho các ca đẻ khó, như ngôi thai ngược, rau tiền đạo… Mọi người trìu mến gọi Huệ là "cô đầm Việt Nam" hoặc cô đầm rau muống" Tuy nhiên chỉ có điều Maria Huệ "dị ứng" nhất là "mộc tồn" có tới mấy trăm con chạy lông nhông trên đảo. Chúng sinh sôi, nẩy nở với một tốc độ không ngờ. Nhất là các buổi sáng, chúng "làm tình" với nhau một cách hết sức tự nhiên trước mặt mọi người. Có lúc cô phải nhắm mắt bước nhanh trước cảnh mấy con đực rớt rãi lòng thòng vây quanh. Chờ đến lượt được nhảy lên con cái. Những trận tranh giành cắn xé nhau để giành quyền giao phối đôi lúc xảy ra rất dữ dội. Nhưng ở cư dân trên đảo, chuyện đó là bình thường, là lẽ tự nhiên của trời đất. Và chính là "mộc tồn" này là một nguồn "đạm" vô cùng dồi dào và phong phú. Một lần Maria Huệ tâm sự với Dũng về việc đó, anh đã cười và gạt đi:

- Loài vật nào cũng có khả năng sinh tồn riêng. Em đừng để ý và nghĩ ngợi làm gì! Nhất là đừng để mọi người biết về ý nghĩ đó của em.

Huệ nói với Dũng:

- Điều đấy là tất nhiên rồi! Tuy nhiên em xin kể với anh một chuyện có thật một trăm phần trăm ở thành phố em ở là… có một ông đã từng đăng lính lê dương sang đánh nhau ở Việt Nam. Ông ta đã "nghiện" món "cầy tơ bảy món". Nhưng bên đó không tìm đâu ra món đó. Thèm quá ông ta bèn bẫy một con chó hoang về nuôi dấm, nuôi dúi ở tầng hầm. Chờ đến mùa hè để bà vợ đi du lịch một mình. Ông ta bèn mời mấy tay "cộng quân" đang học hành tại đó, chế biến món "mộc tồn" cho ông đỡ nhớ Việt Nam. Chuyện chẳng may vỡ lở, bà vợ đâm đơn ra toà đòi ly dị. Ông ta thua kiện phải tay trắng ra đi…

- Đúng là phong tục mỗi nơi một khác. Ở Triều Tiên thịt chó là quốc thực. Và còn được tôn vinh là "cẩu sâm". Và ở bên đó họ chỉ biết làm hai món xào và hầm thôi!... Em giờ đã là con dâu của Việt Nam rồi, nhập gia phải tuỳ tục. Hôm nao đơn vị tổ chức liên hoan, anh sẽ mang về vài món cho em ăn thử. Rồi em sẽ nghiện như ông lính lê dương kia cho mà xem

Dũng vừa nói tới đó thì Huệ đã "oẹ" liền mấy cái, nôn ra cả mật xanh mật vàng. Dũng phải xoa bụng động viên, xin lỗi mãi Huệ mới… bình thường được trở lại.

Rồi ngày Maria Huệ "nở nhuỵ khai hoa đã tới." Trước đó chừng hơn một tháng Dũng đã khuyên Huệ về Tây Âu. Ở đó có phương tiện y tế ưu việt hơn hẳn ở đây. Nhưng Huệ đã từ chối và bàn: "Người ta nói đàn ông vượt biển còn có chúng có bạn. Đàn bà vượt cạn chỉ có một mình". Em không tin vì em đã có anh. Chỉ mong trước ngày sinh anh có mặt bên em là được. Em đã tự siêu âm mầu bốn chiều rồi. Hai thai đều xuôi cả. Em chắc chuyện sinh nở sẽ thuận lợi, suôn sẻ thôi! … Nhưng mà anh định đặt tên cho hai con thế nào?

Dũng đáp:

- Anh cũng đã nghĩ tới rồi… Đứa ra trước thì đặt tên là Trung. Đứa nào ra sau thì đặt tên là Nghĩa.

- Trung - Nghĩa! Em thấy tuyệt! Ghép với Trung Dũng cũng được rồi ghép Nghĩa Dũng cũng hay. Huệ hưởng ứng. Thật là may mắn là đêm Maria Huệ trở dạ Dũng lại được nghỉ ở nhà. Anh đưa vợ lên bàn đẻ. Hai nữ hộ sinh đã sẵn sàng phục vụ. Huệ bảo mọi người kéo cho một chiếc rèm. Dũng ngồi phía ngoài, đưa tay cho Huệ nắm. Hai bàn tay đan vào nhau, Dũng biết là Huệ đang đau lắm, nhưng cố chịu đựng. Bằng chứng là những ngón tay cứ xiết chặt lấy các ngón của anh. Rồi tiếng khóc "oe oe" đầu tiên phá ra. Dũng cảm thấy nhẹ được một phần. Mười phút sau lại những tiếng "oe - oe" nữa. Dũng thở phảo nhẹ nhõm. Phía trong rèm hai nữ bác sĩ hộ sinh nói với nhau: "Tôi thấy trường hợp sinh con mà gan cóc tía như thế này là có một". Hai thằng nhỏ Trung và Nghĩa càng lớn càng giống Dũng như tạc. Từ khoản mặt nhẹ nhõm đến đôi mắt và mái tóc đen và chiếc mũi dọc dừa. Duy chỉ có nước da trắng lốp là giống Tây. Khoa học gọi những trường hợp lai sau nhiều đời lại gần như trở về điểm xuất phát là "trường hợp lại giống".

Maria Huệ sinh con xong như "vỡ da vỡ thịt" người hơi đẫy một cách mỡ màng với cặp mắt xanh và sâu thăm thẳm. Ai soi gương mặt mình vào đấy chỉ thấy những vòng tròn đồng tâm biêng biếng phát ra như hút hồn đến nao lòng. Còn hai gò má lúc nào cũng đỏ hồng như táo chín với đôi môi "cắn chỉ" và hàm răng dều tăm tắp mầu ngọc trai. Vẫn quen mặc váy, dù là váy có dài hơn thời con gái, che kín đầu gối, nhưng cặp chân nàng vẫn cũng là một sự thu hút mê hồn, săn tròn, trắng mịn màng một cách tươi tắn. Đôi chân ấy càng "hút hồn" khi được ngắm từ phía sau. Đúng là "Gái một con trông mòn con mắt". Có lẽ chỉ có Dũng là không cảm nhận thấy vẻ đẹp lồng lộng đến "nguy hiểm" của vợ. Sau những ngày giờ vật lộn trên biển, tranh thủ được giờ phút nào ghé về thăm nhà là anh bám lấy hai con. Chọc cái mũi, áp cặp má sạm nắng gió vào bụng, hai đứa trẻ khiến chúng thích thú cười lên nắc nẻ. Những lúc ấy, dù đang bận các việc lặt vặt, Maria Huệ vẫn đánh mắt liếc nhìn cảnh "vui đùa " của ba bố con, lòng mãn nguyện vì hạnh phúc. Có đêm ba giờ sáng tranh thủ tạt về, đang "hú hý" với vợ thì một đứa thức dậy khóc váng lên, thế là lại "bỏ dở" đấy quay ra vỗ về, xoa lưng cho nó ngủ tiếp. Tuy nhiên cả hai vợ chồng lại càng cảm thấy hạnh phúc, cùng nhìn xoáy vào mắt nhau và cười… và lại tiếp tục "công việc" đamg "làm" dở dang…

Song châm ngôn có câu "vợ đẹp là vợ người ta" cũng không ngoại trừ Dũng. Trong bệnh viện dân quân y kết hợp có một tay bác sĩ nội khoa, quê ở miền trung ra đảo công tác đã được ba năm. Nghe đâu anh ta thất tình nên "tình nguyện" ra đảo. Đó là một thanh niên trạc trên dưới ba mươi. Hát hay, đàn ghi ta thạo và cũng là một dân chơi thể thao có tiếng ở đảo, nhất là môn bóng chuyền với những cú đập "cháy lưới" thường mang "chiến công" về cho Trường Sa lớn. Lần đầu tiên trông thấy Huệ với cái bụng chửa lùm lùm, nhưng thân hình vẫn thon thả, nhất là khuôn mặt, đôi mắt và nước da trắng đã khiến anh ta "giật" thột mình. Nhưng anh ta cũng thừa hiểu rằng lúc ấy Maria Huệ đang là "miếng xương chưa gặm được" Anh ta nén lòng chờ cơ hội. Càng kìm nén thì lại trở nên si mê. Sau khi Maria Huệ sinh được vài tháng, như một bông hoa đến độ nở bung ra khoe sắc một cách rực rỡ thì sự si mê của anh ta cũng lên đến tột đỉnh và trong lòng cũng khấp khởi mừng thầm "cơ hội đã đến rồi". Trong lúc Dũng thì ở trên biển biền biệt. Thế là những lúc rảnh rỗi anh ta thường kiếm một cái cớ "tình cờ" tạt qua. Nhưng nhìn ánh mắt anh ta hau háu nhìn mình như "quạ nhìn gà con" Huệ đã có ý đề phòng. Nàng thường kiếm cớ bận chăm sóc hai thằng Trung Nghĩa mà sự thật là cũng bận thật, bận đến quay cuồng, chóng mặt. Để "đuổi khéo" vị khách "không mời đến" này.

Ở vào tình thế "đi cũng dở mà ở lại cũng không xong" khiến anh ta nhiều lúc như phát điên lên. Một buổi tối, lúc đó khoảng 10 giờ đêm, đó là ca trực của anh ấy. Nhưng hôm đó không hoặc là chưa có bệnh nhân cấp cứu. Từ phòng trực tới khu nhà tập thể chỉ hai chục bước chân. Anh ta không gõ mà tự đẩy cửa bước vào, trên tay xách theo chiếc đàn ghi ta. Maria Huệ ngạc nhiên hỏi:

- Giờ này là ca trực, sao anh lại đến đây?

- Tôi đã nói với hai cô y tá rồi, có gì thì gọi tôi.

Từ tối chưa có bệnh nhân nào đến cả. Anh đáp và bập bùng mấy sợi giây đàn trên tay. Một điệu nhạc trầm và buồn. Tiếp đó từ thanh quản anh ta phát ra âm thanh ấm, rất đúng điệu, dù đó là bài anh ta tự phóng tác. *Chiều nay đi lang thang/ Đi với thân điên tàn/ Trách người yêu tham giàu/ Sao lạnh lùng với… ta.*

Hát tới đó, anh ta dừng lại và đột ngột hỏi:

- Huệ không mời nước tôi à?

- Gần khuya rồi… Nhà không pha nước nữa… Anh uống tạm một cốc nước trắng vậy nhé! Huệ đáp.

- Với Huệ, cái gì Huệ… cho với tôi đều là ân huệ cả.

Vừa nhấp giọng, anh ta lại vừa bập bùng giây đàn và hát. Lần này là sự "biến tấu" của bài "Giọt mưa thu" *Ngồi đây uống cốc phin/ Gọi tiếp trứng đường cho hết đêm tàn canh/ Trông mấy ả bán hàng/Thổ thần ngoài đường xa/ Sao đê mê, xót xa… khát thèm.*

Huệ nghe mà thấy rờn rợn. Nàng giục anh ta:

- Thôi khuya rồi! Anh về trực đi! Cho các cháu ngủ. Tôi còn tranh thủ mở mạng đọc qua một số bài giảng mới từ bên kia.

Anh ta đứng dậy, tựa cây đàn ghi ta vào ghế. Và bất ngờ, rất bất ngờ quỳ xuống dưới chân Huệ nghẹn ngào nức nở:

- Maria! … Em hãy thương anh với! Hãy cho anh một lần! Chỉ một lần thôi!...

- Anh điên à? Tôi có chồng, có con sờ sờ thế này!...

- Đúng! Tôi đang điên… điên đây!

Nói rồi thật hết sức bất ngờ anh ta dùng hai bàn tay chắc như hai cái kìm thép chụp lấy hai cổ chân Huệ, kéo nàng đổ vật xuống sàn. Trước khi chế ngự lên người nàng "thằng điên" đã kịp tốc váy Huệ lên. Nàng cố nhoài người lên thì hai cánh tay của gã cầu thủ bóng chuyền có những cú đập cháy lưới cứng như thép tỳ nghiến lên hai cánh tay của nàng, dán chặt xuống sàn. Rồi chiếc "cần số" của hắn như cái gậy của một thằng mù "chọc" liên hồi xuống đất để dò đường. Maria Huệ võ nghệ đầy mình nhưng bị đẩy vào tình huống quá bất ngờ, phòng chật, không có "đất dụng võ" nên chỉ vài tích tắc đã trở thành thất thế cả về thế và về lực. "Cái gậy" của "thằng ăn mày" vẫn chọc liên hồi, nàng muốn cố né nhưng không thể được vì cặp dò của hắn câng câng như hai cái trụ thép đè nghiến người nàng xuống. Nguy cấp, thật đang đến từng tích tắc, chứ không phải từng giây. Nếu để thêm một khoảng thời gian rất ngắn nữa thôi "chiếc gậy" của "thằng mù" sẽ "chọc" đúng vào chỗ "kín" của nàng và "chui tọt" vào trong đó thì mọi việc coi như đã được kết thúc. Nhưng nàng là Maria Huệ là cháu nội của một võ sư nổ tiếng hàng đầu trong làng Việt võ đạo, làm sao có thể chịu khuất phục cái sức mạnh của thằng điên đó được. Nàng ngẩng đầu, dùng hai hàm răng chắc khoẻ và sắc như răng một con báo cái đã "đớp" vào vai hắn và nhả ra một miếng thịt. Nhưng dường như cơn điên đã lên đến cực điểm, thằng khốn đó không còn biết đau là gì. Hai đùi hắn mở rộng, ngăn cản không cho nàng khép đùi của mình vào được. Và "chiếc gậy" của "thằng mù" đang tiếp cận đến cái điểm cần phải dò tìm. Không thể khác được nữa, lúc đầu Maria Huệ định cắn đứt động mạch cảnh trên cổ của hắn. Nhưng hành động đó xảy ra chắc chắn mạng sống hắn sẽ bị tước đoạt. Dẫu nàng là phẫu thuật viên có kinh nghiệm cũng không thể nối lại được. Cuối cùng nàng quyết định cắn vào yết hầu của hắn. Hai hàm răng của nàng vừa cắm sâu vào và đang chuẩn bị dứt một mảng khí quản của hắn ra thì cũng là lúc "cái gậy" của "thằng mù" dò được tới "điểm kín" của nàng. Một cú giật mạnh, một mảng sụn văng ra, cũng là lúc người hắn trở nên bủn rủn. Không còn cái hơi thở gấp gáp ở đằng mũi và đằng miệng. Mà thay vào đó là những tiếng phè phè từ yết hầu hắn. "chiếc gậy" ở phía dưới cũng nhũn ra. Nàng đẩy hắn xuống khỏi người mình. Máu từ vai chảy đầm đìa nhưng không nguy hiểm bằng vết thương ở yết hầu. Rất ít máu nhưng nếu không được cấp cứu kịp thời thì chỉ trong vòng mươi phút hắn tong đời. Nàng vội xô cửa ra, thất thanh hô hoán:

- Bà con ơi! Cứu người! Có người sắp chết! Cứu!
Tiếng kêu của nàng khiến hàng xóm chạy xô sang. Khổ thân hai đứa bé Trung - Nghĩa mới chưa đầy một

năm tuổi, đang ngon giấc nồng bị cái "sự cố" bất ngờ đánh thức dậy, hoảng sợ kêu thất thanh gọi mẹ. Nhưng mẹ của chúng giờ phút này không thể nào chăm sóc, dỗ dành chúng nó được. Nàng còn phải làm nhiệm vụ của một phẫu thuật viên cấp cứu cho cái thằng cha đốn mạt đó. Nàng nói gấp gáp với một chị hàng xóm:

- Chị trông hai cháu giúp tôi! Tôi phải đi... cấp cứu! Gã mềm nhũn trên vai một người đàn ông lực lưỡng và được ném lên bàn mổ. Huệ ra lệnh cho hai y tá trực.

- Đặt nội khí quản gấp vào vết thương. Đưa máy thở đến... cho chạy máy nhanh đi!

Tiếp đó nàng mở hộp đồ đựng dụng cụ giải phẫu đã được sát trùng lấy các dụng ra. Nàng nói với một cô y tá:

- Tiêm cho anh một liều.... Không hai liều thuốc tê vào cánh tay.

- Còn vết thương ở vai! Máu chảy nhiều lắm!

- Có chảy cả tiếng nữa cũng không sao? Mổ khâu khí quản lúc này mới là tối cần kíp... chậm vài phút nữa là anh ta mất mạng.

Lúc này trước mắt nàng không phải là kẻ thủ ác rắp tâm phá hoại đời nàng và gia đình nàng để thoả mãn thú tính của gã. Mà dưới tay nàng là nạn nhân cần cấp cứu gấp. Sau mươi phút việc nối lại khí quản đã được hoàn tất. Huệ cho rút ống thở ra, cho xông lên mũi và vẫn để cho máy thở chạy. Chỗ đặt ống cũng đã được nàng xử lý bằng chỉ tự tiêu. Bây giờ mới đến vết thương ở bả vai. Vết cắn khá sâu, lại bị dứt đi một miếng thịt bằng hai đốt ngón tay. Tuy nhiên không phạm vào mạch máu lớn nên cũng dễ dàng xử lý. Sau khâu kín lại, màng ra y lệnh cho các y tá, bôi thuốc sát trùng, đặt gạc lên vết thương rồi băng bó lại. Còn phải tiêm thuốc kháng sinh và thuốc phòng vuốn ván nữa. Tất cả chỉ trong vòng hai mươi phút mọi việc đã kết thúc. Người đứng chật cả phòng mổ, không hiểu chuyện gì đã xảy ra. Lúc này nàng mới nhớ đến hai con. Chúng đang "nước mắt ngắn nước mắt dài" trên tay chị hàng xóm. Nàng rửa tay xà phòng rồi xoa thuốc sát trùng rồi nhào đến hai thằng bé. Ôm hai đứa con đã nín ở hai bên sườn, lúc này nước mắt Huệ mới trào ra. Nàng khóc không ra tiếng, những giọt nước mắt to, tròn cứ rơi xuống lã chã. Giám đốc bệnh viện được mời đến. Ông là một người nghiêm nghị, sau khi mời những người không có nhiệm vụ ra ngoài, ông trao đổi riêng với Maria Huệ. Nàng tóm tắt sự việc mình bị cưỡng bức cho ông giám đốc bệnh viện nghe. ông buồn rầu buông một tiếng thở dài:

- Cái thằng này đã gây ra một vụ án hình sự rồi! Lỗi một phần cũng ở chúng tôi... Biết hắn có các biểu hiện không bình thường từ hồi mới ra đảo, nhưng đã không có các biện pháp giúp đỡ ngăn chặn.

Nói xong ông gọi điện cho phòng hình sự công an thị trấn. Trong khi đó kẻ thủ ác đã ngủ ngon lành bằng máy thở và hai liều thuốc gây mê.

Ba ngày sau Dũng mới tạt qua nhà, mặc dù anh đã được thông báo ngay sáng hôm sau khi sự việc diễn ra. Hai vợ chồng với bốn đôi mắt nhìn xoáy vào nhau. Huệ không muốn lao đến ôm chầm lấy Dũng trước như mọi lần hai hàng nước mắt chảy dài. Dũng an ủi vợ:

- May mà chưa xẩy ra "chuyện" là… quá tốt rồi.

Lúc đó Huệ đã lao tới ôm chầm lấy anh, nghẹn ngào nói:

- Nếu "chuyện đó" xảy ra thì chắc là em đã cắn chết thằng khốn rồi! Sau đó cũng cắn lưỡi tự tử luôn.

- Thế còn hai đứa con… Trung Nghĩa, em định để lại ai nuôi?

- Em cũng không biết nữa! Có thể là … bà ngoại cháu sẽ sang đón về…

- Ôi! Nhưng thật là may mắn! Em thật là nhanh trí… À phải rồi… hôm em cắn đứt chai chiếc thìa i nốc chập lại ở nhà nổi "Quán gió - Tình đời" là anh biết sẽ không có chuyện gì có thể xẩy ra với em được.

Hai vợ chồng ôm chặt lấy nhau. Dũng vỗ về:

- Thôi! Em nín đi! Đừng để các con nó khóc theo… thì anh không tài nào dỗ nín được cả ba mẹ con đâu.

Công an thị tấn đã khởi tố vụ án, khởi tố bị can với tội danh "hiếp dâm chưa thành". Sở dĩ hắn chưa bị gửi vào nhà tạm giam vì còn phải đang điều trị vết thương. Maria Huệ tránh mặt, không gặp hắn. Nàng chỉ viết y lệnh cho các y tá thực thi. Khi hắn đã đứng dậy và đi lại được thì Dũng đến. Hắn không có vẻ gì tỏ ra là sợ hãi, dương đôi mắt to, đục như mắt cá nhìn anh không có vẻ thách thức, nhưng cũng chẳng biểu lộ sự ăn năn, hối hận nào.

- Là đàn ông, sức dài vai rộng sao anh lại đi làm cái việc đê hèn ấy! Dũng từ tốn hỏi.

- Tôi yêu Maria Huệ! Tôi mê muội cô ấy đến phát điên. Hắn thẳng thắn trả lời.

- Người ta không thể hiện tình yêu như thế! Ai cũng xử sự như anh thì xã hội này loạn lên rồi. Dũng kiên trì giải thích cho hắn ta.

- Tôi hỏi thật! Anh hơn gì tôi! Thế mà anh có tất cả, vợ đẹp, con đẹp, con ngoan. Còn tôi thì chẳng có gì. Cả chục năm nay đi kiếm tìm… mà sao không có một người đàn bà nào chịu đối tốt… với tôi - Hắn nổi máu lên tranh luận.

- Mỗi người một số phận… một hoàn cảnh. Không ai giống ai cả. Thế mới thành xã hội. Anh không nên so bì hoàn cảnh mình với hoàn cảnh người khác.

- Đúng! Anh nói đúng! Hoàn cảnh của tôi là hoàn cảnh… chó má. Nếu không vì… người mẹ suốt đời chăm chút, lo lắng cho tôi từ miếng cơm, miếng uống từ thời còn nhỏ thì tôi đã chết quách từ lâu rồi! Cha tôi là ai… đến bây giờ tôi cũng chưa rõ.

Nghe hắn nhắc đến "mẹ", lòng Dũng như mềm lại. Dự định ban đầu của anh đến đây để đấu lý với hắn và tuyên bố dù thế nào thì cũng phải đưa hắn ra toà. Nhưng bây giờ thì anh đã nghĩ khác. Anh nói với hắn:

- Anh tưởng tôi cũng sung sướng lắm hay sao? Là thầy thuốc là trí thức mà anh ít chịu đọc sách… Anh nên tìm đọc nhà văn Nga Sê khốp đi. Ông mới được vinh danh là mười nhà văn vĩ đại nhất của mọi thời đại đấy. Và anh hãy đọc…hãy đọc một truyện "Những giọt nước mắt đời không thấy", anh sẽ tĩnh tâm lại hơn. Sẽ không so kè thua thiệt của mình với người khác… Và tôi đến gặp anh… bây giờ đã hiểu anh phần nào… Vợ chồng tôi sẽ đến công an thị trấn làm đơn xin bãi nại cho anh.. Nhưng với điều kiện là sau khi xuất viện, anh phải dời khỏi nơi này ngay. Nếu tôi còn gặp lại anh ở đây… Tôi sẽ bẻ gẫy hai chân của anh… Tôi nói là làm đấy! Nói rồi Dũng quay gót trở ra.

Đúng như lời hứa, chiều anh và Maria Huệ đã đến cơ quan công an thị trấn làm đơn bãi nại cho hắn. Đồng chí chỉ huy là một trung tá đã đứng tuổi, thấy Maria Huệ là người "nước ngoài" nên có phần ái ngại và an ủi:

- Chị thông cảm cho! Dân trí của ta còn thấp! Bởi thế cái chuyện… như thế còn xảy ra ở chỗ này chỗ khác. Ở đây cũng là một xã hội thu nhỏ mà.

Huệ đáp lại để cho người sĩ quan công an đó yên lòng.

- Không phải chỉ ở ta mới có chuyện bạo hành với phụ nữ đâu. Ngay cả ở các nước văn minh như Âu Mỹ chuyện đó vẫn xảy ra hàng ngày, thậm chí nói quá lên một chút là hàng giờ. Tôi hay theo dõi trên mạng tôi biết. Ngay ở Canada còn có một con đường dẫn đến một công viên, mà ba mươi năm nay, tháng nào cũng có phụ nữ bị bạo hành rồi sát hại mà cảnh sát vẫn chưa tìm ra được thủ phạm. Còn tôi sinh ở cái nơi được gọi là kinh đô của ánh sáng thế giới mà mới năm trước thôi, trước khi qua đây, tôi cũng bị "quấy rối" đấy. Duy chỉ có điều bên đó luật pháp rất nhgiêm. Dù tôi không làm đơn, kẻ "quấy rối" vẫn phải đi ở tù. Còn ta có thể là do luật pháp chưa chặt chẽ, lại thêm với cái gọi là "lòng nhân ái vị tha" nên bên bị có đơn bãi nại là thủ phạm được tha bổng ngay.

Tay bác sĩ nội khoa được miễn truy cứu trách nhiệm hình sự nhưng vẫn bị thải hồi về địa phương. Buổi tiễn đưa hắn, Maria Huệ định không có mặt, nhưng nghĩ thế nào, nàng vẫn đến. Hắn đến trước mặt nàng và có một đề nghị:

- Maria… ! Hãy cho tôi xin một ân huệ cuối cùng là được ôm em một cái trước khi vĩnh biệt.

- Không đời nào Huệ kiên quyết. Nếu anh tiến thêm nửa bước, tôi "lên gối" chắc chắn anh sẽ phải trở lại phòng cấp cứu để nối các khúc ruột bị đứt đấy!

Hôm đó… chẳng qua là tôi bị quá bất ngờ…

Gã buông một tiếng thở dài, cúi đầu lặng lẽ không chào ai, xách va ly ra cầu tàu…

Hai cháu Trung, Nghĩa đúng như cụ ngoại của nó dự đoán rất hợp khí hoàn toàn trong lành, giữa biển Đông mênh mông. Hàng ngày chúng đi nhà trẻ cùng với con em cư dân sống trên đảo. Nhưng khi Maria Huệ trực chúng được gửi qua bên hàng xóm. Thời gian trôi nhanh như "bóng câu qua cửa sổ" thấp thoáng chúng đã tròn hai mươi tháng. Hai đứa giống nhau như hai giọt nước, chỉ có bố mẹ nó mới phân biệt được. Bởi thế các cô nhà trẻ đề nghị thằng Trung để tóc dài, còn thằng Nghĩa húi đầu trọc theo kiểu "thiếu lâm". Thằng Trung vẻ lỳ lỳ ít nói, còn thằng Nghĩa lém lỉnh ra mặt. Có chuyện gì ở nhà trẻ nó đều về kể với mẹ Maria Huệ, và ngược lại ở nhà có chuyện gì (nhất là khi bố nó ghé qua nhà) là nó lại đến kể với các cô ở nhà trẻ. Còn thằng Trung "tẩm ngẩm tầm ngầm mà đá ngầm chết voi", có hôm ra vườn hoa chơi, thấy một đàn chó, nó liền "nhào vô", nắm đuôi một con chó vện kéo lại và nhảy lên cưỡi như kỵ sĩ cưỡi ngựa. Con vện kêu "ẳng" một tiếng quay đầu lại, may mà nó không "đớp" cho một miếng, tuy thế cũng khiến cho mấy cô 'bảo mẫu' sợ hết hồn. Có điều lạ nhất là càng nắng càng gió làn da của hai đứa càng trắng hồng ra.

Dường như cư dân của đảo đều biết và quý mến Maria Huệ. Họ không gọi cô là "đầm lai" như hồi cô mới tới mà thường gọi tắt là "chị Maria; Cô Maria hay em Maria". Nhiều ngư dân khi bắt được con cá ngon thường tự tay hoặc sai con đưa đến biếu "cô Maria". Huệ trả tiền họ không nhận. Cũng phải thôi… Vì chính cô Maria đã cứu sống được nhiều ca hiểm nghèo cho họ hoặc con cái họ. Tuy nhiên nàng cũng không quên "ngầm" tặng họ khi thì cái mũ, lúc thì cái áo mới hoặc là đồ chơi cho trẻ. Và đặc biệt là cấp các loại thuốc quý hiếm đắt tiền từ châu Âu gửi qua cho bệnh nhân nặng. Có gia đình tiễn con vào đất liền học cấp ba hoặc lên cao nữa, Huệ thường đến tiễn đưa và "phong bao" cho các em gọi là có chút quà để dùng vào việc "đèn sách”. Nhiều chàng lính trẻ đa tình cũng thích Maria Huệ lắm, nhưng chỉ là “mơ” trong “tâm tưởng” thôi, chứ không có trường hợp nào như gã bác sĩ nội khoa nhưng lại mắc bệnh ‘tâm thần “ nọ.

Một lần Dũng tạt về, cơm tối xong, cả gia đình bốn “nhân mạng” cùng lên hai chiếc giường cá nhân ghép lại, Dũng thông báo cho Huệ một tin:

- Anh được đơn vị dự kiến cử theo học một khoá huấn luyện sĩ quan chỉ huy.

- Thế ý anh thế nào? Maria Huệ hỏi lại.

Dũng đáp:

- Anh bảo có nhiều người xứng đáng hơn tôi. Còn nếu chỉ vì lý của “bố tôi” mà chiếu cố thì tôi không thể chấp nhận được. Các thủ trưởng đã cho anh “một bài”. “Nếu vì sự hy sinh” của bố cháu… À của bố đồng chí thì chúng tôi đã cho đồng chí xuất ngũ rồi… Thời hạn nghĩa vụ của đồng chí cũng đã quá sáu tháng rồi. Nhưng vì tinh thần sẵn sàng hy sinh, cộng với năng lực của đồng chí nên tập thể lãnh đạo mới quyết định giữ đồng chí lại đào tạo làm cán bộ nguồn cho binh chủng. Cháu à! Đột ngột thủ trưởng chính trị đổi cách xưng hô. Thế hệ của bố cháu và các chú đã đến lúc phải lên bờ rồi. Lẽ ra các cháu phải được đào tạo sớm hơn. Nhưng không sao, muộn còn hơn là không bao giờ.

- Thời hạn khoá học là bao lâu, địa điểm ở đâu? Maria Huệ hỏi chồng.

- Thời hạn khoảng từ 15 đến 18 tháng. Địa điểm

tất nhiên là ở xa… và phải giữ bí mật quân sự.

- Thế anh tính thế nào? Maria Huệ hỏi tiếp.

- Tất nhiên "quân lệnh như sơn" chỉ có chấp hành thôi! Và anh tính thế này… thời gian anh đi học em đưa hai con về châu Âu ở với bên ngoại.

- Tại sao lại phải như thế. Huệ vặn lại - Anh sợ khi xa gia đình mẹ em có chuyện gì à?

- Không từ ngày sinh các con… Chưa cho chúng nó về thăm cụ và ông bà ngoại rồi!

- Ông nội em dặn, cứ được bốn tuổi mới đưa chúng nó về. Đó là thời điểm để chúng bắt đầu theo học văn hoá, ngoại ngữ… hoặc các chuyên ngành mà chúng biểu lộ năng khiếu… Tất nhiên trong đó có cả võ thuật nữa. Còn bây giờ cứ để hai đứa… càng sống giữa thiên nhiên trong lành thế này càng lâu càng tốt… Với em sự gắn bó với mọi người ở đây cũng đã trở nên "máu thịt" rồi. Anh khỏi lo..

- Nếu em đã tính như vậy thì cứ làm như thế!

- Em nói thật, học gì thì học cũng phải có thời gian thực hành. Mà thực hành tốt nhất không gì bằng khu vực biển của mình… Bởi thế vài ba tháng… biết đâu anh chả có dịp được về thăm con.

- Và thăm cả em nữa chứ!

Huệ cười và bảo:

- Bây giừ thì anh cũng khéo lắm! Chả bù cái ngày mới quen nhau. Anh cứ chối em đầy đẩy ấy!

- Ừ, thì cũng phải tự trọng một chút chứ!

- Thế em không biết tự trọng à… Nói thật, nếu anh không nghe lời em "cưới chạy tang" mẹ… là em từ anh luôn đấy! Bây giờ thì anh thấy em đúng chưa? Cứ lần chần nữa thì giờ này đâu đã có hai "thiên thần" Trung và Nghĩa, của anh với em… Mà cũng là do mẹ phù hộ đấy!

- Em chỉ đúng một phần thôi! Cái sáng kiến đó là của Đức Thánh Trần đấy chứ!

- Thì ngày mới ra đảo, hai vợ chồng đã đến tượng người lễ tạ rồi còn gì!

- Phải. Em bao giờ cũng chu đáo hơn anh.

Hai đứa trẻ Trung, Nghĩa nghe bố mẹ tranh luận nó chẳng hiểu gì, nên díp mặt ngủ khò khò từ bao giờ.

Huệ thì thào:

- Thế bao giờ thì đi.

- Chắc khoảng dăm ngày đến một tuần nữa… Vẫn đủ cho anh và… em.

- Nhè nhẹ thôi anh! Để em tắt đèn đã… không chúng nó thức giấc đấy!... Mà trẻ con bây giờ chúng nó cũng "tinh quái" lắm! Thấy "lũ chó" đi tơ với nhau đã biết chỉ trỏ… và cười khúc khích.

- Cái nguồn chất đạm như vô tận ấy mà nhiều khi cũng "lợi bất cập hại" ra phét.

- Ừ, cái chuyện đó… nói sau. Còn bây giờ thì… Maria Huệ thì thào ghì chặt tấm lưng của chồng sát vào bụng mình…

Khoá huấn luyện sĩ quan chỉ huy mà Dũng được theo học diễn ra tại một căn cứ Hải quân quan trọng vào loại bậc nhất đông nam Á và thậm chí là cả châu Á và thế giới… Điều kiện huấn luyện rất sát với thực tế sẵn sàng chiến đấu. Là người ham học hỏi và có kinh nghiệm cùng bản lĩnh cao về nhiều mặt nên được các giảng viên cũng như các cấp chỉ huy hết sức chú ý. Tốt nghiệp anh được xếp vào loại tối ưu, đứng đầu danh sách học viên. Chỉ có cái điều Maria Huệ dự đoán vài tháng anh sẽ được về thăm hai con một lần đã không xảy ra.

Trở lại đơn vị, Ban chỉ huy có quyết định cử Dũng làm hạm trưởng một chiến hạm vừa được đóng mới ở nước ngoài chuyển về. Nhưng Dũng đã rất thành thực:

- Báo cáo các thủ trưởng… Trên thao trường tôi đã có được thành tích huấn luyện tốt. Nhưng thực tế chiến đấu khác rất xa với… những điều diễn ra trong… sách vở. Tôi đề nghị các thủ trưởng bố trí cho tôi chức vụ Hạm phó là vừa sức nhất. Sau một thời gian nếu tôi đảm bảo được yêu cầu thì lúc đó xin nhận vị trí hạm trưởng.

Trước thái độ chân thành đó của Dũng, đề nghị của anh đã được cấp trên chấp thuận. Mười tám tháng biền biệt mới được về thăm vợ con, thời gian dài tưởng như vô tận. Bước lên cầu tàu là Dũng đi như chạy về nhà. Đó là một buổi chiều đã gần tắt nắng, nhưng trời rất lộng gió. Hai đứa Trung và Nghĩa đang dùng xẻng nhựa xúc cát chơi đùa ở vườn hoa nhỏ trước khu tập thể. Thằng Nghĩa ngước cái đầu trọc "thiếu lâm" nhìn lên hỏi Dung:

- Chú muốn tìm đến nhà ai ạ!

- Nhà mẹ Maria Huệ và hai đứa con Trung Nghĩa.

- Thế chú là ai mà lại tìm mẹ con cháu?

- Cũng chưa kịp trả lời thì thằng Trung vứt vội chiếc xẻng chạy vào nhà gọi toáng lên:

- Mẹ ơi! Hình như bố Dũng nhà ta về… mẹ ạ!

Maria Huệ đang lúi húi nấu ăn trong bếp chạy vội ra. Trước mặt nàng là một sĩ quan nghiêm trang cầu vai vàng choé trên áo. Một khuôn mặt đã có phần nghiêm nghị dạn dày gió sương, in sâu vào đôi mắt xanh to của nàng. Muốn nhảy lên ôm choàng lấy cổ Dũng, nhưng trước mặt hai con nàng phải vô cùng kiềm chế. Nàng bảo với chúng:

- Bố Dũng của hai cn đấy! Bố Dũng mà ngày nào các con cũng hỏi… đã về với mẹ con chúng ta rồi…

Thằng Trung im lặng, đưa đôi mắt "cảnh giác" ngắm nhìn. Còn thằng Nghĩa thì mồm mép:

- Không phải bố Dũng. Mẹ nói dối!

- Thế bố Dũng thường đến đây là ai? Dũng nháy mắt với Huệ hỏi lại thằng Nghĩa.

Nó nói giọng "khinh bạc"

- Chả là ai cả! Bố Dũng mặc áo lính thuỷ cơ. Chứ không phải… như thế này.

- Bố Dũng của các con đấy! Khổ thân con của chúng ta. Ngày anh đi chúng còn bé quá!

Nói rồi hai hàng nước mắt của Huệ tràn ra. Hai

mắt Dũng cũng cay cay. Nhưng rồi anh đã cúi xuống, vòng hai tay ôm hai đứa con thân thiết áp chặt vào người bước vào nhà.

Được tin Dũng về, hàng xóm lại thăm khá đông. Nhiều người khen Dũng béo ra, nhưng chững chạc hơn. Căn buồng nhỏ bé không đủ chỗ cho mọi người, Dũng vừa bồng hai con vừa bước ra sân trò chuyện.

- Tình hình ở đảo thế nào à? Dũng hỏi mọi người. Một bác gái, hàng xóm ở gần nhất đáp:

- Tất cả đều bình thường. Mừng nhất là hai cháu Trung, Nghĩa đều khoẻ và ngoan. Ngày nào hai đứa cũng mong bố Dũng về…

Dũng được nghỉ phép năm ngày. Hết hạn anh lên tầu nhận nhiệm vụ Phó hạm trưởng. Con tầu rất hiện đại với trên một trăm thủy thủ và thợ máy. Câu chuyện đến đây thì chia làm hai ngả. Tuy bạn đọc lựa chọn **Vĩ thanh 1** hoặc **Vĩ thanh 2**.

VĨ THANH MỘT

Hơn nửa năm sau, Dũng được đề bạt lên chức Hạm trưởng. Trước lúc nhận nhiệm vụ, anh xin phép về đất liền "sang cát" cho mẹ. Do được báo trước nên cô Thuận và thằng Cường đã chuẩn bị nhà cửa gọn gàng, sạch sẽ. Mới hơn ba năm mà thằng Cường đã cao vổng lên, đã có dáng thanh niên. Đôi mắt không còn vẻ ngây thơ, "ngơ ngác" như mắt "nai tơ". Còn cái "bướu lạc đà" sau lưng cũng không còn là gánh nặng với nó nhiều như hồi còn bé. Hai thằng nhỏ Trung, Nghĩa quen ngay với khung cảnh mới. Vừa về nhà lúc trưa, đến chiều hai thằng đã "mò mẫm" ra tận bờ sông cái để "khám phá" quang cảnh mới. Sau lễ thắp hương khấn gia tiên, ông bà, cha mẹ, cô Thuận bảo:

- "Sang cát" cho mẹ cháu xong mới đưa bát hương riêng của mẹ lên bàn thờ chung được.

Dũng và Maria Huệ đều thống nhất.

- Việc này tuỳ cô sắp đặt. Tục lệ thế nào, gia đình mình làm theo thế.

- Thế ý cháu có định đưa mẹ ra ngoài đó, rồi đắp thêm một ngôi "mộ gió" cho cha cháu, để hai bố mẹ được ở cạnh nhau không?

- Lúc đầu vợ chồng cháu cũng bàn định như thế. Các đồng chí trong Ban chỉ huy cũng ủng hộ. Nhưng về sau chúng cháu nghĩ, đất ở đảo có hạn, ai cũng làm như mình thì… Sau này sẽ gây khó khăn cho ủy ban nhân dân huyện đảo. Bởi thế cứ để "hài cốt" mẹ cháu ở lại, rồi đắp thêm "một gió cho bố cháu, nhờ các nhà sư ở chùa Phương Nam "thỉnh" vong linh bố cháu về. "Vong" bố cháu sẽ đi theo đường biển đến cửa sông cái, "bơi" ngược lên rồi vào nghĩa trang cũng tiện. Dũng trình bầy "phương án" mới như vậy.

Cô Thuận bàn thêm:

- Các cháu nghĩ thế cũng phải! Được cả đôi đường. Chứ mang "hài cốt" mẹ cháu ra đảo cũng "lích kích" lắm!

- Cô đã nhờ các nhà sư xem ngày giờ chưa? Maria Huệ hỏi.

- Đã xem kỹ rồi. Xem những ba nơi. Thấy họ trả lời trùng khớp nhau, cô mới tin và quyết… Mọi thứ cô đã chuẩn bị đầy đủ, kỹ càng rồi. Sáng mai cả nhà ra mộ thắp hương cho mẹ cháu trước và xin phép thần linh, thổ địa cho làm vào sáng sớm ngày kia.

Việc "cải táng" cho mẹ và "xây mộ gió" cho cha diễn ra đúng kế hoạch đã định. Dũng có thoáng buồn và trầm phận uất mấy ngày, không muốn đi đâu. Anh nhờ chú Cường gọi taxi đưa hai cháu Trung, Nghĩa đi tham quan thành phố. Thằng Nghĩa về bảo:

- Ở đây có nhiều nhà to, nhưng không vui bằng ở ngoài đảo.

Chú Cường đã tốt nghiệp phổ thông trung học, vừa thi vào đại học mỹ thuật công nghiệp. Khả năng đỗ là rất cao. Maria Huệ đề nghị với cô Thuận:

- Theo cháu cô nên cho em qua châu Âu, học tại trường cao đẳng mỹ thuật bên đó. Tuy mang tiếng là cao đẳng, nhưng chất lượng chắc chắn là hơn hẳn Đại học bên mình.

- Ai chả muốn thế hả cháu - Cô Thuận đáp - Nhưng hoàn cảnh kinh tế chung bây giờ rất khó khăn. Lương phó giám đốc công ty của cô cũng "teo" lại chỉ bằng một phần ba trước.

- Nếu cô và chú đồng ý, việc ấy để cháu lo cho. Chỉ tốn tiền năm đầu thôi. Các năm sau, nhà trường thường tổ chức cho sinh viên đi phụ làm thêm cho các công trình. Thu nhập cũng khá lắm. Chú Cường có năng khiếu vẽ biển, mùa hè ra bãi tắm… Vẽ chân dung người và biển cũng kiếm được cô ạ!

- Ối dào! Nói thì dễ. Chứ thực hành mới khó. Cô Thuận muốn gạt đi - Cứ để cho em nó tốt nghiệp tại Việt Nam đã. Sau đó đi nâng cao… một vài tháng hoặc một vài năm… Lúc đó tuỳ tình hình có "trụ" được hay không? "trụ" đến đâu thì ở lại đến đó.

- Chuyện này ta bàn sau vậy? Maria Huệ "kết luận".

Chợt bỗng nhiên cô Thuận chuyển "đề tài":

- Nhà lão Đặng giờ này "đi xuống" lắm! Cái trường đại học do lão ta làm giám đốc đã "sập xệ" lắm rồi! Qua mấy cuộc thanh tra của Bộ Giáo dục đào tạo đều kết luận "chất lượng đào tạo không đảm bảo". Công việc đầu tư vào các dự án bất động sản cũng lâm vào bế tắc. Căn hộ không bán được. Nợ ngân hàng ngập đầu. Mấy đứa cháu nội con "cậu cả" nghiện "lòi mắt" ra. Đã có đứa chết vì "sốc" thuốc. Ba thằng con trai còn lại thì "mỗi đứa chiếm một tầng". Chúng nó đục tường làm cầu thang đi riêng. Còn cô út Hảo Hảo thì ở trên tầng "áp mái" vẫn độc thân. Riêng Đặng "tiên sinh" bị lũ con đẩy xuống tầng hầm, chả đứa nào ngó ngàng tới. Thỉnh thoảng có cô út Hảo Hảo tạt qua xem bố có cần gì thì "mua sắm" cho.

Dũng lặng lặng ngồi nghe không tỏ ra mừng, cũng chẳng có ý xót hương. Anh nghĩ tới lời mẹ "trời sẽ quả báo chúng mày" và khuyên anh "không được thí thân với chúng nó. Phải bảo toàn được nói giống. Tội lớn nhất là tội phản quốc. Tội thứ nhì là làm tuyệt tự, tuyệt tông." anh nghĩ, thấy mẹ không được học hành nhiều, suốt đời lam lũ, vất vả… mà lại "sáng" hơn anh rất nhiều. Anh liếc sang nhìn Maria Huệ và thầm "cám ơn" nàng! Nếu nàng không kiên quyết, chưa chắc anh đã có được hạnh phúc như hôm nay "vợ con đề huề. Vợ đẹp con ngoan". Rồi anh "bình luận" dường như văn hoá châu Âu vừa thực dụng vừa có tính quyết đoán rất cao. Bởi thế họ mới luôn "gặt hái" được thành tựu. Anh tự suy từ mình ra cũng thấy, các cụ nói thì rất tục "vừa Đ, vừa run", nhưng mà cũng thật là… chí lý.

Một buổi chiều, Dũng đưa vợ cùng hai con đi dọc theo bờ sông hóng gió. Bất ngờ gặp giáo sư Đặng cũng ra đấy "ngồi buồn" Hai bên chào hỏi, tưởng là chỉ chào hỏi qua loa cho lấy lệ, bỗng Đặng "tiên sinh" bảo: Anh qua tôi bình truyện *Tam quốc* và ôn lại chuyện … xưa.

Dũng đồng ý, bảo Maria Huệ đưa hai con về trước. Người ta thường nói "vật đổi sao dời", nhưng gần năm năm rồi kể từ ngày Dũng chuẩn bị lên đường nhập ngũ khung cảnh trước sân nhà ông Đặng vẫn không có một mảy may thay đổi nào. Vẫn bộ sa lông mây với chiếc bàn vuông to, các chiếc ghế bành rộng, nước véc ni vàng óng. Đặc biệt là hai cây bách vẫn xanh rì, cao vút và trầm mặc, như không cao thêm và cũng chẳng trụi lá đi. Ông Đặng hỏi Dũng:

- Cậu thích dùng rượu, bia, cà phê hay nước trà?

- Ông pha cho ấm trà đi! Dũng đáp.

Ông Đặng gọi bà "ô sin" còi cọc, giao cho "nhiệm vụ" vài phút sau, hai chén trà "tống" được rót ra đạt trước mặt hai người. Giáo sư Đặng lên tiếng trước:

- Những lời của chúng ta nói với nhau gần năm năm trước, kiểm nghiệm lại đều đúng cả. Cậu thì "đe" tôi ngôi nhà ông sắp đổ rồi. Ông cố mà làm gì. Đến như Gia Cát Khổng Minh tài hơn ông rất nhiều mà kết cục cũng có ra gì. Bây giờ thì không ai kề cận cậu thấy đấy, con cháu đứa chết, đứa sống thì cũng như "chết rồi". Biệt thự thì tan hoang "chia ba xẻ bốn" nợ ngân hàng cả trăm tỷ đồng… Nói thực là "tôi sống hiện giờ không bằng chết". Có đêm nghĩ quẩn, tôi đã mò ra bờ sông. Tôi cũng nghe người ta đồn là vào các đêm trăng sáng thường có đôi rắn thần từ dưới sông lên. Đùa rỡn với nhau. Người nào trông thấy chúng đang "ân ái" là chúng quyết đuổi theo "mổ" cho chết. Tôi cũng định "tự tử" bằng cách đó. Những cậu có tin được không? Việc gặp đôi rắn là hiển hiện trước mắt tôi. Nhưng con rắn đực có mào như mào gà trống thiến thấy tôi thì trườn xuống sông, lặn mất tăm. Chỉ còn con rắn cái, mào nhỏ như mào chú gà trống nhếp mới vài tuần tuổi. Tôi đến gần đưa tay ra cho nó "đớp". Nhưng nó trườn bụng lùi lại, hai bên mang bỗng phồng ra to bằng chiếc quạt nan con. Nhưng mà kỳ lạ nhất là lúc đó tôi không nhìn thấy chiếc đầu rắn đâu mà thay vào đó là hình ảnh khuôn mặt trái soan nhẹ nhõm cùng đôi mắt đen u buồn của mẹ cậu. Tôi hỏi như kẻ mộng du:

- Có phải mẹ cậu Dũng đó không?

Cái đầu của con rắn cái gật gật.

- Chị tuổi tị, nên linh hồn chị nhập vào thân rắn chứ gì?

Chiếc đầu con rắn cái lại gật, gật.

- Gia đình tôi đã làm hại chị. Thằng lớn đã bị "trời quả báo" rồi. Còn tôi, bây giờ chị có "hận" tôi không?

- Chiếc đầu rắn lúc đầu gật, nhưng liền sau đó thì lắc, lắc.

- Oan có đầu! Nợ có chủ. Tôi đã nợ chị. Bây giờ

chị hãy "mổ" cho tôi một "cú". Tôi chết rồi, tức là kiếp này chúng ta không ai nợ ai nữa… Nếu có kiếp sau, khỏi phải tìm nhau "báo thù". Tôi nói rồi đưa tay ra. Nhưng con rắn cái cứ lùi lùi mãi. Đến mép nước nó quay đầu tung mình nhảy xuống dòng nước đen thẳm. Tôi nằm sõng xoài trên bờ cát. Chờ tới sáng mới quay về. Sau khi nhấm một ngụm nước chè trong chiếc chén tống đã nguội lạnh, ông Đặng hỏi:

- Anh có tin câu chuyện tôi vừa kể không?

- Cũng tin và cũng không? Dũng đáp.

- Bây giờ tôi hỏi thật anh điều này. Anh có nhận tôi cũng không đi tố cáo anh đâu? Ông Đặng nói tiếp.

- Ông cứ hỏi. Tôi thề trên đầu hai đứa con bé bỏng của tôi là sẽ trả lời trung thực.

- Có phải anh đã gây ra vụ nổ khí ga… ngày đó không?

- Không! Tôi nói lại là không! Hồi đó tôi định sang giết cả nhà ông. Tất nhiên là trừ Hảo Hảo và mấy đứa cháu nội. Tôi định hành xử như các hảo hớn Lương Sơn. Mổ bụng, moi tim, cắt đầu cha con ông về làm lễ tế mẹ tôi… Nhưng mẹ tôi… đã cản tôi lại… cùng với đó là Maria Huệ, người vợ hiền thục… và rất hiểu biết cách ứng xử… đã khiến tôi phải kìm nén lại… đến thổ ra cả một bát ô tô huyết.

- Mẹ cậu là một người mẹ Việt Nam vĩ đại. Như thời xưa người ta đã lập miếu thờ. Đặng "tiên sinh" thực lòng cảm thán thốt lên. Dừng một lúc ông nói tiếp:

- Còn điều thứ hai tôi tiên đoán về cậu… thì bây giờ cũng đang đúng. Chắc cậu còn nhớ, tôi có nói sau 15 tới 20 năm nữa (tính từ lúc ấy) tôi hy vọng sẽ được ngồi bàn chuyện *Tam quốc* với một đô đốc, chí ít là một phó đô đốc hải quân, chứ không phải là một anh thợ sửa xe máy ở đầu đường.

- Hồ đó, chủ yếu là ông "diễu" tôi. Tôi biết và nhớ chứ? Dũng đáp.

- "Diễu" hay "đoán" thật khó phân xử. Chỉ có điều lời nói của tôi đã là như thế. Và cái điều đó dang dần dần trở thành hiện thực… Mới gần năm năm mà cậu đã là Hạm trưởng một hạm tầu hiện đại của Việt Nam rồi. Không biết là tôi có sống thêm được mười năm nữa để đón xem lời "tiên tri" của tôi thành hiện thực đến mức nào: đô đốc hay là phó đô đốc đây! Với tâm thế này, tôi nghĩ mình khó có thể sống được tới ngày đó.

- Về mặt thể chất, tôi thấy ông vẫn còn "cường tráng" lắm! Không sa sút bao nhiêu, ngoài bộ râu quai nón ngày ấy lốm đốm bạc thì nay đã trắng xoá cả rồi. Và cái cười "đa nghĩa" thì nay đã "đơn nghĩa" hơn. Nếu chịu khó "thiền" tôi nghĩ ông có thể sống tới ngoài trăm tuổi. Tất nhiên là không phải để "xem tôi thế nào?"

- Đa thọ lá đa thực cậu ạ! Nhất là ở hoàn cảnh tôi, con cháu có đứa nào nó "quan tâm" "dòm ngó" gì đến đâu. May mà tôi có chút "quỹ đen" để "bao mấy em chân dài", nay không dùng đến đem ra "sài dần", nhưng cũng phải tằn tiện lắm! Vật chất không quan trọng, về già người ta sợ nhất là sự cô đơn…

Tự dưng Dũng lại cảm thấy thương hại ông ta. Không chủ định, song anh đã buột miệng:

- Ông có muốn biết một sự thật không?

- Sự thật gì? Giữa tôi với cậu còn gì dấu được nhau đâu?

- Thế mà vẫn có đấy! Tôi nói ra sự thật này…. rồi sau đó cả ông, cả tôi… tất cả chúng ta cùng… cố gắng "vun đắp" vào… biết đâu ông sẽ bớt cô đơn khi già cả.

- Tôi biết từ bé cậu đã hay thích đùa... với tôi. Nhiều cú cậu đùa tôi cũng đau ra trò đấy!

- Không, lần này là chuyện nghiêm chỉnh… Nghiêm chỉnh một trăm phần trăm.

- Vậy thì cậu hãy nói đi! Ông Đặng thúc giục.

- Thằng Cường, em nuôi tôi… nó chính là cháu đích tôn của ông.

- Cậu lại đùa dai rồi!

- Không tôi đã bảo là thật một trăm phần trăm mà. Mẹ nó, cô Thuận cho thử AND cái ngày "cậu cả" nằm hấp hối ở khoa bỏng ấy! Không tin… bây giờ ông thử lại với râu tóc của ông… thì càng rõ.

- Những sự thể nguồn cơn thế nào… mà nó lại chính là cháu đích tôn của tôi?

- Cũng đơn giản thôi! … Rồi Dũng tuần tự kể lại cái ngày cô sinh viên Thuận đến ngôi biệt thự "khủng" dạy thêm cho "cậu cả" nhà ông… Và đã bị "cậu cả" cùng bạn bè xúm vào "xâu xé" như lũ kiến tha con châu chấu!... Khi cô Thuận sinh ra thằng Cường. Cô rất hận gia đình ông nên đã đem nó đặt ở cửa. Nhưng chính ông đã sai người xách cái làn có sinh linh nhỏ bé đó đem vứt ở gần chợ. Mẹ tôi đem về… Và bây giờ trở thành thằng Cường… một hoạ sĩ nay mai.

- Thế nó đã biết chưa? Ông Đặng hồi hộp hỏi lại.

- Tất nhiên là chưa? Tôi buột mồm, buột miệng nói ra với ông thôi!

- Nếu quả đó là sự thật… thì chắc gì nó đã nhận tôi. Đến con mình, cháu mình sờ sờ ra đấy mà chúng nó chẳng thèm nhìn - Nói gì đến "cháu rơi" . Có khi nó còn hận mình là đằng khác.

- Tất cả cái đó là tuỳ sự đối xử của ông với nó… Và cả của cô Thuận, của vợ chồng chúng tôi nữa. Mọi thứ phải dần dần. Nôn nóng là hỏng ngay. Chú ấy cũng là người tình cảm. "Một giọt máu đào hơn ao nước lã" mà.

- Thế cậu hứa… giúp tôi chứ?

- Tất nhiên tôi nói ra không phải để "chọc" ông. Tôi hứa là hết sức cố gắng… Còn kết quả thì cũng chưa thể khẳng định được đến đâu. Song đấy cũng là lý do để ông hy vọng khi tuổi già đang đuổi đến rất gấp… sau lưng.

Đặng "tiên sinh" gật đầu. Dũng chào ông, đứng dậy ra về, anh cũng chưa biết phải nói với cô Thuận… và nhất là thằng Cường thế nào? Anh nghĩ có lẽ phải bàn với Maria Huệ.

Bữa cơm chiều vừa dọn ra. Dũng chưa kịp cầm đũa, bưng bát thì thấy cô Thuận nói với Maria Huệ:

- Cháu lại có thai đứa thứ ba rồi phải không?

- Sao cô biết? Maria Huệ hỏi lại.

- Cô cứ nhìn sợi gân xanh ở thái dương và nhịp thở của cháu… là đoán ra được mà!

Hai má Maria Huệ ửng hồng. Nàng quay mặt sang nhìn Dũng. ánh mắt xanh đen rạng ngời hạnh phúc.

- Em định tối nay mới báo tin vui này với anh. Nhưng cô Thuận đã nói trước rồi! Thế đứa thứ ba… và biết đâu cả thứ tư nữa… anh định đặt tên là gì?

- Nếu đẻ một đứa. Con trai hay gái đều đặt tên là Tâm… Nếu lại "sinh lứa nữa" thì đặt đứa đầu là Tâm. Đứa sau là Đức. Trai gái gì thì cái tên Tâm, Đức đều được cả…

Dũng một lúc nhận được hai tin vui Maria Huệ lại mang thai đứa thứ ba. Vì mới hơn một tháng nên chưa thể siêu âm biết được trai hay gái. Nhưng Dũng đã có "hai đứa chống gậy" rồi, trai gái gì cũng không quan trọng nữa. Tin thứ hai là anh đã có quyết định bổ nhiệm làm Hạm trưởng. Quyết định đang theo đường công văn từ cấp trên chuyển xuống.

Mẹ mất đã được hơn ba năm. Dũng bàn với cô Thuận và vợ, định cuối năm về phép sẽ "sang cát" cho mẹ. Đồng thời đưa hai thằng cháu Trung Nghĩa về thắp hương ra mắt gia tiên. Maria Huệ luôn miệng nói "Được như hôm nay là do mẹ phù hộ đấy". Nhưng hôm đó, một ngày bình thường như bao ngày bình thường khác, Dũng đang ở trên tầu và Maria Huệ trực ở bệnh viện thì liên tiếp nhận được tin nhắn, điện thoại của cô Thuận và thằng Cường "Anh chị thu xếp về gấp! Nhà ta sắp bị thành phố cưỡng chế giải toả để thực hiện Dự án nghỉ dưỡng và du lịch sinh thái. Đây là công trình trọng điểm của thành phố".

Tâm trạng Dũng gần đây như mặt lòng hồ, nước

đang trong xanh yên ả, giờ cái tin nhắn đó như một chiếc gậy vô hình quấy cho nước đục ngầu lên. Anh xin phép cấp trên trở về đất liền. Việc quá gấp nên anh nói với vợ:

- Để anh bay ra trước xem sao? Em vướng hai con, chuẩn bị quần áo, thuốc men mang theo cho chúng nó rồi ra sau.

- Cũng được! Nhưng anh nhớ là phải thật bình tĩnh… bình tĩnh anh nhé! Việc đâu còn có đó! Maria Huệ có chút lo lắng khuyên chồng.

- Sự việc này chắc chắn có bàn tay lão Đặng thọc vào! Dũng căm giận nói.

- Em đã nói rồi! Việc đâu có đó! Anh đừng quá nôn nóng. Maria Huệ tiếp tục động viên, an ủi chồng.

"Nếu quả là có bàn tay lão Đặng thọc vào thì lần này mình sẽ cộng sổ một thể và quyết không tha nữa đâu? Lòng Dũng sục sôi như thuở nào. Quả là bản tính bộc trực của con người thật là khó sửa. Nó như ngọn núi lửa, có thể "ngủ yên" một lúc nào đấy! Nhưng sau đó, do tác động trong lòng trái đất nó lại trào phun lên mãnh liệt. Lòng thì sục sôi như vậy, nhưng để vợ không lo lắng, Dũng đã kìm nén không thốt ra lời.

- Kỳ này thì "hết thuốc" rồi, anh Dũng ạ!

Cô Thuận nói thêm:

- Dự án của tư nhân liên doanh với Hồng Kông, nhưng có điều lạ là thành phố lại đứng ra giải phóng mặt bằng. Thêm nữa, để "trải thảm đỏ" thành phố còn tự bỏ ngân sách để mở rộng tới tám làn xe từ trung tâm ra khu Dự án. Đặc biệt tốn kém là thành phố còn phải nạo vét dòng sông, làm cầu cảng cho tầu du lịch hàng ngàn khách có thể ra vào.

- Cái liên doanh này có lão Đặng tham gia không? Dũng hỏi

- Tất nhiên là có cổ phần, nhưng cái phần tài "đóng góp" ấy chính là "từ công" môi giới, chạy chọt việc thành phố "trải thảm đỏ" - Cô Thuận đáp - Hiện thành phố còn đang xôn xao cái vụ ở huyện Hải Lãng nữa. Dân chúng quai đê lấn biển làm hồ nuôi tôm, đổ biết bao mồ hôi công sức, thời hạn thuế là 20 năm. Nhưng mới được 12 năm, chả biết huyện nghe lão Đặng "xui khôn xui dại" thế nào ra lệnh cưỡng chế thu hồi để giao cho ngư dân ở tận Phúc Kiến đến "nuôi trồng thuỷ hải sản", thời hạn những 50 năm. Anh em nhà ông Văn Văn Vương đã chống lại quyết liệt. Dùng vũ khí tự tạo bắn bị thương cả cảnh sát lẫn các chiến sĩ của huyện đội. Hiện đang bị bắt giam ba tháng rồi.

- Cái chuyện ở Hải Lãng cháu đã xem ti vi và đọc báo đã rõ rồi! Dũng nói - Vì vụ việc này huyện và cả thành phố đã sai lè lè. Và đây chắc chắn sẽ là ngòi nổ… để Trung ương Chính phủ giải quyết nạn "cường hào" mới, mượn danh này, nghĩa nọ để cướp đất của dân. Còn cái Dự án khu nghỉ dưỡng và du lịch sinh thái do lão Đặng "nặn ra" chưa rõ thế nào? Cháu sẽ tìm hiểu và có đối sách với lão ấy. Dũng giận dữ nói và bảo tài xế ta xi đưa anh tới thẳng Sở kế hoạch đầu tư của thành phố. Tại đây, các chánh phó của Sở cứ đùn đẩy cho nhau không ai chịu tiếp Dũng cả. Dũng nhẩy lên Uỷ ban nhân dân thành phố. Nhưng các vị đều cáo "bận họp", và cũng không hẹn lúc nào có thể cho "làm việc" được. Cái quyết định "thu hồi đất" do Uỷ ban nhân dân thành phố (do cô Thuận trao) không chỉ cháy bỏng trong túi áo ngực Dũng mà nó thực sự vò xé tâm can anh. "lão Đặng con chết nết vẫn không chừa. Kỳ này lão đã chơi trò "bịt mắt bắt dê" với các "quan tham" của thành phố, nhằm thực hiện đến cùng ý đồ "bành tướng" lãnh thổ đã ấp ủ bao nhiêu năm nay của lão. Dũng căm hờn nghĩ như vậy. "Được! Chúng mày đã dồn tao đến đường cùng thì ắt tao phải tắc biến" Dũng đã nung nấu một quyết tâm. Thù hãm hại mẹ ta chưa trả được, lại cộng với thù chiếm đoạt đất đai mà tổ tiên đã để lại như hun đúc một quyết tâm phải "thanh toán cho sòng phẳng". Anh nói với cô Thuận và thằng Cường:

- Cô cứ đi làm đi. Chú Cường cứ đến lớp bình thường - Cường đưa chìa khoá nhà cho anh là được.

Anh bước vào nhà, lúc ấy khoảng 10 giờ sáng. Anh thắp hương khấn gia tiên, ông bà, và cha mẹ. Đôi mắt anh chợt thấy cuộn giây vải mẹ đã quyên sinh được tết từ bộ quần áo cưới vẫn cuộn tròn đặt trong một chiếc đĩa to đặt trên bàn thờ. Lòng sục sôi căm giận, nhưng đầu óc anh lại cảm thấy tỉnh táo vô cùng. Anh lục tìm trong buồng, thấy một cuộn băng dính mầu trắng to bản và một cuộn giây điện mầu vàng có in chữ Trung quốc, sợi dây khá to, bằng ngón tay út. Anh lấy cuộn băng ghi âm thằng Cường giấu ở dưới đế bát hương lắp vào máy. Anh tỉnh táo dự đoán thế nào trong ngày hôm nay lão Đặng sẽ sang nhà tìm anh. Sự tính toán của anh quả không sai. Quá 11 giờ trưa, lão Đặng sang. Lão lên tiếng trước:

- Chào đồng chí Hạm trưởng. Đồng chí về lúc này để giúp thành phố thực hiện dự án trọng điểm phải không?

- Vâng, đúng như vậy! Xin mời ông vào. Dũng cố nén sự bực tức đến nổ tung lồng ngực đáp lại.

Sau khi ông Đặng ngồi xuống chiếc ghế tựa bên chiếc bàn dài, đặt trước bàn thờ, thì Dũng lẳng lặng lấy ra thẻ hương, châm một nắm lớn, cắm lên tất cả các bát hương trên chiếc bàn thờ gỗ mít rất rộng và dầy.

Rồi quay lại ngồi đối diện với lão, Dũng mở ngăn kéo lấy ra chiếc máy ghi âm bằng bao thuốc ba số năm.

- Tôi muốn cho ông nghe một "bản nhạc tuyệt vời" này. Giọng Dũng cố nén căm hận, chuyển qua hài hước.

Khi nghe tới đoạn thằng lưu manh khốn nạn ca ngợi "Đặng " Tiên sinh" thánh thật!" Thì mặt lão tái đi. Đôi mắt gian giảo xoả quyệt, đảo nhanh tìm cách tháo thân. Lão nhìn nhanh ra bậc cửa, dẫn ra thềm. Nhưng thật sự kinh hãi vì thấy con rắn đực chúa, đang vươn ngực cất một nửa tấm thân với cái đầu có mào như mào gà trống thiến lắc lư, chỉ chờ lão nhảy ra là "mổ" cho một cú. Lão quay mặt nhìn vào bàn thờ, lão lại càng kinh hãi thấy con rắn thần cái đang cuộn mình trên đó, cái cổ chỉ ngóc lên chừng ba mươi phân.

Hai bên mang tai phình ra to bằng chiếc quạt nan con. Nhưng lạ thay lão chợt thấy đó không phải là con rắn thần cái đang phùng mang, thè lưỡi mà là khuôn mặt của mẹ Dũng với đôi mắt đen u buồn và giận dữ.

Lão ngồi phịch xuống ghế, không dám nhúc nhích vì "tiến thoái đền lưỡng nan".

- Thì ra cậu đã biết mọi chuyện rồi! Lão run run hỏi Dũng - Bây giờ cậu tính thế nào?

- Trước khi nhập ngũ, tôi đã nói thẳng là ở nhà bố con ông làm khó "mẹ goá con côi" trở về tôi sẽ không tha cho đâu. Kể cả việc phải làm như các hảo hán Lương Sơn, tôi cũng không ngán! Chắc ông còn nhớ chứ! Dũng dằn giọng nói từng tiếng rành rọt.

- Quả thực là cái chết của mẹ cậu là nằm ngoài dự kiến của bố con tôi. Nghĩ lại chúng tôi cũng ân hận lắm! Vả lại "trời cũng đã quả báo" rồi! Thằng cả nhà tôi cũng ba đứa tham gia vụ đó đã chết thảm cả rồi. Lão Đặng cố gắng thanh minh.

- Còn ông! Thủ phạm chính vẫn nhởn nhơ ngoài vòng pháp luật. Hơn thế vẫn còn tiếp tục nghĩ ra "trăm mưu ngàn kế" để làm hại nước, hại dân như vụ ở Hải Lăng và Dự án khu nghỉ dưỡng và du lịch sinh thái… Bây giừ ông tính sao?

- Thế cậu tính sao? Chính lão lại hỏi lại Dũng.

- Tính như tôi đã cảnh báo với ông trước lúc tôi nhập ngũ… chứ còn tính thế nào được nữa.

- Cậu không thể giết tôi được! Giết người là đền

mạng! Cậu giết tôi cậu sẽ mất hết tương lai sáng lạn đang chờ cậu ở phía trước. Lão chợt hăng lên, nói khá hùng hồn.

- Không! Giết ông tôi không phải đền mạng. Tôi có đủ lý do … chính đáng để thay mặt công lý xử tử ông? Cùng lắm tôi chỉ bị tuyên 20 năm là cùng. Tôi sẽ cải tạo tốt. Chỉ 12 năm là ra… Lúc ấy tôi mới chưa đầy bốn mươi. Còn nửa cuộc đời để làm lại.

Dũng tính chi li cho lão để chứng tỏ quyết tâm của mình.

- Không! Cuộn băng cậu có trong tay không phải là bằng chứng khiến cậu được giảm tội. Vả lại những người liên quan trong đó… đều đã chết cả rồi!...

- Vì ông đã biết "nỗi nhục" của mẹ tôi, nên tôi mới bật cho ông nghe. Còn với người khác thì có "đập gẫy cả hai hàm răng" tôi cũng không hé ra nửa lời.

- Thế bây giờ cậu định làm gì. Đâm vào tim tôi… Rồi mổ bụng, moi gan, cắt đầu…, đặt lên bàn thờ tế mẹ cậu à?

- Không! Ông đâu được chết dễ dàng như thế! Mẹ tôi chết thế nào, ông sẽ phải… trải qua các công đoạn như vậy...

Lão Đặng ngó quanh, lúc này lão không thấy đôi rắn thần đâu nữa. Lão vùng đứng lên lao ra cửa. Nhưng Dũng đã đứng chặn rồi. Dũng nắm lấy cổ áo lão, quay người lão phải trở lại hướng bàn thờ. Lão Đặng kêu cứu thì một dải băng dính đã bịt chặt lấy miệng lão. Dũng đá vào hai kheo chân và ấn vào vai bắt gã quỳ xuống. Rồi lấy các mẩu giây điện đã cắt sẵn trói hai tay lão ra phía sau. Anh chậm rãi thắp một tuần hương nữa, miệng khấn đủ để lão nghe thấy :

- Mẹ dặn con không được vội thí thân. Con đã nén lòng, nén đến học máu… để làm theo. Nay con đã có hai cháu Trung, Nghĩa và cháu thứ ba sắp chào đời để nối dõi rồi. Cái thằng …hại nước hại dân này… không thể không trừ. Mong mẹ hãy ngậm cười nơi chín suối… Mà con chắc chắn là sẽ không phải đền mạng đâu.

Khấn xong Dũng nắm cổ lão, dúi lên dúi xuống ba lần như để lạy trước vong linh mẹ. Rồi anh lấy cuộn vải để trên chiếc đĩa trên bàn thờ, lồng vào một sợi giây điện dài, chạy vào phòng vắt lên chiếc xà mà mẹ anh từng treo cổ quyên sinh. Lão Đặng định tranh thủ vùng ra. Nhưng nhanh thế nào được bằng Dũng. Cái thân thể nặng đến trên bảy chục cân của lão có làm Dũng lúng túng mất mấy chục giây nhưng cuối cùng cũng được treo gọn gàng trên chiếc xà gỗ xoan đã lên nước vàng óng. Xong việc Dũng khép cửa buồng, ra ngoài hiên ngồi. Tiếng giẫy giụa, tiếng chiếc xà rung lên bần bật. Dũng nghĩ "nếu chiếc xà gãy thì mình sẽ tha chết cho lão" Luật xử giảo thời trng cổ có điều khoản như vậy. Tội nhân bị đứt giây thừng thì lập tức được tha bổng ngay. Tiếng giẫy giụa, tiếng xà rộ lên một đợt mãnh liệt cuối cùng rồi im bặt. Cũng đẩy cửa bước vào. Lão Dặng đã phải đền tội. Hai mắt mở trừng trừng, cổ bạnh ra với cái lưỡi thè lè…

Lúc ấy đã quá mười hai giờ trua. Dũng thu xếp

một số đồ dùng cá nhân vào một chiếc túi du lịch nhỏ. Đẩy chiếc Hon da 67 ra sân, phóng thẳng đến Sở công an thành phố đầu thú.

Trực ban hình sự là đại uý Tùng giờ đã lên thiếu tá.

- Cái gì? Cậu đã giết ông Đặng à? Tôi không tin!

- Tôi đang là quân nhân! Xử lý tôi thuộc về bên quân pháp. Nhưng phạm tội…quả tang thì bắt tạm giam ở cơ quan công an cũng là đúng luật!

Một đội hình sự được tức tốc phái xuống hiện trường chụp hình, thu thập chứng cứ của tội phạm. Trung tá Trọng trước đây nay đã lên chức Đại tá phó giám đốc sở. Hay tin anh tức tốc đến gặp Dũng và nói:

- Ngay từ trước tôi đã có dự cảm là hai vụ án tự vẫn của mẹ anh và cháy nổ ở nhà giáo sư Đặng là có liên quan đến nhau. Nhưng anh đã không chịu hợp tác với chúng tôi. Bây giờ thì tôi dám khẳng định rằng ba vụ này, gắn liền với nhau rất khăng khít. Chúng tôi có nhiệm vụ phối hợp cùng với bên quân pháp để điều tra, nhằm xử đúng người đúng tội.

Dũng im lặng không trả lời gì. Nhưng với nghiệp vụ giỏi, cộng với sự vận động khéo léo, đúng pháp luật, đại tá Trọng đã lần ra được đầu mối là cuốn băng ghi âm do thằng Cường còn sao ra, giữ lại một bản cung cấp. Chính điều đó, sau này đã giúp cho cơ quan xét xử có cơ sở để giảm nhẹ tội cho Dũng phần nào.

Sau khi lấy lời khai và thu thập bằng chứng phạm tội rất rõ ràng, Dũng tạm thời được đưa vào trại tạm giam của sở cảnh sát, chờ bên quân pháp sang áp giải về sau. Vừa được tháo còng tay, đẩy vào phòng tạm giam, cánh cửa sắt vừa khoá lại, còn lớ ngớ vì cảnh "tranh tối tranh sáng" Dũng đã có cảm giác bị ai đó vung tay tát những cái tát nảy lửa. Nhưng chỉ với phản xạ tự nhiên, Dũng né đầu qua bên này, rồi ngửa cổ ra phía khác khiến bốn cú "ra đòn" đều không trúng mục tiêu. Một gã đang nửa nằm nửa ngồi, dáng vâm váp đứng bật dậy. Lúc này Dũng đã phân biệt được khá rõ mọi thứ trong phòng. Gã đó hùng hổ chửi thẳng vừa đánh hụt Dũng:

- Đồ ăn hại! Xem bố mày đây này.

Vừa dứt lời gã vừa vung tay thoi một cú "thôi sơn" vào giữa bụng Dũng. Anh gập người thót bụng lại. Hắn cố rút nắm đấm ra mà không được. Đến khi hắn dùng một tay đẩy mạnh vào ngực Dũng, anh vội thả bụng ra khiến hắn ngã ngồi xuống sàn. Mọi người thấy vậy cười ồ cả lên. Một người trạc ngoài năm mươi, nằm trên một chiếc đệm được kê khác cao trong phòng quát:

- Thôi đi! Về chỗ để tao hỏi chuyện anh ấy!

Gã hộ pháp lặng lẽ trở về chỗ của mình.

- Anh kia! Mắc tội gì? Hiếp dâm, trộm cắp hay buôn bán ma tuý.

- Dạ! tôi không có gan làm các chuyện ấy - Dũng đáp

- Thế sao lại phải vào đây?

- Vì tội giết người! Dũng thản nhiên đáp.

- Đù mẹ! Một người lên tiếng. Mày tưởng giết người là nhẹ hơn mấy tội kia sao? Giết người là "dựa cột" đấy con ạ!

- Giết người cũng có ba bảy cách… Không phải ai giết người cũng đều phải "dựa cột" cả - Dũng vẫn tiếp tục thản nhiên đáp.

- Anh thấy chú mày cũng có vẻ có bản lĩnh đấy! Người đàn ông đứng tuổi, có vẻ là "đại ca" của phòng giam phán.

- Dạ! Tôi cũng xin hỏi mọi người ở đây mắc tội gì?

- Cũng bị quy là giết người và chống người thi hành công vụ. Người đàn ông đứng tuổi đáp. Tội nặng đấy! Không "dựa cột" thì cũng lĩnh án chung thân.

- Ông có thể nói cụ thể sự việc được không?

- Chú ở ngoài mới vào nên biết vụ Hải Lãng chứ gì? Bọn anh lấy bình ga làm mìn tự tạo. Chế súng hoa cà, hoa cải chống người thi hành công vụ. Vì ức quá, ao đìa mình cải tạo sáu bẩy năm trời, đổ mồ hôi sôi nước mắt, bắt đầu thả tôm có lãi, mặc dù còn hạn tám năm nữa, mà "bọn chó" ấy đã cho cảnh sát lẫn quân huyện đội đến cưỡng chế để cho mấy thằng "ngoại bang" thuê những năm mươi năm. Anh tức quá mới tập hợp mấy thằng "đầu gấu" lúc nãy ấy. Thuê tiền chúng nó chống lại. Chưa chết ai, nhưng có làm bị thương bốn người. Thế là bị quy vào tội giết người và chống người thi hành công vụ

- Các anh ở trong này chưa biết gì cũng đáng thôi. Nhưng ba tháng qua, báo đài đã lên tiếng cả trăm bài rồi. Tất nhiên các anh cũng không thể vô can được. Nhưng tội danh có thể sẽ được thay đổi là phòng vệ quá giới hạn mà thôi. Mức dưới mười năm… yên chí đi! Còn bọn quan tham đã chiếm ao đìa của các anh kỳ này cũng "lên thớt" cả lũ đấy.

- Này! Tôi nói thật! Hình như anh không phải là can phạm… Mà là "cá chìm" được "cắm rễ" vào đây để phá một vụ án nghiêm trọng nào đó. Có đúng không?

- Anh đoán già đoán non làm gì! Tôi là can phạm giết người thật mà… Nhưng cũng chỉ tạm giam ở đây thôi! Rồi sẽ chuyển qua bên quân pháp xét xử. Có điều tôi muốn khuyên các anh là… đã vào đến chỗ này rồi thì đừng… gây chuyện đánh đấm nhau nữa.

- Cảm ơn anh đã cho biết thông tin! Nếu đúng như anh nói thì mừng quá! Còn việc anh nhắc, để tôi bảo mấy thằng "đầu gấu" kia… thôi đi.

Bốn tháng sau toà án quân sự quân chúng mở phiên toà xét xử Dũng. Phần luận tội viện kiểm soát quân sự cáo buộc Dũng rất nặng nề, và đề nghị mức xét xử là 20 năm tù giam. Phía bị hại: ba đứa con trai của giáo sư Đặng "kêu khóc" thảm thiết. Đề nghị toà xử Dũng khung hình phạt cao nhất là tử hình. Đến lượt Đặng Thị Hảo Hảo phát biểu, cố gắng lên án hành động vô nhân đạo của Dũng với cha mình. Song cuối cùng cô vẫn tuyên bố:

- Tội của bị can Dũng là không thể dung thứ được. Nhưng chưa đến mức phải loại anh ta ra khỏi xã hội. Tôi đề nghị toà tuyên mức án từ 18 đến 20 năm. Mấy thằng anh nhao nhao xỉa xói vào mặt Hảo Hảo, khiến chủ toạ phiên toà phải đập bàn để lập lại trật tự.

Sau phần hội ý ở hậu trường, thay mặt Nước cộng hoà xã hội chủ nghĩa Việt Nam, chủ toạ phiên toà tuyên án mức giành cho bị can Dũng là 20 năm tù giam. Khi được phát biểu lời cuối cùng Dũng đã có lời đề nghị :

- Kính thưa quý toà! Tôi có một đề nghị rất thiết tha thế này. Hiện nay ở huyện đảo Trường Sa đã có các nhân tố để chứng tỏ quyền chủ quyền của Việt Nam tại đó. Từ công sở, trường học, bệnh viện, chùa triền đều đã có cả. Duy chỉ còn thiếu một thứ là trại giam. Tôi xin được "đầy" ra đấy với số áo tù 01. Ở trại giam 01. Và hy vọng tôi là người tù đầu tiên và cũng là người tù cuối cùng. Ở ngoài đó có rất nhiều công việc để phạm nhân cải tạo tốt như vác đá hộc, cõng xi măng xây kè đảo, trồng cây chắn sóng, phòng chống bão lụt, cứu hộ, cứu nạn… tôi hứa nếu được "đầy" ra đấy, tôi xin nỗ lực cải tạo để chuộc lại lỗi lầm đã gây ra…

Ý kiến của Dũng khiến các thành viên xét xử đều sững sốt. Song vị chủ toạ phiên toà rất nhanh trí:

- Đề nghị của phạm nhân Dũng sẽ được chúng tôi báo cáo lên cấp có thẩm quyền.

Bây giờ Dũng đã từ bị cáo chuyển thành phạm nhân. Dũng phải vào phòng thay đồ, tất nhiên có sự giám sát của ba cảnh vệ, thay thường phục bằng bộ quần áo sọc truyền thống dành cho tù nhân. Trước lúc lên xe hòm chuyển đến trại giam, Dũng được đặc ân gặp gỡ vợ con năm phút. Mặc dù bị còng số tám, nhưng Dũng vẫn vòng hai tay ôm Maria Huệ đang bồng trên tay hai đứa con Trung, Nghĩa. Cái bụng chửa của nàng đã vào tháng thứ năm, đã bắt đầu kềnh ra.

Maria Huệ rưng rưng nước mắt nói:

- Lần này lại thai đôi anh ạ nhưng mà một trai một gái. Anh định đặt tên cho hai con là gì?

- Đứa nào ra trước đặt tên là Tâm. Đứa ra sau đặt là Đức. Trai hay gái thì cái tên Tâm, Đức đều hợp cả.

- À anh! Bốn tháng ở bên ngoài có nhiều thay đổi lắm! Kinh tế khủng hoảng, thành phố phải giảm đầu tư công nên con đường cũng như cảng nước sâu cho Dự án nghỉ dưỡng và du lịch sinh thái đã trở thành dự án treo rồi. Tuy nhiên em vẫn cẩn thận mua lại một số cổ phiếu, nhưng với điều kiện là phải thay đổi quy hoạch. Khu nhà vườn gỗ xoan cổ của gia đình ta phải được khoanh lại làm khu bảo tồn. Khát tiền nên họ đã chấp nhận. Quy hoạch sửa đổi đóng tới ba mươi con dấu. Ngày anh về chắc chắn gia đình chúng ta cùng sum họp trong căn nhà xưa. Còn tuần tới em sẽ đưa hai con Trung, Nghĩa về cho ông ngoại và mẹ em nuôi. Anh cải tạo ở đâu, em sẽ theo đến đó để thăm nuôi anh. Thằng Nghĩa với cái đầu trọc "thiếu lâm" cứ dùng tay mân mê chiếc áo sọc còn thơm mùi hồ trên người Dũng. Rồi nó bảo:

- Hôm nào bố về, bố dẫn con và anh Trung đi mua bộ quần áo đẹp như của bố đang mặc nhé!

Lời nói của con trẻ khiến một vài người cố dấu đi những giọt nước mắt. Dũng nói với con:

- Bộ quần áo bố đang mặc xấu lắm! Lớn lên rồi con sẽ hiểu…

Rồi Dũng quay ra nói với Maria Huệ:

- Em đưa hai con về trời Tây và sinh tiếp hai đứa ở bên ấy!

Anh còn ở tù lâu lắm "Một ngày tù ngàn thu ở ngoài mà". Em thì còn trẻ. Hãy tìm lấy một người tốt hơn anh mà "đi bước nữa". Đừng "dại dột" nuôi con một mình. Cô đơn lắm!...

- Anh nói thật hay thử thách em đấy! Maria Huệ hỏi lại.

- Anh nói tự đáy lòng mà! Dũng cứng cỏi đáp.

- Anh đã dạy em lịch sử nước nhà. Và đã từng trách Nguyễn Ánh... Nhưng đã rất nhiều lần... anh còn kém cỏi hơn cả ông ta. Không có mẹ, ông nội em và em liệu anh có được các con như hôm nay không? Nhà cửa, đất đai có còn giữ được như em vừa kể không? Huệ giận dữ nói thẳng với Dũng. Đã có lần em nói với anh là đời người cũng trôi như dòng sông. Phải biết tiếp nhận để phát triển và hoà vào biển lớn. Em tưởng anh đã hiểu ra triết lý ấy. Thế vậy mà bây giờ anh vẫn "ngoan cố" là *Dòng sông chối từ* - Nhưng em sẽ không chịu thua anh đâu? Xu thế của dân tộc Việt. Xu thế của thời đại sẽ ủng hộ em. Anh hãy tin em đi. Anh sẽ phải ở tù 12 đến 13 năm là cùng. Lúc anh ra tù cuộc sống sẽ rất khác, sẽ tốt hơn bây giờ rất nhiều. Em xin anh! Nếu không vì em, thì anh hãy vì các con của anh! Maria Huệ gào lên trong nước mắt. Dũng ôm chặt Huệ cùng cái bụng đã lùm lùm cùng hai con Trung - Nghĩa. Rồi bất ngờ, anh vươn đôi tay bị còng trong vòng số 8 qua đầu mẹ con Huệ. Trước khi ngẩng cao đầu bước lên xe hòm, Dũng quay lại nói lời sau cùng:

- Anh thề là *Dòng sông chết*! Chứ không muốn em phải cô đơn! Cảm ơn em nhiều! Vĩnh biệt!...

VĨ THANH BA

Cùng một lúc Dũng nhận được hai tin vui: Maria Huệ có thai "lứa" thứ hai và quyết định của quân chủng phong anh từ Phó hạm trưởng lên hạm trưởng. Nhưng tin vui vừa đến được mấy hôm thì từ đất liền... cô Thuận và " thằng" Cường liên tục gọi điện và nhắn tin ra cho Dũng và Maria Huệ: "Anh chị về ngay, nhà mình bị thành phố ra quyết định cưỡng chế giải tỏa, ...để xây dựng khu Nghỉ dưỡng và Du lịch Sinh thái. Đây là công trình trọng điểm của Thành phố liên doanh với một công ty của Hồng Kông".

Dũng đang ở trên hạm tàu, không thể thu xếp về ngay được. Vốn rất nhạy cảm nên Maria Huệ nhân cơ hội đó nhắn tin cho Dũng rằng: "Hay để em về trước, anh báo cáo đơn vị rồi về sau cũng được. Em sẽ tùy cơ ứng biến để giải quyết vụ việc. Anh cứ hoàn toàn yên tâm ở em. Hai con Trung – Nghĩa cũng đã cứng cáp, em gửi tạm ở nhà trẻ và nhà hàng xóm. Khi anh được cấp trên cho phép, quay về nhà đón hai con rồi đưa về thăm quê luôn".

Nhắn tin cho Dũng xong, Maria Huệ bắt tay vào

công việc hết sức khẩn trương, vừa đúng dịp hôm sau có tàu vào đất liền, thế là Maria Huệ "phới" luôn. Biển lặng, sóng êm, chẳng "mấy chốc" Maria Huệ đã có mặt ở Sân bay Cam Ranh, mua được vé là "vụt" bay ra thành phố. Cô Thuận và "thằng " Cường đón nàng ở sân bay. "Thằng" Cường mếu máo:

- Lần này thì "hết thuốc" rồi chị ạ!

- Em cứ yên tâm! Gia đình mình là gia đình chính sách – Họ không thể làm bừa được?

- Chính vì gia đình chính sách nên họ mới chưa giải tỏa mà chờ Dũng và cháu về ký vào "biên bản" đấy.

- Cô và em Cường cứ yên tâm, còn nước còn tát. Maria Huệ vẫn rắn rỏi.

Đầu tiên nàng đến Thành đội, ở đấy nàng được giải thích "Đó là công trình kinh tế trọng điểm của thành phố, Thành đội không thể can thiệp được". Maria Huệ đến Sở Kế hoạch – Đầu tư, ở đây một Phó Giám đốc sở niềm nở tiếp nàng và chia sẻ: "Gia đình chị là gia đình chính sách. Bởi thế thành phố cũng rất quan tâm, giá cả đền bù và đất tái định cư cũng được ưu tiên ở mức cao nhất".

- Nhưng ngôi nhà gỗ của gia đình chúng tôi thuộc di tích lịch sử văn hóa cần được bảo tồn cơ mà? Sao lại có thể tùy tiện "giải tỏa" được?

- Thành phố, Sở Kế hoạch - Đầu tư cũng đã làm việc với Sở Văn hóa – Thông tin - Thể thao và Du lịch. Và chúng tôi cùng "thẩm định" là "giá trị lịch sử và văn hóa" của ngôi nhà gỗ cổ nhà ta không có gì "thật đặc biệt". Bởi thế phải "hy sinh" cái nhỏ, cái "cục bộ" cho "cái lớn" "cái tổng thể" của thành phố. Ngoài ra thành phố còn chỉ đạo, nếu gia đình có "yêu cầu" ngành bảo tồn sẽ "di chuyển" nguyên vẹn ngôi nhà gỗ tới địa điểm "tái địnhh cư", không sai một chiếc đinh tre.

- Nhưng nếu gia đình tôi kiên quyết không đồng ý - không ký vào biên bản và không chịu nhận tiền đền bù thì sao?

- Đến lúc đó Thành phố đành phải sử dụng biện pháp "cưỡng chế". Chị cũng đã biết việc ở huyện Hải Lãng một số họ nuôi tôm trả lại mặt bằng thuê để thành phố "liên doanh" với nước ngoài đã bị "cưỡng chế"… đúng pháp luật. Có hộ "chống đối" "tổ chức" dùng mìn tự tạo và súng tự chế "hoa cà hoa cải" làm bị thương một số cán bộ chiến sĩ công an và huyện đội đã bị bắt giam và sắp tới sẽ bị đưa ra tòa với tội danh rất nặng là "giết người và chống người thi hành công vụ". Tôi nghĩ gia đình chị cũng nên rút ra bài học kinh nghiệm này!

- Các anh muốn đe dọa chúng tôi đấy à?

- À, không… Chúng tôi đâu dám! Nhất là đối với gia đình chính sách như gia đình chị!

- Chúng tôi có thể đi đâu để tiếp tục khiếu nại được?

- Tôi nghĩ là không đâu có thể khiến gia đình chị "lật ngược được thế cờ."

- Kể cả lên Trung ương?

- Tôi không dám chắc! Nhưng chị cứ thử xem?

- Tôi hỏi thật có phải Đặng "tiên sinh" đứng "đằng sau vụ này"?

- Một câu hỏi khó cho tôi!... Nhưng tôi cũng xin nói thực là gia đình chị không "đấu lại" được với Đặng "tiên sinh" đâu?

- Một dự án "liên doanh" mà thành phố lại trực tiếp đứng ra "giải phóng mặt bằng" là điều vô lý thứ nhất. Thành phố lại đứng ra "trải thảm đỏ" quá rộng, quá dài, bỏ kinh phí khổng lồ để mở đường và xây dựng cảng nước sâu cho tầu hàng ngàn khách ra vào là điều "có vấn đề" thứ hai.

- Thành phố đã quyết rồi… Chị có "khiếu kiện" thế nào cũng là vô ích thôi. Chuyện ở Hải Lãng còn có nhiều điểm "vô lý" hơn nhiều, nhưng huyện vẫn cứ làm… Có ai "kháng nghị" được đâu?

- Chuyện ở Hải Lãng anh hãy chờ xem. Công luận đã bắt đầu lên tiếng rồi. Bây giờ các anh không thể dùng thúng úp voi được đâu. Mặc dù tôi biết việc này cũng do Đặng "tiên sinh" "mách nước" cho các "quan tham" của huyện và của cả thành phố.

- Tôi khuyên chị nên giữ mồm… giữ miệng một chút kẻo "chờ được vạ thì má đã sưng" đấy.

- Tôi sẽ viết đơn gửi lên Trung ương và một số phương tiện thông tin đại chúng… Tôi chưa chịu bỏ cuộc đâu.

- Tùy chị thôi! Những gì cần tôi đã nói tất cả với chị rồi… Tạm biệt chị!

Tối, Maria Huệ mệt mỏi trở về nhà. Tuy nhiên nàng vẫn cứng cỏi nói với cô Thuận và "thằng" Cường:

- Mọi việc cứ diễn tiến như thường ngày, mai cô Thuận cứ đi làm và em Cường cứ đi học. Ở nhà cháu sẽ soạn văn bản gửi lên Trung ương và một số báo chí. Cháu sẽ lồng cả cái vụ việc "cưỡng chế đầm tôm" ở huyện Hải Lãng vào… Bây giờ chỉ còn biết trông cậy vào công luận thôi.

- Cháu ở nhà một mình có vấn đề gì không? Cô Thuận tỏ ý lo.

- Hay mai và mấy ngày tới em ở nhà, rủ thêm mấy đứa bạn nữa đến… giở "giá vẽ" ra… cùng với chị làm việc cho… vui. "Thằng" Cường cũng có phần lo lắng đế vào.

- Cô và em không phải lo… lũ "đầu gấu" nhà lão Đặng đó được cháu dạy cho mấy bài học "nhớ đời" rồi! Lần này chúng lại đang tưởng "ở trên thế thắng" nên không dám làm càn đâu? Maria Huệ cứng cỏi đáp.

- Cảnh giác không thừa cháu ạ!

- Vâng cô yên tâm! Cháu cũng có "phương án" rồi.

Bản chất "cáo già" đã tu luyện "thành tinh" nên mặc dù hắn "đổ trách nhiệm" giải phóng mặt bằng cho thành phố, nhưng lão Đặng vẫn tuyển một số tay "anh chị" ở nơi khác đến để đề phòng "bất trắc" khi Dũng "nổi máu điên". Song từ hải đảo trở về lại không phải là Dũng mà là Maria Huệ thì Đặng "tiên sinh" từ ngạc nhiên đến mừng thầm. Vốn là lão dê già lại sống từng trải trong tình trường, mặc dù biết Maria Huệ thuộc loại cao thủ võ lâm nhưng lão rất tin vào lũ tay chân thân tín của lão cũng vào hạng giang hồ có số, có mỏ nên lão tự nhủ: "Mỡ đến miệng mèo. Không ăn thì có mà hóa ra là mèo nhồi bông à?" Thế là ngay lập tức một "kế hoạch tội ác" đã được lão vạch ra và chỉ thị với ba tên "lâu la". Nhất cử nhất động bên nhà Dũng lão đều cho chân tay theo dõi sát sao. Biết được sáng hôm đó cô Thuận đã đi làm và "thằng" Cường đã đi học, chỉ còn Maria Huệ ở nhà một mình nên lão bố trí ba tên bí mật áp sát. Maria Huệ cũng đã phần nào "cảnh giác" nên cửa sổ bốn bề đều mở toang. Cửa ra vào cũng mở rộng, còn nàng ngồi bên chiếc bàn gỗ gụ nặng trịch, mở laptop soạn thảo đơn thư gửi đến các cơ quan có trách nhiệm cùng báo chí trên trung ương. Nhưng đời ai học được chữ ngờ. Vốn là những tên lưu manh chuyên nghiệp, chúng tiếp cận bên bàn Maria Huệ lanh lẹ như một cơn gió lốc. Thấy động, Maria Huệ vừa ngẩng đầu lên thì đã thấy hai tên đứng hai bên kề dao vào cổ. Nàng đưa tay với chiếc thắt lưng đặt trên mặt bàn thì đã bị tên thứ ba đứng trước mặt "nẫng" trước nửa giây. Tuy thế Maria Huệ vẫn bình tĩnh gập thiếc latop lại thành một chiếc hộp nhựa cứng, có thể làm vũ khí được thì tay kia của tên đã nẫng chiếc thắt lưng chặn lên.

- Các anh muốn gì? Maria Huệ vẫn bình tĩnh và chủ động hỏi.

- Muốn gì thì tự cô em cũng đã "biết tỏng" rồi còn gì... mà phải hỏi. Gã đứng trước mặt khoảng chừng bốn mươi mặt tròn, tóc để dài hơi cuộn sóng, đôi mắt rất trầm tĩnh, không có vẻ gì là "lưu manh chuyên nghiệp" cả. Hoa thơm mỗi người người một tí". Gã nói tiếp – Đặng "tiên sinh" ví em như Tây Thi thời Xuân Thu chiến quốc bên Tàu ấy. Ngày đêm "mê mẩn" em mà chưa có cơ hội. Hôm nay thì trời cho ông ta rồi. Nói đến đây hắn toét miệng ra cười để lộ ra hàm răng đều tăm tắp. Đúng là gái một con trông mòn con mắt. Chả hiểu cái thằng Dũng kiếp trước "tu" thế nào mà kiếp này lại được "tiên sa" vào lòng như vậy. Tên "lâu la" đang luyên thuyên đến đó thì Đặng "tiên sinh" xuất hiện. Lão đánh một chiếc quần lửng để lộ đôi bắp chân to tròn và trắng như chân thanh niên. Cặp kính đổi màu cất đâu không rõ. Chỉ thấy đôi mắt sâu dưới đôi lông mày sâu róm ươn ướt đầy vẻ thèm muốn.

- Cậu Dũng đâu? Chắc đang phấn đấu cho chiếc lon đô đốc nên để cô về một mình làm việc "tế thần" thế này! Lão vừa nói vừa cười vẻ giễu cợt. Maria Huệ biết chiếc bàn gỗ gụ rất nặng không thể hất tung lên được để tạo khoảng trống "dụng võ". Hai bên sườn hai tên "tay sai" vẫn lăm lăm đặt hai lưỡi dao mỏng nhưng rất sắc nơi cổ.

- Các người không sợ tôi kêu lên à? Maria Huệ thăm dò - chưa bao giờ cô rơi vào thế bí như lần này.

- Cô cứ kêu đi! Kêu càng to càng tốt. Giờ này trong vòng bán kính hai cây số không một bóng người ngoài chúng tôi – gã đứng trước mặ tMaria Huệ vừa cười vừa nói - tốt nhất là cô ngoan ngoãn… chấp nhận. Chiều Đặng "tiên sinh" một tí. Sau đó là chúng tôi… chỉ nửa tiếng là cùng… chúng tôi sẽ rút êm… và mọi việc như chưa từng xảy ra.

- Các người sẽ không ghi hình để … ép tôi làm lần khác nữa chứ? Maria Huệ vừa hỏi vừa tính kế trong đầu.

- Ai lại đi "lạy ông con ở bụi này" lão Đặng nói – có ghi hình làm bằng cớ cô đi tố thì chúng tôi… vào tù à? Đấy là chưa kể thằng Dũng chồng cô, nó mà biết chuyện thì "cắt tiết" cả lũ chúng tôi…

- Thôi được rồi! Tôi dù sao cũng là dân Tây… Cái chuyện ấy… nhẹ như lông hồng thôi mà. Tôi còn nhớ trong phim Mỹ "Miền Tây ngày ấy" cũng có cảnh một cô gái bị bốn tên cướp xông vào nhà cưỡng bức. Cô ta đã bình thản đáp: "Các anh cứ tự nhiên… lần lượt. Xong việc chỉ một bồn nước nóng với tôi là chưa có chuyện gì xảy ra mà"

Lão Đặng và thằng trung niên đứng trước mặt Maria Huệ cười ầm lên thích thú:

- Cô đúng là dân Tây thật!

- Thế bây giờ… chúng ta… hành sự… ở đâu? Chả lẽ lại ở trên… cái bàn này à? Maria Huệ hỏi cả bọn.

Lão Đặng và tên trung niên nhìn nhau, im lặng.

- Tốt nhất ta… vào buồng. Các người lần lượt, từng người một - Maria Huệ rắn rỏi bảo.

- Đúng rồi! Vào buồng! Lão Đặng đáp. Nhưng các cậu phải cùng vào… "hỗ trợ" cho tôi…

Tên trung niên hất đầu ra hiệu, hai tên đứng hai bên sườn Maria Huệ thu dao lại, nhường đường cho nàng đi. Maria Huệ bình thản đẩy cửa bước vào buồng, nhảy phắt lên chiếc phản gỗ gụ, nằm ngửa chềnh ênh ra đó. Sự việc "ngon ăn" đến không ngờ, khiến lão Đặng luống cuống. Lão vụng về trút bỏ chiếc quần lửng rồi chiếc áo cộc tay màu xanh da trời mác cá sấu đắt tiền của Pháp vừa thẳng tay xuống đất và lồm cồm bò lên phản. Ba tên "lâu la" cũng nín thở hồi hộp không kém đứng xung quanh. Khi lão Đặng vừa run rẩy đưa tay đặt vào gấu váy liền áo của Maria Huệ để lột ngược lên trên thì bất ngờ nàng nhổm đầu lên hai tay ôm lấy đầu lão và mồm ghé vào đúng động mạch cảnh bên phải ngoạm một miếng rất sâu rồi dứt mạnh ra. Một tia máu vọt lên tận xà nhà, chiếc xà mà mẹ Dũng đã từng thắt dây treo cổ tự vẫn. Sự việc diễn ra nhanh như một tia chớp, khiến cả ba tên "lâu la" không kịp phản ứng gỡ. Lão Đặng rú lên một tiếng, đổ vật người đè lên Maria Huệ.

Sức nặng trên bẩy chục ký của hắn khiến nàng phải lấy hết sức bình sinh mới đẩy ra được một bên và bật người đứng lên. Bây giờ thì Maria Huệ đã ở thế thượng phong. Nàng đứng ở giữa phản cao hơn hắn ba tên đứng dưới tới hơn nửa mét. Nàng xoay người tung chân đá một cú cầu vồng trúng hàm một tên khiến hắn gục ngay xuống không kịp kêu một tiếng. Tên trung niên có vẻ là đứa cầm đầu, sau phút bất ngờ đã lấy lại được bình tĩnh. Hắn đang lựa thế nhảy lên tấm sập quyết “ăn thua” với Maria Huệ. Để dành thế chủ động, nàng phóng một cú đá vào giữa bộ mặt tròn căng của hắn. Nhưng hắn cũng là một “cao thủ” liền né đầu qua một bên, quơ tay bắt được chân nàng. Hơi kéo được một chút về phía trước để lấy đà sau đó hắn dùng sức mạnh toàn thân đẩy nàng đổ rầm xuống mặt phản. Lưng Huệ tê dại, bụng dưới đau như xé với một tiếng “hự” “ực” nhỏ. Theo phản xạ của con nhà võ, mặc dù lưng đang nằm trên phản nhưng chiếc chân còn lại của nàng vẫn phóng một cú đạp mạnh sườn hắn. Cú đạp rất mạnh, nhưng vì dường như chẳng hề hấn gì, hắn quờ tiếp tay còn lại kẹp chặt chân nào vào nách của hắn với ý đồ kéo người nàng vào sát người hắn rồi dùng đầu đập vào mặt nàng cho nàng ngất đi. Song nàng là cháu nội của một vị võ sư hàng đầu của làng Việt võ đạo, ông nàng đã luyện cho nàng được bản lĩnh phi thường, dù ở vào thời điểm “ngàn cân treo sợi tóc” vẫn có thể “chuyển bại thành thắng” với phương châm “đối với cái ác, muốn thắng nó thì phải ác hơn, tàn độc hơn”. Nghĩ tới đó, nàng uốn người bật dậy như một chiếc lò xo, xòe hai ngón tay thành hình chữ V thực hiện đòn “Song long suất hải”, trọc mạnh vào hai hố mắt hắn. Những ngón tay nàng bình thường rất mềm dẻo, chăm bẵm chồng con, sử dụng dao mổ, gõ bàn phím vi tính như nghệ sĩ chơi đàn, nhưng lúc này nó thực sự cứng như hai thỏi thép nguội. Một tiếng “bụp: phát ra từ khuôn mặt tròn của gã trung tuổi, tiếp theo là một tiếng thét khủng khếp “Ối, trời ơi! Mắt của tôi! Đau quá, mắt của tôi!...”

Tên thứ ba luýnh quýnh chưa biết xử lý thế nào

thì phía ngoài sân bỗng rộ lên những tiếng ồn ào. Lúc này Maria Huệ cũng đã kiệt sức rồi, và cái thai hơn một tháng trời sau cú "phản đòn" bị quật xuống phản đã "tụt" khỏi bụng nàng.

Tiếng ồn ào mỗi lúc một lớn. Thì ra "thằng" Cường như có linh tính mách bảo, vừa vào lớp học một lúc thì nó thấy trong người bồn chồn không yên bèn rủ bốn năm đứa bạn vốn đang "tá túc" ở nhà Dũng phóng xe về. Cảnh tượng đập vào mắt lũ trẻ thật là khủng khiếp. Máu lênh láng trên bộ sập. Máu vọt trên xà nhà, máu từ mặt gã trung niên đã không còn hai mắt. Và máu dưới bụng Maria Huệ dầm dề ướt đẫm cả chiếc váy. Maria Huệ thì thào:

- Cường, em gọi 113 đi - Rồi nàng ngất đi.

Tiếng còi ủ của cảnh sát cùng tiếng còi như xé không khí của xe cứu thương… khuấy động một vùng đất vốn lặng thinh và yên ả.

Khi xe cứu thương đưa băng ca vào thì lão Đặng chỉ còn thoi thóp vì đứt động mạch cảnh, gần như cơ thể đã mất hết máu. Maria Huệ thở đứt quãng vì mệt, toàn thân đau như dần. Gã trung niên đôi mắt bị phọt ra ngoài, hai tay đang quờ quạng. Một tên "lâu la" trúng cú đá của Maria Huệ vẫn nằm ngất lịm dưới sàn. Tên thứ ba nhân lúc lộn xộn lủi mất.

Cảnh sát hình sự bắt tay vào điều tra. Tất cả đều được cách ly. Kể cả Maria Huệ nằm ở Viện Phụ sản cũng có hai nữ cảnh sát luôn túc trực bên cạnh. Dũng từ Trường Sa về cùng hai con Trung Nghĩa cũng không được vào thăm. Mười ngày sau, ba đứa con lão Đặng sau khi làm ma cho bố đã đâm đơn khởi kiện Maria Huệ tội "phòng vệ quá giới hạn gây chết người". Một trận chiến pháp lý đã diễn ra hết sức căng thẳng. Trung tá Trọng lúc này đã lên Đại tá, Phó Giám đốc Sở Cảnh sát gặp Dũng yêu cầu anh hợp tác bởi theo nhận định của ông ba vụ án từ cái chết của mẹ Dũng đến vụ nổ bình gas và vụ cưỡng dâm hiện giờ là có mối quan hệ với nhau nhưng Dũng "cắn răng im như thóc". Cuối cùng bằng nghiệp vụ khéo léo, có lý, có tình và đúng pháp luật Đại tá Trọng đã động viên được "thằng" Cường đưa ra cuốn băng ghi âm nó giấu ở dưới chân bát hương. Nhờ đó mà Maria Huệ được trắng án.

Trong thời gian ở đất liền, Dũng, Maria Huệ, cô Thuận và "thằng" Cường đã "sang cát" cho mẹ Dũng. Đồng thời anh cũng đắp một ngôi mộ gió cho cha, nằm bên cạnh mộ mẹ, với hi vọng linh hồn cha anh theo dòng biển cả ngược lên sông Cái, nhập vào mộ gió, trở về bên cạnh mẹ anh.

Tình hình ở Biển Đông mỗi lúc một căng thẳng. Dũng không thể nấn ná thêm ở nhà được nữa. Với cương vị hạm trưởng, chưa lúc nào biển cả của Tổ quốc cần anh như lúc này. Trước khi bay vào cảng Cam Ranh, Dũng nói với Maria Huệ:

- Bây giờ hai con Trung - Nghĩa đã lớn, em có thể đưa các con về cho cụ và bà ngoại nuôi. Em cũng nên ở bên đó tĩnh dưỡng một thời gian, vừa qua sự kiện nối tiếp sự kiện khiến em cũng suy sụp nhiều.

Maria Huệ bảo:

- Em chưa thể về ngay được. Cái dự án khu nghỉ dưỡng và khu du lịch sinh thái bây giờ đã là khu dự án treo. Vì kinh tế khủng hoảng, trong thành phố không có tiền đầu tư công để mở đường và xây dựng cầu cảng cho tầu khách cả ngàn người. Em dự định sẽ mua lại một phần, chủ yếu là khu đất nhà mình để làm khu bảo tồn… Như vậy là sau này gia đình ta sẽ "yên ổn" sống trên mảnh đất của tổ tiên.

- Cám ơn em đã tính xa. Nhưng xong việc này em phải về bên đó ngay đấy!

- Em sẽ về. Thu xếp xong công việc là em sẽ lại ra đảo với anh ngay.

- Không được! Em phải ở lại để chăm sóc hai con.

- Anh yên tâm! Ông nội và mẹ em về cái chuyện chăm... trẻ con thì hơn em nhiều.

- Em quay ra cũng được! Nhưng với điều kiện..

- Điều kiện gì?

- Nếu có bầu là phải lập tức trở lại trời Âu ngay.

- Được thôi! Gần sinh em sẽ về... Em hứa với mẹ là ít nhất phải sinh ba "ông tướng" cơ mà! Ngoài ra em còn muốn có một hai đứa con gái "chấy rận" nữa…

Nhưng Maria Huệ ra ngoài đảo gần một năm cũng không thấy có "kết quả" gì. Dũng tưởng Maria Huệ "kế hoạch" để được luôn ở gần mình. Nhưng nàng rơm rớm nước mắt nói: "Cái cú đòn của thằng khốn nạn ấy… Khiến buồng trứng của em.. hỏng rồi. Các thầy thuốc hàng đầu ở châu Âu cũng phải bó tay…"

Dũng thở dài than:

- Cuộc chiến nào dù bên thắng hay bên thua đều có "thương vong" cả…

- Nhưng với gia đình ta, có hai đứa con Trung - Nghĩa là coi như đã.. thắng rồi còn gì - Maria Huệ động viên chồng.

- Anh còn muốn có thêm hai đứa - Tâm - Đức nữa, nhưng không thể…

Hà Nội, tháng 5-7/2012

Liên lạc Tác giả
Bùi Việt Sỹ
vietlamnld@gmail.com

Liên lạc Nhà xuất bản
Nhân Ảnh
han.le3359@gmail.com
(408) 722-5626